हृदयपालट

विजय देव

'दिलीपराज प्रकाशन प्रा. लि.'च्या नवीन पुस्तकांची यादी व माहिती हवी असल्यास आपला
पत्ता, दूरध्वनी क्रमांक किंवा Email आमच्या diliprajprakashan@yahoo.in
या Email address वर पाठवावा किंवा आमच्याशी दूरध्वनी क्रमांक फॅक्ससहित :
०२०-२४४८३९९५ / २४४९५३१४ / २४४७१७२३ यावर संपर्क साधावा.
आमच्या ब्लॉगला एकदा अवश्य भेट द्या.
Blog: http://diliprajprakashan.blogspot.com

हृदयपालट

विजय देव

(कादंबरी)

दिलीपराज प्रकाशन प्रा. लि.

२५१ क, शनिवार पेठ, पुणे - ४११ ०३०

हृदयपालट / Hrudaypalat

प्रकाशक
राजीव दत्तात्रय बर्वे,
मॅनेजिंग डायरेक्टर,
दिलीपराज प्रकाशन प्रा. लि.,
२५१ क, शनिवार पेठ,
पुणे - ४११ ०३०

पुणे - ४११०५८

प्रथमावृत्ती : १५ ऑक्टोबर २०१२

प्रकाशन क्रमांक : १९६३

ISBN : 978-81-7294-95-2-5

मुद्रक :
Repro India Ltd, Mumbai.

टाइपसेटिंग
पितृछाया मुद्रणालय,
९०९, रविवार पेठ,
पुणे - ४११ ००२

मुखपृष्ठ : हेमंत देशपांडे

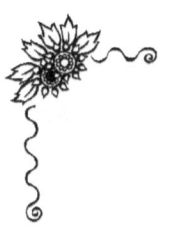

माझी ही पहिली साहित्यकृती

आई निर्मला आणि वडील नारायण यांना

सहृदय अर्पण.

मनोगत

भारतीय संस्कृती खूप जुनी आहे. त्यातील 'अध्यात्मवाद' हा जगाच्या दृष्टीने कुतूहलाचा विषय आहे. ब्रिटिश राज्यसत्तेमुळे आपल्याला पाश्चात्त्य संस्कृतीची ओळख झाली. ती मुख्यतः विज्ञानावर आधारित आहे, असे आपण मानतो. भारतीयांमध्ये अध्यात्मवादी आणि विज्ञानवादी असे दोन गट निर्माण झालेले असल्याचे आपल्याला जाणवते.

'अध्यात्मवादी' हे परमेश्वर, मोक्ष अशा न दिसणाऱ्या पण आध्यात्मिक प्रगतीने अनुभवाला येणाऱ्या गोष्टींवर विश्वास ठेवतात; तर विज्ञानवादी पुराव्याशिवाय कोणत्याही गोष्टींवर विश्वास ठेवत नाहीत. त्यामुळे दोघांमध्ये संघर्ष आहे.

'हृदयपालट' या कथेमध्ये एक नास्तिक, स्वार्थी, विज्ञानवादी मनुष्य आस्तिक, परोपकारी, अध्यात्मवादी बनतो आणि त्याला लोक 'महाराज' म्हणायला लागतात, हे सर्व रंजकतेने सांगितले आहे. कथेच्या ओघात संघर्ष आल्यामुळे ती गूढ झाली आहे. कथेतले प्रसंग वास्तववादी आहेत.

यापुढील कथांमधून हा महाराज लोकांच्या अगम्य समस्या कशा प्रकारे सोडवतो, ते लिहिण्याचा मानस आहे.

यातील वैज्ञानिक भागाचे मार्गदर्शन डॉ. मंदार करमरकर यांनी वेळात वेळ काढून केले. त्याचप्रमाणे

कथानकातली सलगता तुटू नये म्हणून माझे मित्र श्री. उदयकुमार कुलकर्णी यांनी मोलाचे सल्ले दिले. माझे आणखी एक मित्र श्री. श्रीकृष्ण सवदी यांनी कथानकाच्या वास्तवतेकरिता अनेक संस्कृत श्लोक सुचवले, अनेक पुस्तकांचे संदर्भ दिले. आजपर्यंत मी कथाच लिहीत होतो. पण ही अशक्यप्राय वाटणारी कादंबरी लिहिताना वेळोवेळी मनाला उभारी देण्याचे काम पत्नीने- सौ. मेघनाने केले. त्यामुळे मी हे लेखन पूर्ण करू शकलो.

दिलीपराज प्रकाशनाचे श्री. राजीव बर्वे हे पहिल्या भेटीतच माझे मित्र झाले. त्यांनी अतिशय बारकाईने लिखाण वाचल्यानंतर 'हृदयपालट' प्रकाशित करण्याचे मान्य केले.

हे सर्व मदतनीस माझ्या अत्यंत जवळचे आहेत, त्यांचे आभार मानायचे म्हटले तर ते रागावतील. तरीसुद्धा त्यांनी त्यांनी घेतलेल्या कष्टांबद्दल हृदयापासून कृतज्ञता व्यक्त केलीच पाहिजे.

'हृदयपालट' ही माझी पहिली कादंबरी आहे. हे वैज्ञानिक आणि आध्यात्मिक मिश्रणाचे लिखाण आपल्यासारख्या चोखंदळ वाचकांना निश्चित आवडेल, अशी आशा करतो.

-विजय देव

हृदयपालट

विजय देव

हळूहळू आम्ही डोळे उघडले. डोळ्यांना आलेला जडपणा जाणवला. आम्ही बेडवर झोपलो होतो. पण हा आमचा नेहमीचा बेड नव्हता. ही खोलीसुद्धा आमची बेडरूम नव्हती, हे समजण्याची जाण आम्हाला आली. आमच्या बेडरूमच्या खिडकीतून नारळाची झाडे डोलताना दिसत. आंब्याच्या झाडांवरील पक्ष्यांचा किलबिलाट ऐकू येई. प्रसन्न वाऱ्याच्या झुळकांबरोबर फुलांचा सुगंध येई. सूर्य उगवताना लालभडक सूर्याचे दर्शन होई. तसे आम्ही रसिक नाही. पण निसर्ग आम्हाला आवडतो. खरं म्हणजे आम्ही नास्तिक. पण सूर्याचे दर्शन व्हावे म्हणून आम्ही आमच्या बेडरूमची खास व्यवस्था केली होती.

पण आता यांतील एकाही गोष्टीची जाणीव झाली नाही. खोलीत मोकळा वारा नव्हता. खिडक्या बंदच होत्या.

आमच्या नाकाला नळ्या लावलेल्या होत्या. पांढऱ्या कपड्यातली बाई आमच्या बेडशेजारी उभी होती. ती आमच्याकडे पाहून हसली. तिला आनंद झाल्याचे तिच्या चेहऱ्यावर दिसत होते.

ती लगबगीने निघून गेली. आमचे डोळे जड झालेले होते. आम्ही ते मिटले.

असा किती वेळ गेला माहीत नाही. आम्हाला वेळेचे भान नव्हतेच. आमच्या शेजारी हलक्या आवाजात कोणीतरी बोलत होते.

"बाबासाहेब, डोळे उघडा." कोणीतरी आम्हाला डोळे उघडायला सांगत होते. आम्ही हळूच डोळे उघडले. समोर एक हसतमुख रुबाबदार तरुण उभा होता.

"बाबासाहेब, आता बरे वाटते आहे ना?" त्याने विचारले. आम्हाला काहीच समजले नाही. आम्ही त्याच्याकडे बघतच राहिलो. त्याने गळ्यात स्टेथोस्कोप अडकविला होता. म्हणजे तो डॉक्टर असला पाहिजे. त्याने शेजारील पांढऱ्या कपड्यातल्या बाईला काहीतरी सांगितले. त्याच्यामागे एक तरुण उभा होता. त्याने पुढे येऊन हाक मारली, "बाबासाहेब" आम्हाला ओळख पटली. ते आमचे चिरंजीव बाळासाहेब होते. त्यांनी आम्हाला कसलीतरी खूण केली. नंतर सगळेच निघून गेले.

आम्ही कूस बदलण्याचा प्रयत्न केला. पण तेवढ्या हालचालीनेसुद्धा आम्ही अस्वस्थ झालो. आमचे हात जड झाले होते. त्यांना सुया टोचल्या होत्या. आमची हालचाल पाहून ती नर्स पळत आमच्याजवळ आली.

"बाबासाहेब, आपल्याला कुशीवर वळता यायचे नाही. हाताला सलाईन लावले आहे. सलाईनची बाटली संपली, की मी आपल्याला थोडे वळवीन. झोपून अवघडला असाल." ती म्हणाली.

आम्ही काही बोललो नाही. डोळे मिटून पडून राहिलो. आम्हाला थोडी थोडी परिस्थितीची जाणीव होऊ लागली. जवळपासच्या हालचाली जाणवू लागल्या.

आम्ही किती तरी वेळ तसेच पडून होतो. डोळ्यांचा जडपणा कमी झाला. डोळे उघडताना ते जाणवले. आम्ही हॉस्पिटलमधल्या बेडवर झोपलो होतो. दोन्ही हातांना सुया टोचल्या होत्या. सलाईन लावले होते. रक्ताची बाटली संपलेली दिसत होती.

"सिस्टर, सिस्टर..." आम्ही क्षीण आवजात हाका मारल्या. सिस्टर येऊन बेडशेजारी उभी राहिली.

"आता कसं वाटतं आहे?" तिने विचारले.

"बरं वाटतंय. डोळे थोडे जड आहेत. पण आम्हाला सर्व स्पष्ट दिसत आहे." आम्ही थोडं अडखळत म्हणालो.

"तुमच्यात खूपच सुधारणा आहे. थांबा हं. बाहेर बाळासाहेब आहेत

त्यांना बोलावते.'' असं म्हणून ती बाहेर गेली.

थोड्या वेळात बाळासाहेब आले. त्यांच्या ओढलेल्या चेहऱ्यावर आनंद दिसत होता. ''बाबासाहेब, आता तुम्ही फ्रेश दिसता आहात. मघाशी आम्ही येऊन गेलो. आपण झोपला होतात.'' बाळासाहेब म्हणाले.

''आम्ही येथे कसे आलो?''

''आपण गेले दोन दिवस हॉस्पिटलमध्ये आहात.''

''दोन दिवस? का?''

''ते सर्व सांगतो. आत्ता डॉक्टर येतील. आपण पुण्यामधल्या हॉस्पिटलच्या I.C.U त आहात. आपले मित्र मोहिते यांचे हे हॉस्पिटल आहे.'' बाळासाहेबांनी आम्हाला हलकेच थोपटले आणि ते बाहेर गेले.

आम्ही विचार करत पडून राहिलो. आम्हाला थोडं थोडं आठवू लागलं. आम्ही नेहमीप्रमाणे शेतावर फिरायला गेलो होतो. तेथे मारत्या भेटला. काही दिवसांपूर्वी हा मारत्या त्याच्या लहान मुलाला घेऊन आमच्या दवाखान्यात आला होता. तो तापाने फणफणला होता. आम्ही त्याला तपासले आणि एक इंजेक्शन दिले. पण एकदम काय झाले समजले नाही. आधीच निपचित पडलेल्या त्या पोराने एकदम डोळेच फिरवले. आम्ही घाईघाईने दुसरे इंजेक्शन दिले. पण काही उपयोग झाला नाही. ते पोर गेलं. मारत्याचा तो एकुलता एक मुलगा.

''डागदर, ये काय झालं वं? पोरगं ग्येलं?'' मारत्या दुःखानं ओरडला.

''त्याच्या डोक्यात ताप गेला होता. तो निपचित पडला होता. आम्ही त्याला इंजेक्शन दिले पण त्याचा परिणाम होण्याच्या आतच तो गेला. आम्ही दुसरे इंजेक्शन देऊन त्याला वाचवायचा प्रयत्न केला. पण तो आधीच सीरियस होता. तू यापूर्वीच त्याला आणायला पाहिजे होतेस.'' आम्ही त्याला समजवण्याचा प्रयत्न केला.

''न्हायी डागदर. त्यो तुमच्या सुईनेच ग्येला.'' तो ओरडला.

आम्ही त्याची खूप समजूत काढली. पण त्याने आमचे काही ऐकले नाही. त्याची बायको आम्हाला शिव्याशाप देऊ लागली. आमच्याकडे आलेले पेशंट मध्ये पडले.

''मारत्या, डागदरची काय बी चुकी न्हायी. तूच उशिरानं पोराला आणलंस. त्यो लई सिरियस व्हतां. त्याला सिरियसपनातून काढण्याकरिता तर डागदरनं सुई मारली.'' पेशंट्स त्याला समजावू लागले.

''म्या पोलिसात जातो.'' मारत्या म्हणाला. तो खूप चिडला होता.

अखेरीस आम्ही त्याला दवाखान्याबाहेर काढले.

हॉस्पिटलमधल्या I.C.U तल्या बेडवर पडल्या पडल्या सर्व आम्हाला आठवू लागले. ह्या अवस्थेतसुद्धा आम्हाला हा प्रसंग चित्रपटासारखा डोळ्यांसमोर दिसत होता. अगदी खरं सांगायचं तर चूक आमचीच होती. इंजेक्शनचा डोस जास्त झाला होता. पण आम्ही चूक कबूल केली नाही. ती जर कबूल केली असती, तर लोकांचा आमच्यावर असलेल्या विश्वासाला तडा गेला असता. आणि खरं म्हणजे चूक कबूल करून माफी मागण्याचा आमचा स्वभावच नव्हता.

त्या दिवशी तो आरडाओरडा करतच दवाखान्यातून गेला आणि नंतर तो शेतावर भेटला तो घुश्शातच.

"माझ्या पोराला तुमीच मारलं डागदर." तो डोळे गरगर फिरवत म्हणलाा.

"अरे, तुझ्या पोराला मारायला आम्ही काय तुझे शत्रू आहोत?" त्याचा राग घालवण्याचा आम्ही प्रयत्न केला.

"तू, तू त्याला चुकीची सुई टोचलीस. अन् माझं प्वार ग्येलं." मारत्या एकेरीवर येत ओरडला.

"तुला काय माहीत पोराला काय झालं होतं ते? आम्ही त्याला कोणतं इंजेक्शन दिलं होतं ते?" आम्ही त्याच्या अंगावर खेकसलो, "चल हो बाजूला."

आम्ही त्याला झटकून टाकण्याचा प्रयत्न केला, तोच आमच्या अंगलट आलं.

"माज्या प्योराला मारलंस न्हवं? दावतोच तुला." मारत्या त्वेशानं म्हणाला.

"ए चल हट. तू कोणाशी बोलतो आहेस रे! आम्ही इनामदार आहोत. तू काय आम्हाला दाखवणार रे? तू काय आमचं वाकडं करणार?" आम्ही गुर्मीत म्हणालो.

"तुला दावतोच काय वाकडं करनार त्ये. म्या तुला खतम करतो." असं म्हणत त्यानं अचानक आमच्या छातीवर चाकूचा वार केला. आम्ही बेसावध होतो. तो असं काही करेल, याची आम्हाला अजिबात कल्पना नव्हती. त्याच्या हल्ल्याने आम्ही शेताच्या बांधावर पडलो. आमची शुद्ध गेली. त्यानंतर काय झालं ते आम्हाला माहीत नाही. आज आम्ही शुद्धीवर आलो. मध्ये किती दिवस गेले कोणास ठाऊक?

आज या सगळ्या विचारांनी आम्हाला परत ग्लानी आली. आमचे डोळे

मिटले गेले. परत आम्हाला आजूबाजूची जाणीव व्हायला लागली. आम्ही डोळे उघडले. आमच्या शेजारी डॉक्टर उभे होते. ते आमच्याकडे पाहून हसले.

"बाबासाहेब, आपण आता फ्रेश दिसता आहात." ते म्हणाले.

आम्ही टक लावून त्यांच्याकडे पाहिले. आम्ही त्यांना ओळखले. ते पुण्यातले प्रसिद्ध डॉक्टर आणि आमचे मित्र डॉ. मोहिते होते.

आम्ही डोळ्यांनीच ठीक आहे, अशी खूण केली.

"आम्ही आपल्या शेतावर हुरडापार्टीकरता आलो होतो. आठवतंय ना?"

आम्ही मान तिरकी करून होकार दर्शवला.

"आपण आता धोक्याच्या बाहेर गेला आहात. आता काळजीचे कारण नाही." डॉक्टर इतर पेशंटना म्हणतात तसे आम्हाला म्हणाले.

"बाबासाहेब आता बरे वाटते आहे ना?" मागे उभे असलेल्या माणसाने पुढे येत आम्हाला विचारले.

आम्ही त्यांनासुद्धा ओळखले. ते बाळासाहेब होते. आम्ही हसरा चेहरा केला. "आईसाहेब बाहेरच थांबलेल्या आहेत. आम्ही त्यांना घेऊन येतो." असं म्हणत ते गेले. डॉक्टरांनी आमचे रिपोर्ट्स पाहिले.

"Ok. Take rest." ते म्हणाले.

त्यांनी आमच्या तपासणी चार्टवर औषधे लिहिली. ती सिस्टरला समजावून दिली आणि ते दुसऱ्या पेशंटला तपासायला गेले. आम्ही परत एकटे कॉटवर पडून राहिलो. सलाईनच्या बाटलीकडे पाहू लागलो.

आम्ही शिंद गावचे इनामदार. थोरले महाराज आग्रा येथे गेले, तेव्हा आमचे कोणीतरी पूर्वज त्यांच्याबरोबर होते. महाराजांनी त्यांना हे नाव इनाम दिले. आमचं घराणं इनामदार झालं.

आमचा स्वभाव खूप रागीट होता. स्वाभिमानी होता. इनामदार घराण्याचा आम्हाला अभिमान वाटायचा. आम्ही कधी दुसऱ्याचे बोलणे ऐकून घ्यायचो नाही. तशी सवय आमच्या घराण्यात नव्हती. 'शिंद' गावात आम्ही मस्तीत राहत होतो. अगदी सिंहाच्या मस्तीत. मुबलक पैसा, भरपूर शेती, सर्व सुखसोयींनी युक्त असा बंगला. त्यातून आम्ही डॉक्टर. मग मस्तीत राहिलो नसतो तरच नवल!

आम्ही इतरांना मान देत नव्हतो. दुसऱ्यांच्या मताला किंमत देत नव्हतो. इतरांनी आमच्या मनासारखं वागण्याकरिता त्यांना आम्ही भाग पाडत होतो. तसं कोणी वागलं नाही तर आम्हाला भयंकर संताप यायचा. त्यामुळे सर्वजण

आमच्या म्हणण्यासारखे वागायचे.

आता आमचा थकवा गेला होता. कसलाही त्रास होत नव्हता. मनात विचार येतच होते. ते आम्ही थांबवू शकत नव्हतो.

आम्हाला जसा इनामदार घराण्याचा अभिमान वाटत होता, तसाच आमच्या बायकोचा– शालिनीदेवींचा- वाटायचा. त्या नावाप्रमाणे शालीन होत्या. त्यांच्या बोलण्या-वागण्यात आदब होती. त्या कोणावर चिडून-ओरडून बोलत नसत. चूक झाली तर त्याला माफ करत. त्याला नीट समजावून सांगत. त्या अगदी आमच्या विरुद्ध स्वभावाच्या होत्या. त्यांचं माणसांना वागवण्याचं तत्त्वज्ञान वेगळं होतं. "हातून चूक झालेल्या माणसाला वेडवाकडं बोलून तो सुधारत नाही. उलट, तो जास्त दुखावला जातो. त्याचा राग मनात ठेवून तो पुढे कधीतरी बाहेर काढतो. पण त्याला समजावून सांगितले, तर तो परत चूक करत नाही. त्याच्या मनात आपल्याबद्दल आदर वाढतो." असं त्यांचं तत्त्वज्ञान होतं.

आम्हाला मात्र त्यांच्या ह्या तत्त्वज्ञानात काही तथ्य वाटत नसे. 'चूक करणाऱ्याला शिक्षा केली म्हणजे तो परत चूक करत नाही.' असं आमचं तत्त्वज्ञान होतं. आमच्या विचारांत मतभेद असले, तरी आम्ही त्यांना कधी वेडंवाकडं बोलायचो नाही. कधी कधी आमच्या मनात यायचे, त्यांचे विचार बरोबर आहेत. पण आमचा अहंभाव त्या विचाराला विंचवाप्रमाणे नांग्या मारून मनातल्या मनातच मारून टाकायचा.

हॉस्पिटलमधल्या बेडवर पडल्या पडल्या आमच्या मनात विचाराचे काहूर उठले होते. म्हणतात ना, रिकामं मन सैतानाची कार्यशाळा. तसं आमचं झालं होतं. आम्ही जरी नुकतेच बेशुद्धीतून बाहेर पडलो होतो, तरी आमचे मन विचार करण्याइतपत तयार झाले होते. आजपर्यंतच्या आयुष्यात आम्ही असे झोपून कधीच राहिले नव्हतो. सलाईनमुळे आणि नाकाला लावलेल्या ऑक्सिजनच्या मास्कमुळे हालचाल करता येत नव्हती. पण मन मात्र अशा विचारांनी भरकटत चालले होते.

आमच्या छातीला जखम झाली होती. ती दुखत होती. बोलण्याची शक्ती नव्हती. त्यामुळे डोळे मिटून पडून राहण्याशिवाय दुसरे काही कामच नव्हते. शरीराला रक्तपुरवठा व्यवस्थित होत नव्हता. त्यामुळे थोडे श्रमही आम्हाला सहन होत नव्हते. सर्व अंग बधिर झाले होते. पडून राहिल्यामुळे शरीराला विश्रांती मिळत होती. पण मनातल्या विचारांचे थैमान आम्ही थांबवू शकत नव्हतो.

“आता बरं वाटतंय ना?” इतका वेळ आम्ही ज्या आवाजाची वाट पाहत होतो, तो आवाज आम्हाला ऐकू आला. आम्ही पटकन डोळे उघडले. शालिनीदेवी आम्हाला विचारत होत्या.

त्यांचे डोळे तारवटलेले होते. चेहरा मलूल झालेला होता. गेल्या काही दिवसांत त्यांची झोप पूर्ण झाली नसावी.

आमची दृष्टभेट झाली. आमची अवस्था पाहून त्यांचं मन हेलावलं. त्यांच्या डोळ्यांत अश्रू जमा झाले. त्यांनी तोंड फिरवले. रुमालाने डोळे पुसले. स्वत:ला थोडे सावरल्यावर त्यांनी परत आमच्याकडे पाहिले. आम्हाला असं केविलवाणं पडलेलं त्यांनी आज पहिल्यांदाच पाहिलं असावं.

“आपण व्यवस्थित बरे होणार आहात. कसलीही चिंता करू नका.” त्या अतिशय संयमाने म्हणाल्या.

आम्हालाही त्यांच्याशी खूप बोलायचे होते. त्यांना धीर द्यावयाचा होता, पण आम्ही बोलू शकत नव्हतो. त्यांनी परत आमच्याकडे टक लावून पाहिले.

“परमेश्वरी कृपेने सर्व चांगले होईल. आम्ही आमचे सर्वस्व पणाला लावून आपल्याला या अवस्थेतून बाहेर काढू. धीर सोडू नये.” त्या शांतपणे म्हणाल्या. त्यांच्या आवाजातला कंप आम्हाला जाणवला.

बाळासाहेबांनी त्यांचा हात धरला. त्यांच्या पाठीवरून हात फिरवला.

“आम्ही येतो. विश्रांती घ्या.” असं म्हणून त्या झटकन वळल्या.

●●

दोन दिवसांतच आमची तब्येत झपाट्यानं सुधारू लागली. आम्हाला I.C.U मधून बाहेरील प्रशस्त खोलीत आणले. आमचा श्वासोच्छ्वास नॉर्मल झाला. ऑक्सिजनमास्क निघाला. अशक्तपणा बराचसा कमी झाला. बोलण्याने त्रास होत नव्हता. भूक लागत होती. जेवण घ्यायलाही डॉक्टरांनी परवानगी दिली. आमच्यात एकच दोष राहिला होता. आमच्या हृदयाला रक्तपुरवठ्याचा ताण झेपत नव्हता. त्यामुळे पेसमेकर लावला होता. डॉक्टर मोहिते आम्हाला तपासायला आले तेव्हा आम्ही त्यांना विचारले, “डॉक्टर, आमचे हृदय पेसमेकर लावण्याइतपत शक्तिहीन झालं आहे? हृदयाच्या तपासण्या केल्या पण कोणत्याही तऱ्हेची ब्लॉकेजेस आढळली नाहीत. मग हृदय इतके कमकुवत का झाल आहे?”

“बाबासाहेब, आपल्या हृदयाजवळ चाकूचा वार लागलेला आहे. ती

जखम भरून येत नाही. रक्तस्राव नेमका कोठून होतो आहे हे समजत नाही. त्यामुळे हृदयाची क्षमता कमी झाली आहे. ती जखम भरून आली की आपण पहिल्यासारखे व्हाल.''

आम्हाला त्यांचे म्हणणे पटत होते. आम्हीही डॉक्टरच होतो. पण एक गोष्ट आम्हाला समजली नव्हती. ''डॉक्टर, दम लागण्याचे कारण बरोबर आहे. पण आम्ही हॉस्पिटलमध्ये बेशुद्ध अवस्थेत आलो आणि पुढे दोन दिवस बेशुद्ध होतो, याचे कारण काय?''

''आपल्यावर जेव्हा चाकूहल्ला झाला त्या वेळी आपण उताणे पडलात व आपले डोके जमिनीवर आदळले. त्यामुळे आपण बेशुद्ध झालात. आम्ही CT Scan केले, सर्व तपासण्या केल्या. पण आपल्या मेंदूला कसलाही धक्का पोचलेला नाही.''

''आपण जरी बेशुद्ध झालेला होतात तरी आपल्या मेंदूला कसलाही धक्का लागलेला नसणार याची आम्हाला खात्री वाटत होती.'' शालिनीदेवी म्हणाल्या.

त्या आमची चर्चा ऐकत होत्या.

''आपल्याला कशामुळे खात्री वाटत होती?'' आम्ही विचारले.

''ते आम्ही सांगू शकणार नाही. पण आमचे मन आम्हाला सांगते आहे, की आपण यातून व्यवस्थित बाहेर पडणार आहात.''

''हा मनाचा विश्वासच खूप महत्त्वाचा आहे.'' डॉ. मोहिते म्हणाले, ''आपल्या हृदयाची जखमसुद्धा ह्या विश्वासातून बरी होईल.''

''नुसत्या मनाच्या विश्वासाने माणसं बरी होऊ लागली, तर डॉक्टरांची गरजच लागणार नाही.'' आम्ही म्हणालो.

''मनाच्या विश्वासाने आपल्याला बरोबर मार्ग सापडतो आणि आपण बरे होतो.'' शालिनीदेवी म्हणाल्या.

''वहिनी म्हणतात ते बरोबर आहे.'' मोहित्यांनी सहमती दर्शवली, ''या विचाराने आपण बरे होणार आहात.'' डॉक्टर हसत हसत म्हणाले आणि पुढच्या पेशंटकडे गेले.

आमच्या भगिनी आशाराणी आमचा संवाद ऐकत होत्या. त्यांचा असल्या गोष्टींवर अजिबात विश्वास नव्हता. आमचा आणि त्यांचा स्वभाव सारखाच होता. आम्ही दोघेही विज्ञाननिष्ठ होतो. ''वैज्ञानिक तपासणीत हा दोष सापडला आहे; त्यावर हा उपाय आहे.'' अशा निदानावर आमचा विश्वास होता. परमेश्वराचा

प्रसाद, महाराजांचा अंगारा वगैरे गोष्टींवर आमचा विश्वास नव्हता. शालिनीदेवींचा मात्र त्यावर विश्वास होता. त्या कोणत्यातरी महाराजांकडे जात. त्यांना धान्य, पैसे देत. आम्हाला जरी हे पटत नव्हते, तरी आम्ही त्यांना कधीच अडवले नाही. त्यांना कधी दुखावले नाही.

"बाबासाहेब, या असल्या गोष्टींवर विश्वास ठेवू नका. डॉक्टर सांगतील तीच औषधे तुम्हाला बरे करतील." त्या शालिनीदेवींकडे बघून म्हणाल्या.

आशाराणी आमच्या थोरल्या भगिनी. दुर्दैवाने लग्नानंतर ५-६ वर्षांतच त्यांचे यजमान वारले. त्यामुळे त्या माहेरी परत आल्या. त्यानंतर आमचे लग्न झाले. शालिनीदेवी इनामदारीण बनून आमच्या घरी आल्या. पती-निधनानंतर आशाराणींना जे सुख मिळेनासे झाले, ते शालिनीदेवींना मिळू लागले. त्यामुळे नकळत त्या शालिनीदेवींचा दुस्वास करू लागल्या. आशाराणी आमच्यासारख्याच निरीश्वरवादी आणि शालिनीदेवी ईश्वरालाच काय, पण साधूसंतांनासुद्धा मानणाऱ्या. त्यामुळे शालिनीदेवींना टोचून बोलण्याच्या अनेक संधी त्यांना मिळत.

पण शालिनीदेवी वडीलकीच्या नात्याने नेहमीच त्यांचा मान ठेवीत. त्यांना प्रत्युत्तर करत नसत. त्यांच्याशी कधी वादावादी करत नसत. पण त्याचबरोबर आपली मते त्या सौम्यपणाने पण ठामपणे मांडत.

"डॉक्टर योग्य ते उपचार करतीलच." असे म्हणून आम्ही वाद मिटवला.

हॉस्पिटलमध्ये येण्याजाण्याकरिता त्रास होऊ नये म्हणून आशाराणी, आमचे चिरंजीव बाळासाहेब, गायत्रीदेवी हे सर्वजण पुण्याला बाळासाहेबांच्या फ्लॅटवर येऊन राहिले होते. गायत्रीदेवी डॉक्टर होत्या आणि या आमच्या सूनबाई आमच्या बरोबरीने डॉक्टरकीचा व्यवसाय सांभाळत होत्या. त्या हुशार होत्या. पण त्यांना निरनिराळ्या अनुभवांची जरुरी होती.

या सगळ्यांना हॉस्पिटलमध्ये जाण्यायेण्याकरिता बाळासाहेबांची लान्सर गाडी होती.

आता सगळेजण आमच्या बरे होण्याची वाट पाहत होते.

●●

त्या दिवशी संध्याकाळी हॉस्पिटलमध्ये एकदम गडबड सुरू झाली. कुईऽऽऽ कुई आवाज करत हॉस्पिटलमध्ये ॲम्ब्युलन्स थांबली. पेशंटला आमच्या समोरच्या खोलीत आणण्यात आले. त्याच्याबरोबर अनेक माणसे आली होती. बरीच खोलीबाहेर थांबली. काही हॉस्पिटलच्या आवारात थांबली.

शालिनीदेवी आमच्या सोबत खोलीत थांबल्या होत्या. नुकतीच त्यांनी कसलीतरी पोथी वाचून संपवली होती. त्यांचा मुक्काम आमच्या खोलीतच होता. त्यातही त्या निरनिराळ्या पोथ्या वाचू लागल्या होत्या. त्यांच्यातली धार्मिक वृत्ती वाढली होती. त्यांनी असे कधी दाखवले नाही; पण हे सर्व आम्हाला बरे वाटावे म्हणून त्या करत असाव्यात. त्यांच्या देवावरच्या भाबड्या विश्वासाचे आम्हाला नेहमी हसू येई. आमचा देवावर विश्वास नव्हता.

आमचे तर स्पष्ट मत होते, की पृथ्वीचा देव वगैरे कोणी नियंत्रक नाही. जगातल्या सर्व गोष्टी या विज्ञानाच्या नियमाप्रमाणे चालू असतात. पृथ्वी आणि इतर ग्रहांची उत्पत्ती सूर्यावरच्या महाभयंकर स्फोटाने झाली. हे सर्व ग्रह सूर्याच्या गुरुत्वाकर्षणामुळे सूर्याभोवती फिरत आहेत. पृथ्वीवर सजीवांना जगण्यासाठी अनुकूल वातावरण असल्यामुळे प्रथम एकपेशीय जीव येथे निर्माण झाले. त्यानंतर त्यांच्या विभाजनाने मानवासारखे बहुपेशीय सजीव निर्माण झाले. परमेश्वराने मानवाला जन्माला घातले नाही; तर मानवाने परमेश्वर निर्माण केला.

निरनिराळ्या पेशी आपले शारीरिक व्यवहार चालवतात. पेशींचे विभाजन होऊन त्यांची वाढ होणे हे सर्व विज्ञान शास्त्राप्रमाणे घडते. पेशींमध्ये चेतना असते. या चेतनेमुळे मनुष्य किंवा सजीव प्राणी जगात येतो. त्यामुळेच तो जगात राहतो. पेशींमधली चेतना नाहीशी झाली की त्या नष्ट होतात. विभाजनाने नवीन पेशी निर्माण होतात. सर्व पेशींमधली चेतना संपुष्टात आली की तो सजीव प्राणी मरतो. ही अगदी शास्त्रशुद्ध क्रिया घडत असते. पण त्यांना या आस्तिक लोकांनी देव, परमेश्वर वगैरे नावे देऊन हा सगळा गुंता निर्माण केला आहे. त्यांना प्रसन्न करण्याकरिता निरनिराळ्या पोथ्या छापल्या, मोठमोठे ग्रंथ निर्माण केले आणि या जगातला प्रवास सुखदायक होण्यासाठी त्यांची पारायणे करण्याचा दंडक घालून दिला.

आमचे हे मत मात्र शालिनीदेवींना मान्य नव्हते. त्या कमालीच्या आस्तिक होत्या. पण त्यांना आम्ही बोलू शकत नव्हतो. त्यांचासुद्धा आमच्यावर प्रभाव होता. आम्ही इतरांना आमच्या मताप्रमाणे वागण्यास भाग पाडत होतो; पण शालिनीदेवी त्याला अपवाद होत्या. आम्ही आमची मते त्यांच्यावर लादू शकलो नाही. त्यांचे विचार जरी आम्हाला न पटणारे होते, तरी त्यांच्यावर आम्ही आमच्या विचारांची जबरदस्ती करू शकत नव्हतो. त्यांचं व्यक्तिमत्त्व वेगळंच होतं. त्यामुळे त्या त्यांच्या मार्गाने जात आणि आम्ही आमच्या मार्गाने. त्या आमच्या म्हणण्याप्रमाणे कधी वागायच्या नाहीत; पण आम्ही त्यांच्यापुढं हतबल

होतो.

"कोणीतरी महाराज समोरच्या खोलीत आलेले दिसतात", शालिनीदेवी खोलीत येत म्हणाल्या, "बाहेर बरीच गर्दी आहे. त्यांचा बराच मोठा शिष्यवर्ग असावा."

"आपल्या पोथ्यांच्या पारायणाला फळ आलं म्हणायचं! आपण कोणा महाराजांकडे जाऊ शकत नाही म्हणून महाराजच आपल्या भेटीला आलेले दिसतात." आम्ही सहजपणे म्हणालो.

"महाराज आम्हाला भेटायला येण्याइतपत काही आमची पुण्याई नाही." त्या भाबडेपणाने म्हणाल्या, "ते कशाने आजारी आहेत कोण जाणे?"

"आपण कितीही अध्यात्माचा अभ्यास केलात, कितीही पोथ्यापुराणे वाचलीत, कोण तो परमेश्वर त्याचा जप केलात, तरी एक दिवस हे जग सोडून आपल्याला जायचंच आहे. शास्त्राने सांगितलेच आहे- जो जन्मला त्याला मरण अटळ आहे. मग आपण कशाला या उपासतापासाने शरीराला कष्ट देता आहात? आताचा क्षण आहे त्याचा उपभोग घ्यावा. पुढचा जन्म चांगला येऊ दे किंवा लवकर मोक्ष मिळू दे म्हणून ह्या जन्मात शरीर कशाला झिजवता? कोण म्हणतं पुढचा जन्म आहे म्हणून? म्हणजे बँकेत भरपूर पैसे आहेत, पण पुढील आयुष्यात कसे प्रसंग येतील याचा विचार करून ते खर्च न करता अर्धपोटी राहण्याचाच हा प्रकार झाला." आम्ही शालिनीदेवींना चिडवण्याकरिता मुद्दाम म्हणालो.

आता आमची प्रकृती स्थिर होती. पण रक्तप्रवाहात कोठेतरी गडबड होत होती. बहुतेक हृदयाच्या जखमेमुळे त्यावर ताण आला, की आम्हाला त्रास होत होता.

"आपण म्हणता ते व्यावहारिक दृष्ट्या अगदी बरोबर आहे. आपण एका प्रश्नाचे उत्तर द्या. जर ह्या जगात पापपुण्याचा हिशेब नसता, तर सर्व माणसांची सुखदु:खे समान व्हायला पाहिजे होती. पण आपण पाहतो, एक श्रीमंत होतो आणि शेजारच्या गरिबाला अन्न मिळत नाही. एक मोठ्या गाडीतून हिंडतो पण दुसऱ्याला पायात घालायला चप्पल मिळत नाही. हा भेदभाव कशामुळे? याचा अर्थ पापपुण्याचा हिशेब होत असला पाहिजे. जन्मापासून अनेक बालकांत व्यंग असते. ते त्यांना का होते? म्हणजे मागच्या काहीतरी हिशेबामुळे त्यांना त्रास भोगावा लागत आहे. मग मागचा हिशेब कोणता? तर मागच्या जन्मातला. म्हणजे पुर्नजन्म आहे. मोक्ष मिळण्याचे सोडून द्या. ह्या जगात सुखाने जगायचे

असेल, तर पुण्य केले पाहिजे. पुण्य म्हणजे सत्कर्म. ते आपल्या आयुष्यातील दु:खे कमी करण्यास मदत करते.''

आम्हाला त्यांचा हाच स्वभाव आवडायचा. कधी आरडाओरडा नाही. कधी चिडचिड नाही. पण आपले मत ठामपणे मांडून दुसऱ्याला पटवून द्यायचे, हा त्यांचा गुण आम्हाला प्रभावित करे.

खरं म्हणजे आजपर्यंत त्यांच्याशी या विषयावर बोलण्यास फार कमी वेळ मिळाला होता. आमच्या मागे खूप व्याप होते. पेशंटना तपासायचे होते. शेती करायची होती. नवीन नवीन प्रयोग करून उत्पन्न वाढवायचे होते. मेडिकल सायन्समधील नवनवीन प्रयोग, तंत्रज्ञान यांचा अभ्यास करून स्वत:चे डॉक्टरकीचे ज्ञान जगापुढे ठेवायचे होते. त्यामुळे अध्यात्मासारख्या टाइमपास विषयाकडे लक्ष द्यायला आम्हाला वेळच नव्हता. ज्यांना काही उद्योग नसतो, वेळ कसा घालवावा याची भ्रांत ज्यांना असते, ते या अध्यात्माच्या वाटेला जातात, चमत्कारांचे ग्रंथ वाचत बसतात, असं आमचं स्पष्ट मत होतं. पण आज आम्हाला मुबलक वेळ मोकळा होता. पडून राहण्याचा कंटाळा आला होता. शालिनीदेवी एकट्याच आमच्याजवळ होत्या. म्हणून मुद्दाम आम्ही हा विषय काढला. त्या चिडल्या की छान दिसायच्या. तरुणपणी त्या मधूनच रागवायच्या. आतासारखे त्यांचे विचार पक्व झालेले नव्हते. पण नंतर आम्ही आमच्या व्यवसायात इतके गुरफटून गेलो, की त्यांना चिडवायलासुद्धा आम्हाला वेळ मिळाला नाही. तो आता या पन्नाशीत प्रथमच मिळाला. पण आम्ही इतकं चिडवूनसुद्धा त्या चिडल्या नाहीत. उलट, शांतपणे आपले म्हणणं मांडत होत्या-

''आपल्या पेशींत चैतन्य असते म्हणून आपण हालचाल करतो, विचार करतो असे तुमचे विज्ञान सांगते. विज्ञान असेही सांगते, की सजीव असो वा निर्जीव सर्व प्राणी, वस्तू ह्या अणू-रेणूंच्या बनलेल्या असतात. त्यांच्या अणूंत इलेक्ट्रॉन्स फिरत असतात. मग सजीव हालचाल करतात पण निर्जीव हालचाल करू शकत नाहीत 'असं का?' याचं उत्तर विज्ञान सांगू शकत नाही. पण आमचं, अध्यात्म सांगते, की ह्या हालचालींकरिता पेशींना प्रेरणा मिळते. ही प्रेरणा पेशींना जी शक्ती देते, ती शक्ती म्हणजे परमेश्वर.'' त्यांनी आपले म्हणणे मुद्देसूदपणे मांडले.

''परमेश्वर वगैरे काही नाही. सर्व घटना भौतिकशास्त्राप्रमाणे घडत असतात. स्त्री-पुरुष बीजांचे फलन शरीराबाहेर करून आम्ही टेस्टट्यूब बेबीला जन्म दिला. क्लोनिंगचा शोध लावून आम्ही मेंढीसारखी मेंढी बनवली. ब्रह्मदेवाने नाही

बनवली. हे सर्व विज्ञानाने केले. उगाच कोणत्या तरी महाराजाने डोक्यावर हात ठेवला म्हणजे मूल होत नाही. आम्ही आता चंद्रावर जाणार, मंगळावर जाणार. सूर्यमालिकेतील इतर ग्रहांवर जाणार. ज्या सूर्याला तुम्ही देव मानता तो सूर्य म्हणजे एक तारा आहे. असे हजारो तारे आम्ही शोधून काढले आहेत.'' आम्ही म्हणालो.

खरं म्हणजे हा विषय आम्ही त्यांना चिडवण्याकरिता मुद्दाम काढला होता. पण त्यांच्या मुद्देसूद बोलण्याने आम्हीच चिडलो होतो. प्रत्येक वाक्यागणिक आमचा आवाज चढत होता.

''बरं! हे सगळं आपल्या शास्त्राप्रमाणे घडतं आहे. आपण बरे होत आहात तेसुद्धा आपल्या वैद्यकीय शास्त्रामुळे. परमेश्वर, देव ह्या आमच्या भाबड्या समजुती आहेत. आपण शांतपणे पडून राहा. आपल्याला काही फळं कापून देऊ का?'' त्या शांतपणे म्हणाल्या.

''आम्हाला थोडं पाणी द्या. सफरचंद कापून घ्या. आम्हाला कसलाही त्रास होत नाही. मेडिकल सायन्सच्या नियमानुसार आमच्यावर उपचार चालू आहेत. आम्ही चांगले खडखडीत बरे होणार आहोत.'' आम्ही म्हणालो.

आम्ही घोटभर पाणी प्यालो. सफरचंदाच्या दोन फोडी खाल्ल्या. शालिनीदेवी मात्र हे करत असताना बाहेरचा कानोसा घेत होत्या. त्यांचे लक्ष आमच्याकडे वेधण्याकरिता आम्ही म्हणालो, ''आपण एका प्रश्नाचे उत्तर द्या. सूर्याला आपण देव का मानता?''

''सूर्यापासून निघणाऱ्या किरणांमुळेच सजीव निर्माण झाले. त्यांची वाढ, जगण्यासाठी हवी असलेली उष्णता, उजेड त्याच्याच कृपेने मिळते. चैतन्य मिळते. त्याचे किरण जर आपल्या अंगावर पडले नाहीत, तर हे चैतन्य नष्ट होऊन आपल्याला मरण येईल. झाडे सजीव आहेत, हे विज्ञानाने सिद्ध केले आहे. पण त्यांना हे चैतन्य मिळाले नाही तर तीसुद्धा मरून जातात हेसुद्धा सिद्ध झालेले आहे. मग जो आपल्याला चैतन्य देतो, तोच आमचा देव. तो आपल्याला जगवतो म्हणून त्याच्याबद्दलच्या कृतज्ञतेपोटी आम्ही त्याची पूजा करतो. कृतज्ञता हा आपल्या संस्कृतीतला फार मोठा भाव आहे.'' भूमितीच्या प्रमेयाची जशी पायरीपायरीने मांडणी करून ते सोडवले जाते, तशी आमच्या प्रश्नाच्या प्रमेयाची शास्त्रशुद्ध मांडणी करून शालिनीदेवींनी ते सोडवले. अगदी विज्ञानाला धरून त्यांनी उत्तर दिले. त्यांच्या न रागावता केलेल्या विवेचनामुळे आमचा अहंकार दुखावला गेला. आमची मनःशांती गेली. आमच्या मनात आगीचा डोंब उसळला.

राग काबूत ठेवण्याकरिता आम्ही डोळे मिटून घेतले. शालिनीदेवींनी लयबद्ध पोथी वाचण्यास सुरुवात केली.

पण आमच्या मनाच्या प्रक्षोभाचा आम्हाला त्रास होऊ लागला. रक्तप्रवाह जोरात वाहू लागला. हृदयावर ताण आला. आम्हाला घाम फुटला. डोक्यात चक्कर येऊ लागली.

''पा ऽऽ णी ऽऽपा ऽऽ णी'' आम्ही म्हणालो. पण आमचा आवाज फुटेना.

शालिनीदेवी पोथी वाचण्यात मग्न झाल्या होत्या. पोथीचे पान उलटताना त्यांनी आमच्याकडे पाहिले. आमची परिस्थिती त्यांच्या लक्षात आली. त्यांनी झटकन उठून आमच्या तोंडात दोन घोट पाणी घातले. बेल वाजवून नर्सला बोलावले. तिने घाम पुसला. इंजेक्शन दिले. शालिनीदेवी आमच्याकडे केविलवाण्या नजरेने पाहत होत्या. आपल्या बोलण्याने आमची अशी अवस्था आली असावी, असे त्यांना वाटले. त्यांच्या चेहऱ्यावर अपराधीपणाची भावना स्पष्टपणे दिसत होती.

हळूहळू आमचे डोळे जड होऊ लागले. आम्हांला झोप येऊ लागली. थोड्याच वेळात आम्ही पूर्णपणे झोपेच्या अधीन झालो.

आम्ही जेव्हा जागे झालो तेव्हा बहुतेक संध्याकाळ झाली असावी. ''चांगली झोप लागली होती ना? आता काही त्रास होत नाही ना?'' आम्ही डोळे उघडल्याबरोबर शालिनीदेवींनी विचारलं. बहुतेक त्या आम्ही कधी जागे होतो, याची वाट पाहत बसल्या असाव्यात.

''आम्हाला थोडं पाणी द्या'', आम्ही म्हणालो. आता आमचा आवाज नेहमीसारखा झाला होता. छातीतले दुखणे नाहीसे झाले होते. आम्हाला उत्साह वाटू लागला होता. शालिनीदेवींनी आम्हाला पाणी दिले.

''आता आम्ही एकदम फ्रेश आहोत. काळजी करू नका.'' आम्ही म्हणालो.

''आमचंच चुकलं. आम्ही आपल्याला असा त्रास द्यायला नको होता.'' असं म्हणताना त्यांच्या डोळ्यांत पाणी तरळलं.

''झालं गेलं सोडून द्या. त्याची आता आठवणही काढू नका.'' आम्ही म्हणालो. खरं म्हणजे यात त्यांची अजिबात चूक नव्हती. त्या बिचाऱ्या पोथी वाचत बसल्या होत्या. चूक सर्वस्वी आमचीच होती. पण ती मान्य करणे आमच्या स्वभावात बसत नव्हते.

इतक्यात दरवाजावरचा पडदा बाजूला सारून डॉक्टर आत आले. त्यांच्याबरोबर शिकाऊ डॉक्टर, नर्स यांचा लवाजमा होता.

"काय बाबासाहेब, दुपारी काय गोंधळ झाला?" डॉक्टर मोहित्यांनी स्टेथॉस्कोप हातात घेत विचारलं. "आता आपण अगदी शांतपणे झोपून राहायचे. मनाला त्रास करून घ्यायचा नाही. आपण स्वत: डॉक्टर आहात. आम्ही आपल्याला काय सूचना देणार?"

"डॉक्टर, दुपारच्या त्रासाची चूक आमचीच होती. आम्हीच वादविवाद करायला नको होता." शालिनीदेवी म्हणाल्या. "यांच्या नाजूक प्रकृतीला वादविवाद झेपणार नाही, हे आमच्या लक्षातच आले नाही."

"खरं म्हणजे आम्हीच वादविवादाचा विषय काढला, आम्हीच चिडलो. त्यामुळे आम्हाला त्रास झाला. आमच्या हृदयाला इतकासुद्धा त्रास सहन होत नाही. इतके आमचे हृदय कमकुवत झाले आहे आणि आम्हाला याची कल्पनाही नव्हती."

"आपण मनाचा क्षोभ थांबवला पाहिजे. त्यामुळे आपले B. P वाढते. हृदयावर ताण येतो. आपले हृदय अजून म्हणावं तसे औषधांना प्रतिसाद देत नाही. पेसमेकरमुळे त्रास खूप कमी झाला आहे. पण हृदयाच्या कार्यक्षमतेत व्हायला पाहिजे ती सुधारणा होत नाही." डॉक्टर समजावून सांगत होते. इतक्यात बाळासाहेब, गायत्रीदेवी, आशाराणी सगळे खोलीत आहे.

डॉक्टरांनी आम्हाला तपासले. बरोबरच्या डॉक्टरांना सूचना दिल्या. "बाळासाहेब, कोणत्याही परिस्थितीत कळत नकळतसुद्धा हृदयावर ताण येणार नाही, याची काळजी घेतली पाहिजे. यांचे हृदय पूर्वीसारखे काम करत नाही. हृदयाजवळचा चाकूचा घाव अजून भरून आला नाही." डॉक्टर म्हणाले.

"डॉक्टर, तो भरून येण्यास किती दिवस लागतील?" बाळासाहेबांनी काळजीच्या स्वरात विचारले.

"डॉक्टर, खरं म्हणजे आतापर्यंत हृदय पहिल्याप्रमाणे कार्यक्षम झाले पाहिजे होते. पण ते अजून कमकुवतच राहिले आहे." गायत्रीदेवी म्हणाल्या.

"तेच आत्ता मी म्हणालो. जशी प्रगती पाहिजे तशी दिसत नाही. आतापर्यंत आम्ही वेगळ्याच काळजीत होतो. बाबासाहेब दोन दिवस बेशुद्ध का होते? एकदम झालेल्या हल्ल्यामुळे ते उताणे पडले. त्यांच्या मेंदूला बसलेल्या धक्क्यांनी ते बेशुद्ध झाले. त्या धक्क्याचा परिणाम त्यांच्या मेंदूवर तर झाला नाही ना याची भीती आम्हांला वाटत होतो. पण C.T. स्कॅनने ती खोटी ठरवली. बाबासाहेब

व्यवस्थित बोलताहेत, विचार करताहेत, स्कॅनिंगचा रिपोर्ट या सगळ्यावरून मेंदूच्या दुखापतीची शक्यता राहिलेली नाही. या प्रसंगातून ते वाचले ही परमेश्वराची कृपाच म्हणावी लागेल.''

''डॉक्टर, परमेश्वराची कृपा वगैरे काही नाही. मेंदू दुखावला गेला नाही त्यामुळे C.T. स्कॅन ओ. के. आला. हृदयाला जखम झाली त्यामुळे अजून त्यांना त्रास होतो आहे. यात परमेश्वर, नशीब, दैव काहीही नाही.'' आशाराणी म्हणाल्या.

डॉक्टर थोडे चपापले.

खरे म्हणजे आमचेही तसेच मत होते. पाप, पुण्य, स्वर्ग, नरक, देव, परमेश्वर या सगळ्या बिनबुडाच्या कल्पना आहेत. अजूनपर्यंत कोणीही परमेश्वर दाखवू शकला नाही; मग कशाला त्याच्यावर विश्वास ठेवायचा, असं आमचं रोखठोक मत होतं. जे अस्तित्वात आहे त्याचा आपल्यावर परिणाम होतो. जे अस्तित्वात नाही, त्याचा आपल्यावर परिणाम कसा होणार? 'बाप दाखव नाहीतर श्राद्ध कर' अशी म्हण आहे. पण यातसुद्धा श्राद्ध ही कल्पनाच. श्राद्ध केले की पूर्वजांना शक्ती मिळते असं म्हणतात. पण माणूस मेला की त्याचं अस्तित्व संपते. आमचेही विचार आशाराणींसारखेच होते.

आम्ही शालिनीदेवींकडे पाहिले. त्या अस्वस्थ दिसत होत्या. बोलावं का नाही, असा संभ्रम त्यांच्या चेहऱ्यावर दिसत होता.

''आशाराणी, डॉक्टरांचे मत इतकेच की एवढी जखम होऊन डोक्यावर पडूनसुद्धा त्यांच्या मेंदूला दुखापत झाली नाही ही परमेश्वराची कृपा. जर दुखापत झाली असती, तर आपल्या विज्ञानाप्रमाणे सर्व घडलेच असते. म्हणजे असे— एखादा मनुष्य उंचावरून पडला, की विज्ञानाप्रमाणे त्याचे हातपाय मोडायला पाहिजेत. पण त्याला काही झालं नाही तर ती परमेश्वराची कृपा असं डॉक्टरांना म्हणायचं आहे.'' शालिनीदेवी अखेर शांत स्वरात म्हणाल्या.

''आम्हाला त्याच अर्थाने म्हणायचे होते.'' डॉक्टरांनी संमती दर्शवली.

''आता हृदयाच्या जखमेकडे लक्ष देऊ.'' गायत्रीदेवी म्हणाल्या.

''ठीक आहे. बाबासाहेबांना आता फक्त हृदयाच्या जखमेचा त्रास आहे. ती जखम भरून आली की ते पूर्णपणे बरे होतील. असंच आपलं मत आहे ना?'' बाळासाहेबांनी विषय बदलला.

''बरोबर आहे. ती जखम भरून येण्याकरिता औषध, उपाययोजना केली आहे. पण त्या औषधांना म्हणावा असा प्रतिसाद मिळत नाही. एक-दोन दिवस

वाट पाहू; नाहीतर कोणत्यातरी तज्ज्ञाचे मत घेऊ." डॉक्टर म्हणाले.

"डॉक्टर, आता जास्त वाट न पाहता लवकरात लवकर दुसऱ्या डॉक्टरांचे मत घेतले पाहिजे." गायत्रीदेवी म्हणाल्या.

"डॉक्टर, बाहेर इतकी गर्दी कसली आहे?" आशाराणींनी विचारले.

"त्या खोलीत सिद्धमहाराज म्हणून एका सत्पुरुषांना ॲडमिट केले आहे. ते मोठे योगी आहेत. भोरेश्वरला त्यांचा आश्रम आहे. देशात, परदेशांत त्यांचे अनुयायी आहेत. अध्यात्मात त्यांचा फार मोठा अधिकार आहे."

"सिद्धमहाराज?" शालिनीदेवींनी चमकून विचारले.

"अहो तेच. आपले गुरू. आम्ही मघाशी म्हणालो नाही? आपल्याला त्यांच्या दर्शनाकरिता जाता येत नाही म्हणून तेच आपल्याला दर्शन द्यायला येथे आले आहेत." आम्हाला राहवलं नाही म्हणून आम्ही म्हणालो. औषधाने आमचे डोळे जड झाले होते ते मोठ्या कष्टाने आम्ही उघडले. "पण ते कशाला हॉस्पिटलमध्ये आले आहेत? त्यांनी परमेश्वराची नुसती प्रार्थना केली असती, तरी त्यांचा आजार बरा झाला असता."

"बाबासाहेब, आपण याचा विचारही करू नका. त्याने आपल्याला त्रास होईल. लोकांना जसं वागायचं असेल तसं त्यांना वागू द्या. आपण कशाला आपल्या मनाचा प्रभोभ वाढवायचा?" डॉक्टर समजुतीच्या स्वरात म्हणाले.

त्यांचे म्हणणे खरे होते. ज्याने आपल्याला त्रास होईल त्या गोष्टी टाळायला पाहिजे होत्या. आम्ही डोळे मिटून घेतले.

अजूनही आमच्यावर दुपारच्या इंजेक्शनचा परिणाम होता.

"डॉक्टर, काय झालं आहे सिद्धमहाराजांना?" शालिनीदेवींनी विचारले.

"ते बेशुद्ध अवस्थेत आहेत. त्यांच्या तपासण्या चालू आहेत."

"त्यांची कुंडलिनी जागृत झाली आहे. त्यांना वाचासिद्धी प्राप्त झाली आहे. ते कडक पथ्ये पाळतात. आपली आध्यात्मिक शक्ती शरीराच्या भोगाकरिता वापरायची नाही, असे तत्त्व त्यांनी अंगीकारलं आहे. ते बोलत नाहीत. फक्त हाताने आशीर्वाद देतात." शालिनीताई म्हणाल्या, "आम्हाला दर्शन घेता येईल?"

"ते सीरियस आहेत. लिव्हर खराब झाल्याने त्यांचे रक्त दूषित झाले आहे. कोणालाही आत जाऊन दर्शन घेता येत नाही. पण आम्ही त्यांचा बेड खिडकीजवळ ठेवला आहे. त्यामुळे गडबड न करता दर्शन घेता येतं. बाहेर इतके शिष्य जमले आहेत, की आम्हाला असा निर्णय घ्यावा लागला. आपणही खिडकीतून त्यांचे दर्शन घेऊ शकता." डॉक्टर म्हणाले.

डॉक्टरांनी बाबासाहेबांची फाईल बघितली. सिस्टरना औषधाबाबत सूचना दिल्या. "बाळासाहेब, बाबासाहेबांची काळजी घ्या." असं म्हणून स्टेथॉस्कोप हलवीत ते खोलीच्या बाहेर पडले.

खोलीत शांतता पसरली. घटनाच अशा घडत होत्या की त्यांवर प्रत्येकालाच काहीतरी बोलायचं होतं.

"बाबासाहेबांना एकदम त्रास झाला?" आशाराणींनी विचारलं.

"आम्ही बोलत होतो आणि एकदम त्यांना त्रास होऊ लागला. पाणी दिलं तरी त्रास कमी होईना. म्हणून सिस्टरना बोलावले." शालिनीदेवी म्हणाल्या.

"पण आपण तरी कशाला जास्त बोलायचं? आपल्याला माहीत आहे ना, जास्त बोललं की त्यांना त्रास होतो." आशाराणी म्हणाल्या, "त्यातून तुमच्या नेहमीच्या अध्यात्माचा विषय असेल. मी सांगते, तुमचे ते अध्यात्म बाबासाहेबांना कधीच पटणार नाही. ते त्यांच्या गळी उतरवण्याचा आपण कशाला प्रयत्न करता?"

"आम्ही कधीच अध्यात्माचा विषय यांच्याजवळ काढत नाही. त्यांनी अध्यात्मातली पुस्तके वाचावीत, जप करावेत असे आम्हाला कधीच वाटत नाही. ज्याने त्याने आपापल्या मतांप्रमाणे वागावं असं आम्हांला वाटतं. आज त्यांनी आपण होऊन विषय काढला, काही प्रश्न विचारले. त्याची समर्पक उत्तरे आम्ही दिली इतकेच."

"तुमचं ते नेहमीचेच असते. दुसऱ्याला आवडत नाही ते मुद्दाम करायचं; आणि असा आव आणायचा की तुमचं भलं व्हावं म्हणून केले आहे. मागे परत ते कोण महाराज आपल्याकडे बोलावले होतेच. त्यांची पूजा काय केलीत, त्यांना शाल काय दिलीत! हे सर्व बाबासाहेबांना आवडत नाही. त्याने बाबासाहेबांना किती त्रास झाला असेल याची तुम्ही फिकीरच करत नाही." आशाराणी तिरकसपणाने म्हणाल्या.

"ते ना अवधूतमहाराज होते. शिवयोगावर त्यांची अप्रतिम प्रवचने झाली. काय त्यांच्या चेहऱ्यावर तेज होते! सर्वजण मंत्रमुग्ध झाले त्यांची प्रवचने ऐकताना. त्यांना आम्ही विनंती केली घरी येण्याकरिता. साहेबांची परवानगी घेतली होती. ते आम्हाला नेहमी म्हणतात, 'आपल्याला ज्यात आनंद वाटतो त्या गोष्टी आपण करत जा. त्याकरिता आमच्या परवानगीची जरुरी नाही. फक्त आम्हाला त्यात सामील होण्याचा आग्रह करत जाऊ नका.' "

"हेच, हेच आपलं मानभावीपणाचं बोलणं. बाबासाहेबांनी वरवर परवानगी

दिली असेल; पण मनातून ते दुखावले गेले असतील, याची जाणीव ठेवत जा.''

''आत्यासाहेब, आता पुरे करा ना हा विषय. बाबासाहेबांना त्रास होईल असे वागू नका, असे डॉक्टर आताच बजावून गेलेत ना? यात आईसाहेबांची काहीच चूक नाही.'' बाळासाहेब म्हणाले.

''आपण आईसाहेबांचीच बाजू घेणार.'' आशाराणी म्हणाल्या.

मग खोलीत शांतता पसरली. थोड्या वेळाने परत गप्पांना सुरुवात झाली.

''पण बाळासाहेब, बाबासाहेबांवर चाकूहल्ला का झाला?'' आशाराणींनी विचारले.

''तो मारत्या त्याच्या आजारी मुलाला घेऊन दवाखान्यात आला होता. बाबासाहेबांनी त्याला इंजेक्शन दिले आणि लगेचच तो मेला.'' बाळासाहेब म्हणाले.

''मग त्यात बाबासाहेबांची काय चूक?'' आशादेवींनी विचारलं.

''त्या वेळी बाबासाहेबांची आणि त्याची बोलाचाली झाली असेल. त्याचा राग डोक्यात ठेवून त्याने हल्ला केला असेल.''

''बाबासाहेबांनी त्याच्याकडून पैसेसुद्धा घेतले नाहीत ट्रीटमेंटचे. हल्ली कोणावर उपकार करण्याचीसुद्धा सोय राहिली नाही.''

''त्याला पोलिसांनी अटक केली तेव्हा त्याने डॉक्टरांनीच माझ्या मुलाला मारले असे सांगितले.''

''बाबासाहेबांनी त्याला समजावून सांगितलं असेल. पण त्याच्या मठ्ठ डोक्यात एकदा जे बसले, ते त्याला कितीही सांगितले तरी जाणार नाही. खेडेगावची माणसं अशीच असतात.''

''समजावून सांगून त्याला समजले नाही, त्याला बाबासाहेब काय करणार? त्यांनी त्याच्याकडे दुर्लक्ष केले असणार.'' बाळासाहेब म्हणाले.

''जेव्हा समोरचा माणूस चिडलेला असतो, तेव्हा तो शांत होईपर्यंत त्याची समजूत काढली पाहिजे. त्याच्याकडे दुर्लक्ष केले तर तो संतापून असलं काहीतरी अघोरी कृत्य करतो. त्याचं त्याला भान राहत नाही.'' शालिनीदेवी म्हणाल्या.

''पण आम्ही म्हणतो, समजा तो मुलगा निष्काळजीपणानं गेला असेल. अहो, भारताची लोकसंख्या १०० कोटी झाली आहे. ती कमी व्हायला पाहिजेच. त्यातून असा एक कमी झाला. चांगलंच झालं ना?'' आशादेवी म्हणाल्या.

"वन्संसाहेब असं बोलू नये. आई-वडिलांना आपलं मूल जीव की प्राण असतं. त्याला काही झालेलं त्यांना सहन होत नाही. ही अशिक्षित असली तरी माणसंच आहेत ना?'' शालिनीदेवी म्हणाल्या.

"झालं का वहिनीसाहेबांचे तत्त्वज्ञान सुरू? म्हणजे आपल्याला काय म्हणायचं आहे, त्याने हल्ला केला तो बरोबर होता?'' आशाराणी चिडून म्हणाल्या.

"तसं नाही. पण त्याला नीट समजावून सांगितले असते, त्याच्याबद्दल सहानुभूती दाखवली असती तर कदाचित तो शांत झाला असता. त्याने हल्ला केला नसता.'' शालिनीदेवी म्हणाल्या.

"न केलेल्या चुकीबद्दल असं गुळमुळीतपणानं वागायचं? आमच्यावर नाही असले संस्कार झाले. आणि आपल्याला असं म्हणायचंय की यात बाबासाहेबांची चूक आहे म्हणून?'' आशादेवी रागाने म्हणाल्या.

"एखाद्या वेळी चूक झाली असेलसुद्धा. अखेरीस साहेबसुद्धा माणूस आहेत ना? आजपर्यंत त्यांनी इतके मन लावून काम केले आहे.''

"वहिनीसाहेब, आपलं तत्त्वज्ञान आता भलत्याच मार्गाने धावू लागले आहे. त्याला थांबवा.'' आशाराणी दातओठ खात म्हणाल्या.

"आईसाहेब आणि आत्यासाहेब, हा विषय संपवा. नाहीतर बाबासाहेबांना परत त्रास होईल.'' बाळासाहेब म्हणाले.

आमचे डोळे जरी जड झाले होते, तरी आम्ही पूर्णपणे गुंगीत गेलो नव्हतो. आम्ही हे सर्व डोळे मिटून ऐकत होतो. शालिनीदेवींनी आम्हाला बरोबर ओळखलं होतं. त्या वेळी आमची चूक झाली होती. पण आमच्या घराण्यात आतापर्यंत कोणीही कधीही माफी मागितली नव्हती. आईवडिलांच्या प्रेमाची प्रचिती आमच्या इनामदार घराण्यात कधी कोणाला आलीच नव्हती. सर्वजण आपापल्या व्यापात इतके गढलेले असत, की त्यांना मुलांना प्रेम देण्यास वेळच मिळत नसे. मुलांना प्रेम देण्याऐवजी सर्वांनी फक्त मुले सांभाळण्याची कर्तव्ये पार पाडली. त्यामुळे मूल गेल्यामुळे मारत्याला झालेल्या दुःखाची कल्पना आम्हाला आलीच नाही. आमच्या मनाला मूल गेल्यानंतर जितकी टोचणी लागायला पाहिजे होती, तितकी लागलीच नाही. याउलट, आम्ही जर प्रेमानं मारत्याला समजावले असते, त्याच्यासाठी दोन अश्रू आमच्या डोळ्यांतून बाहेर पडले असते; कमीत कमी दुःखाने आमचा आवाज जरी कापरा झाला असता, तरी मारत्याने असले अघोरी कृत्य केले नसते, असे आता आम्हाला इतका

विचार केल्यावर वाटू लागले.

पण मनातले हे विचार जर तेव्हा बाहेर पडले असते, तर आमच्या इनामदार घराण्याच्या अब्रूला धक्का पोचला असता. आत्ता निवांत पडल्यामुळे हे विचार आम्हाला सुचले. एरवी गडबडीमुळे आम्हाला विचार करायला इतका वेळ मिळाला नव्हता.

बाळासाहेब– आमचे चिरंजीव– मात्र आईच्या वळणावर गेले होते. एका सहकारी साखर कारखान्याचे ते डायरेक्टर होते. आपल्या घरात वस्तू खरेदी करताना जो विचार आपण करतो, तोच विचार घेऊन ते कारखान्याच्या वस्तू खरेदी करताना करायचे. अनावश्यक खरेदी करायचे नाहीत. वस्तू योग्य भावात खरेदी करत. त्यांचे कार्यकारी मंडळसुद्धा 'विना सहकार नाही उद्धार' या उक्तीने भारले गेले होते. त्यामुळे कारखाना नफ्यात चालला होता. उसाला जास्त भाव मिळत असल्याने शेतकरी, सभासद खूश होते. अफरातफरीला मुळीच वाव नसल्याने विश्वासाचे वातावरण होते. त्यामुळे विरोधकांचे काही चालत नव्हते. त्यामुळे कारखाना सहकार क्षेत्रातील आदर्श कारखाना म्हणून ओळखला जाई.

खरं म्हणजे आम्ही जर कारखान्याचे डायरेक्टर असतो, तर आम्हीसुद्धा आमच्या संपत्तीत काही अवैध मार्गांनी भर घातली असती. आपण आपला पूर्ण वेळ जर एखाद्या कामाकरिता देत असलो, तर आपल्या अधिकारांत थोडा स्वार्थ साधला पाहिजे, असं आमचं प्रामाणिक मत होतं. किंबहुना इनामदार घराण्यातली ही पारंपरिक पद्धत होती.

पण बाळासाहेब या इनामदार घराण्याच्या पद्धतीप्रमाणे वागत नव्हते. घरात एक पैसाही अवैध मार्गाने येत नव्हता. स्वभावाने ते आईवर गेले होते. त्यांच्याइतके ते पोथ्या वाचण्याइतके आस्तिक नव्हते; पण सकाळी अंघोळीनंतर देवाला नमस्कार करण्यास ते विसरत नसत.

शालिनीदेवींना त्यांचा अभिमान वाटायचा. आम्हाला मात्र त्यांचा हा साजूक तुपातला स्वभाव खटकत असे. सूनबाई गायत्रीदेवी आमच्यासारख्याच विज्ञाननिष्ठ होत्या. त्यांचा देवावर पूर्णपणे विश्वास नव्हता, पण त्यांचा स्वभाव आशादेवींसारखा बोचणारा नव्हता. त्या मवाळ होत्या. आपलं म्हणणं दुसऱ्याला न दुखवता त्या मृदूपणाने पटवून देत. शालिनीदेवींना त्या वेडंवाकडं बोलत नसत. शहानिशा केल्याशिवाय त्या विश्वास ठेवत नसत. त्यांचा जरी देवावर विश्वास नव्हता, तरी त्या बाबतीत त्या शालिनीदेवींना कधी दुखवत नसत.

आमच्या मनात विचारांचे काहूर माजले होते. मन मोकळं असलं, की

त्याला आवरता येत नाही हेच खरं!

आम्ही झोपेतून जागे झाल्यासारखं केलं. हळूहळू डोळे उघडले आणि कण्हत म्हणालो, "पा ऽऽ णी!"

शालिनीदेवींनी दोन घोट पाणी आमच्या तोंडात घातले.

"बरं वाटतंय ना? का डॉक्टरांना बोलावू." त्यांनी विचारले.

"नको. बरं आहे." आम्ही म्हणालो आणि परत डोळे मिटून पडून राहिलो. आशाराणी बाहेर गेल्या.

"आईसाहेब, आपण विश्रांती घ्यावी."

गायत्रीदेवी म्हणाल्या. "आम्ही कोचावर डोळे मिटून बसतो. तीच आमची विश्रांती" त्या म्हणाल्या.

●●

संध्याकाळी डॉक्टर तपासायला आले. "डॉक्टर, आमच्या तब्येतीबद्दल दुसऱ्या डॉक्टरांचे मत घेण्याबद्दल आपण काही विचार केला आहात का?" आम्ही विचारलं.

"हो हो! मुंबईचे डॉ. भालेराव यांना फोन केला होता. ते दोन दिवसांत येणार आहेत. ते चांगले प्रसिद्ध हृदयरोगतज्ज्ञ आहेत. आज आम्ही परत C.T. Scan करून रक्तस्राव कोठून होतो ते सापडतं आहे का, ते बघणार आहोत."

"डॉक्टर, तुमचे प्रयत्न चालू ठेवा. आम्हीसुद्धा डॉ. भालेराव यांचे नाव ऐकून आहोत. ते प्रख्यात सर्जनसुद्धा आहेत. आपण त्यांच्याशी संपर्क साधलात ते बरे केलेत."

"आत्ता लावलेल्या पेसमेकरमुळे आणि मन शांत ठेवल्यामुळे तुम्हांला त्रास कमी होईल."

डॉक्टर तपासून गेले. ठरल्याप्रमाणे त्यांनी CT Scan केले. त्याचा रिपोर्ट घेऊन संध्याकाळी ते आले. तो आम्हाला दाखवत म्हणाले, "ही चाकूची जखम दिसते आहे. चाकू हृदयाला चाटून गेला आहे. येथून थोडा थोडा रक्तस्राव होतो आहे असे दिसते. पण डॉक्टर भालेराव येतील आणि काय करायचे याचा सल्ला देतील. ऑपरेशन करावयाचं असं जर त्यांचं मत पडलं, तर आम्ही त्यांनाच सांगणार आहोत."

"बेलाशक सांगा. ऑपरेशन छोटं असलं तरी त्यांनाच सांगा."

"पाहू या काय सल्ला देतात ते. ते आले की आम्ही तुम्हाला त्यांच्याकडेच

सोपवतो.'' डॉक्टर हसत हसत म्हणाले.

"डॉ. भालेराव हुशार आहेत. आम्ही त्यांचे 'इंडियन मेडिकल जर्नल' मधले हृदयावरील बरेच लेख वाचलेले आहेत. या निमित्ताने तरी त्यांची ओळख होईल.''

डॉक्टर मोहिते आम्हाला ज्युनियर, पण आमचे चांगले मित्र होते. त्यांनी त्यांचे हॉस्पिटल अगदी अद्ययावत केले होते. ऑपरेशन थिएटरमध्ये आधुनिक मशीन्स बसवून ते सुसज्ज बनविले होते. पुण्यातले अनेक डॉक्टर्स ते वापरत. अनेक प्रकारच्या शस्त्रक्रिया करत. हॉस्पिटलसुद्धा चांगले हवेशीर होते. तीन-मजली होते. खोल्या बऱ्याच मोठ्या होत्या. लिफ्ट होती. भरपूर उजेड होता.

अनेक डॉक्टर्स तेथे येत असल्याने ते सारखे भरलेले असायचे. पुण्यात ते चांगलेच प्रसिद्ध झाले होते. सर्व सुविधा, शांत परिसर यामुळे ते लोकांनाही आवडे. सिद्ध हॉस्पिटल या नावाप्रमाणे ते नेहमी सगळ्या प्रकारच्या रुग्णांकरिता सिद्ध असायचे.

पण हॉस्पिटल कितीही चांगले असले, तरी रुग्णाला किंवा त्याच्या बरोबरच्या माणसांना तेथे चैन पडत नाही. त्यांच्या मनावर दडपण असते. तसे शालिनीदेवींच्या मनावरसुद्धा होते. म्हणून आम्ही त्यांना म्हणालो,

"आपण थोडा वेळ तरी घरी जाऊन या. म्हणजे आपल्या मनाला विरंगुळा वाटेल. आपल्या मनावर असलेलं दडपण कमी होईल.''

"आमच्या मनावर कसलेही दडपण नाही. त्यातून समोरच्या खोलीत आमचे गुरूदेव आहेत. त्यांचं दर्शन घेतलं की आम्हाला समाधान मिळतं. आम्हाला घरी जाण्याची किंवा बाहेर कोठे हिंडून येण्याची आवश्यकता नाही.'' शालिनीदेवी म्हणाल्या.

आम्हाला त्यांचा स्वभाव माहीत होता. आम्हाला हॉस्पिटलमधून डिस्चार्ज मिळेपर्यंत त्या हॉस्पिटलच्या बाहेर जाणार नव्हत्या. त्यांनी हॉस्पिटलचेच घर केले होते. अंघोळ, जप, पोथीवाचन, जेवण सर्वकाही त्या हॉस्पिटलमध्येच करत होत्या. डब्यातलं गार अन्न कोणतीही तक्रार न करता खात होत्या.

इतके दिवस आम्हाला वाटायचं, की पतीची सेवा हाच पत्नीचा खरा धर्म आहे, स्त्रियांनी पतीच्या मनाप्रमाणे वागलं पाहिजे; पण शालिनीदेवी आम्ही न सुचवताच तसे आपणहून वागत होत्या. आम्ही I. C. U. मध्ये असताना आम्हाला कशाचीच शुद्ध नसल्यामुळे हे जाणवलं नव्हतं. पण आता आमची विचारशक्ती जागृत झाल्यापासून आमच्या लक्षात त्यांचं हे वागणं आलं होतं. त्यामुळे

आमच्या मनात त्यांच्याबद्दल अनुकंपा वाटू लागली होती. त्यांनी आमच्या व्यतिरिक्त अन्य विचार करावा असं आम्हाला वाटू लागलं होतं. म्हणून आम्ही त्यांना तसं सुचवत होतो. पण त्यांनी निक्षून सांगितलं, की आम्ही आपल्याला डिस्चार्ज मिळाल्यावरच आपल्याबरोबर हॉस्पिटमधून बाहेर पडणार. अधेमधे नाही.

"पण आम्ही बरे होऊन हॉस्पिटलमधून बाहेर जाणार हे कशावरून? आमचं काही बरंवाईट झालं तर?" आम्ही मुद्दाम म्हणालो.

आमच्या तोंडावर हात ठेवत त्या म्हणाल्या, "असं काही होणार नाही. आमचं मन असं सांगत आहे, की आपण बरे होणारच आहात. आपल्याला खूप आयुष्य आहे."

इतक्या ठामपणे त्या कशा सांगत होत्या, हे आम्हाला समजत नव्हते. पण आम्हाला मात्र आमचं हृदय सुधारेल असं वाटत नव्हतं. त्यात काहीतरी दोष राहणार, असं आमचं मत झालं होतं.

"आम्हाला वाटतं, महाराजांचं दर्शन घेऊन यावं."

त्या गंभीर झाल्या होत्या. बहुतेक आमच्या बोलण्यामुळे त्या अस्वस्थ झाल्या असाव्यात.

"अगदी बेलाशक जाऊन या. आम्ही ठीक आहोत." आम्ही म्हणालो. शालिनीदेवी महाराजांच्या दर्शनाला गेल्या. आम्ही एकटेच पडून होतो. मघाशी शालिनीदेवी आणि आशाराणी यांच्यामध्ये झालेली बोलणी आम्हाला आठवू लागली. दोघीजणींही आपल्या मतांवर ठाम होत्या. पण शालिनीदेवींच्या मताप्रमाणे "मारत्याला नीट समजावले असते, तर त्याने हा हल्ला केला नसता" हे आम्हाला पटत नव्हते. तो इतका चिडला होता, की त्याने आमचे म्हणणे ऐकून घेतले नव्हते आणि आम्ही त्याला समजावत बसलो असतो, तर 'आमची बाजू कमकुवत आहे, आमच्यामुळेच त्याचा मुलगा मेला', अशी त्याची ठाम समजूत झाली असती. त्यामुळे आमचे वागणे योग्य होते, असे आमचे एक मन आम्हाला सांगू लागले.

पण हेसुद्धा खरं की आपण मग्रुरीची भाषा वापरली, तर दुसऱ्याचा राग वाढतो. आपण थोडं मवाळपणाने बोललो असतो, तर मारत्या हल्ला करून सूड घेण्याइतपत चिडला नसता, असं आमचं दुसरं मन सांगू लागलं. आमच्या मनात उलटसुलट विचारांचा इतका गोंधळ माजला, की त्यात किती वेळ गेला ते समजलेच नाही.

शालिनीदेवी महाराजांचे दर्शन घेऊन आल्या.

"बाहेर शिष्यांची खूप गर्दी आहे. महाराज शुद्धीवर नसावेत. सगळ्यांच्या चेहऱ्यावर काळजी दिसत होती. आम्ही दर्शन घेतले. आम्हाला चितळे भेटले. चितळे म्हणजे महाराजांचे परमशिष्य. ते महाराजांबद्दल बरेच सांगत होते. त्यांची लिव्हर खराब झाली आहे. ते बरे होतील. पण हे दोन दिवस 'क्रिटिकल' आहेत. त्यातून पार पडले की धोका टळेल. असे त्यांच्या कुंडलीवरून दिसते. त्यांचा ज्योतिषाचा चांगला अभ्यास आहे." शालिनीदेवी आम्हांला सांगत होत्या.

"ते ठीक होतील ना? मग झाले तर!" आम्ही त्यांना दिलासा दिला. "पण सिद्धमहाराज संस्कृत श्लोकांचे मोठ्याने पठण करत आहेत. त्यांच्याबरोबर शिष्यवर्गही श्लोक म्हणत आहेत. बेशुद्ध माणूस श्लोक म्हणू शकेल? हा चमत्कार नाही का?"

आमचा चमत्कारांवर विश्वास नाही. पण हे सांगून शालिनीदेवींना कसे दुखवायचे म्हणून आम्ही म्हणालो, "हो, चमत्कारच आहे. पण हे हॉस्पिटल आहे. या ठिकाणी शांतता पाहिजे. आजूबाजूच्या पेशंट्सना त्रास होता कामा नये."

"आपलं म्हणणं बरोबर आहे. आम्हाला मात्र हा शुभशकुन वाटतो. महाराजांचासुद्धा आपण म्हणता तसं दुसऱ्याला त्रास देण्याचा उद्देश नसावा."

आमचं असं बोलणं चाललं होतं, तेवढ्यात महाराजांच्या श्लोकपठणाचा आवाज आम्हाला ऐकू येऊ लागला हळूहळू तो आवाज वाढत होता. त्या श्लोकपठणाचे स्पष्ट उच्चार आम्हांला ऐकू येऊ लागले.

"मूकं करोति वाचालं पंगुं लंघयते गिरिम् ।
यत्कृपा तमहं वंदे परमानन्दमाधवम् ।।"

"अहाहा! काय कृष्णाचं वर्णन आहे! ज्याच्या नुसत्या कृपेच्या कटाक्षाने मुक्या माणसाला वाचा येते. पांगळा माणूस डोंगर ओलांडून जाऊ शकतो. तो आनंदातिशयाचा ठेवा जो रघुपति माधव त्याला मी नमस्कार करतो."

"परमेश्वराची कृपा झाली की असाध्य गोष्टी साध्य होतात. जो पंगू माणूस दोन पावलंसुद्धा चालू शकत नाही तो डोंगरसुद्धा ओलांडून जाऊ शकतो, इतकी त्याच्यात शक्ती येते." शालिनीदेवी आपल्याच तंद्रीत रंगून आम्हाला म्हणाल्या, "हा गीताध्यायामधील श्लोक आहे. गीता ही श्रीकृष्णांनी सांगितलेली व्यासवाणी आहे. म्हणून ती मंत्ररूप आहे. मंत्रदेवतेचे ध्यान करण्याचा हा श्लोक आहे. म्हणजे सिद्धमहाराज आता गीतापठण करणार आहेत असे

वाटते.''

आम्हाला कितीही वाटत असले की हॉस्पिटलमध्ये शांतता पाहिजे, तरी सिद्धमहाराजांच्या या श्लोकपठणाने आम्हाला ते ऐकावे असे वाटू लागले. कारण गीतेबद्दल आम्हाला आदर होता. त्यातील तत्त्वज्ञान सर्व जगाने मान्य केले आहे. महाभारत, रामायण हे प्रत्यक्ष घडले किंवा नाही, याबद्दल आमच्या मनात संभ्रम आहे. अध्यात्मवादी म्हणतात की, राम, श्रीकृष्ण हे विष्णूचे अवतार आहेत. आमच्या मनात विष्णूच्या अस्तित्वाबद्दलच प्रश्नचिन्ह आहे. विष्णू ही जर मानवाची निर्मिती असेल तर राम, श्रीकृष्ण हे सुद्धा मानवनिर्मितच असले पाहिजेत. रामायण, महाभारत ही महाकाव्ये असावीत, असे आम्हाला वाटते. महाभारत व्यासमुनींनी लिहिले असे म्हणतात. महाभारतातील शहरे- मथुरा हे शहर कृष्णाचे जन्मस्थान. हस्तिनापूर ही पूर्वीची पांडवांची राजधानी हल्लीची दिल्ली, मथुरा, वृंदावन, द्वारका ही सर्व श्रीकृष्णाच्या आयुष्याशी जोडलेली शहरे अजूनही आहेत. 'याचा अर्थ महाभारत हे खरोखरच घडले असेल का?' आमच्या मनात प्रश्न निर्माण झाला. 'नसेल घडले.' आमच्या दुसऱ्या मनाने त्याला उत्तर देऊन टाकले. 'आपण कथा, कादंबऱ्या वाचतो. त्यांतली शहरे, गावे खरी असतात का? तसेच महाभारत या महाकाव्याबद्दलसुद्धा झाले असेल. त्या वेळी अस्तित्वात असलेली शहरांची नावे या महाकाव्यात गोवली गेली असतील. महाभारत खरे घडले जरी नसले, तरी त्यात जी गीता सांगितली आहे ती मात्र अप्रतिम आहे. महाभारतातल्या ज्या परमोच्च प्रसंगी गीता सांगितली गेली, तो प्रसंग आणि प्रत्यक्ष गीता हे सर्व व्यासमुनींनी लिहिले. त्यांची कल्पनाशक्ती, त्यांचा वेदोपनिषदांचा अभ्यास असामान्य असला पाहिजे. गीता म्हटल्यावर आमच्या मनात कल्पनांचे हिंदोळे सुरू झाले.

"आपलं परम भाग्य आहे. सिद्धमहाराजांसारख्या योग्याच्या तोंडून आपल्याला महान गीता ऐकायला मिळते आहे. ह्या गीतापठणाचा आपल्याला नक्कीच त्रास वाटणार नाही.'' शालिनीदेवींनी आमच्या विचारांची तंद्री तोडली.

आम्ही डोळे मिटून ऐकू लागलो. यापूर्वी आम्ही गीता अनेकदा वाचली होती. जरी गीतापठणाने हॉस्पिटलची शांतता भंग पावत होती, तरी आम्हाला हे गीतापठण बंद व्हावे असे अजिबात वाटत नव्हते. उलट, आम्ही ते पठण ऐकण्यात तल्लीन झालो होतो.

शालिनीदेवी तर गुरूंकडून गीता ऐकायला मिळते आहे, ह्या कल्पनेनेच देहभान विसरून गेल्या होत्या. या आमच्या तंद्रीत किती वेळ गेला ते समजलेच

नाही.

●●

"आम्ही ज्या पेंशटकरता आपल्याला बोलावले ते पेशंट येथे आहेत." असे म्हणत डॉ. मोहिते आत आले. त्यांच्या पाठोपाठ दोघेजण होते.

"डॉ. भालेराव, हे पेशंट आहेत डॉ. इनामदार." डॉ. मोहिते डॉक्टरांना आमची ओळख करून देत म्हणाले.

आम्ही हात जोडले.

"हे डॉ. जोन्स हा संपूर्ण आठवडाभर डॉ. भालेराव यांच्याबरोबर हे काम करणार आहेत." डॉ. मोहित्यांनी त्या गोऱ्या डॉक्टरांकडे निर्देश केला.

"डॉ. जोन्स. हेसुद्धा आंतरराष्ट्रीय कीर्तीचे हार्ट स्पेशालिस्ट आहेत. क्रिटिकल केसेस असल्या, की आम्ही त्यांना इंग्लंडहून बोलावतो. डॉ. भालेराव म्हणाले.

"I know, I have read about him in international surgical journals." आम्ही म्हणालो.

इतके मोठे जागतिक कीर्तीचे डॉक्टर आम्हाला तपासावयाला आले याचे आम्हाला आश्चर्य वाटले.

"हे जरी आमचे पेशंट असले, तरी ते आमचे चांगले मित्र आहेत." डॉ. मोहिते म्हणाले.

डॉ. भालेरावांनी आमच्याकडे पाहून स्मित केले. त्यांच्या व्यक्तिमत्त्वाने आम्ही प्रभावित झालो.

"इतके दिवस आम्ही आपले नाव ऐकत होतो. पण पेशंट म्हणून आमची आपल्याशी ओळख होईल, असं वाटलं नव्हतं." आम्ही म्हणालो.

"Don't be nervous, Dr. Inamdar." [e@. peesvme cnCeeues.

"Glad to meet you, Dr. Jones" Deecner nele heg{s keâjle cnCeeuees,

"Don't strain yourselves. Don't forget you are a patient" डॉ. जोन्स आमचा हात हातात घेऊन म्हणाले.

"डॉ. मोहिते, आम्ही इतके सीरियस पेशंट आहोत, की डॉ. भालेराव व जागतिक कीर्तीचे डॉ. जोन्स आमच्याकरिता येथे आले?" आम्ही म्हणालो.

“नाही. आपल्याकडे पाहिल्यावर तसे वाटत नाही.” डॉ. भालेराव म्हणाले.

“डॉ. जोन्सना काही क्रिटिकल केसेसकरिता आम्ही बोलावले आहे. ते आमच्याबरोबर एक आठवडा असणार आहेत. डॉ. मोहित्यांचा आपल्याकरिता फोन आला होता. आता काही कारणांनी दोन दिवसांतील ऑपरेशन्स पुढे ढकलली गेली. त्यामुळे आम्ही येथे आलो. आमच्याबरोबर डॉ. जोन्ससुद्धा आले.” डॉ. भालेरावांनी खुलासा केला.

डॉक्टरांनी आमचे सर्व रिपोर्ट्स पाहिले. कार्डिओग्रॅम, C. T. Scan, MRI सर्व काही बारकाईनी अभ्यासले.

"Dr. Jones, I think he should be operated. Here is the damage." डॉ. भालेराव जोन्सना म्हणाले

"Dr. Bhalerao, let us discuss and then we will decide what is to be done." डॉ. जोन्स म्हणाले

“सिस्टर, हे सगळे रिपोर्टस् आमच्या कन्स्लटिंग रूममध्ये नेऊन ठेवा.” डॉ. मोहित्यांनी सूचना दिल्या.

"Don't worry." डॉ. जोन्स आम्हाला थोपटत म्हणाले

"As you and Dr. Bhalerao both experts are here why should I worry?" आम्ही म्हणालो

“डॉ. इनामदार, आपल्याला सिद्धमहाराजांचा त्रास होतो आहे का? आम्ही आपली रूम बदलणार आहोत.” डॉ. मोहिते म्हणाले.

“नाही. ठीक आहे. आम्हाला त्रास होत नाही. त्यातून त्यांच्या शिष्यांना ते जवळच्या रूममध्ये असल्यामुळे खूप आधार वाटतो आहे. आमची रूम बदलू नका.” आम्ही शालिनीदेवींकडे पाहत म्हणालो.

"Who is he?" डॉ. जोन्सनी विचारले

"He is Siddha Maharaj." डॉ. मोहिते म्हणाले.

“ते गीतापठण करत आहेत ना?” डॉ. भालेरावांनी विचारले.

“हो.”

"His Voice is so sweet, he is talking in Sanskrit, Is it?"

"He is reciting Geeta."

"Geeta! Geeta is wonderful scripture."

“सिद्धमहाराजांना काय झाले आहे?”

“त्यांची लिव्हर खराब झाली आहे. त्यात बऱ्याच Complications

आहेत. He is nearing to 70"

"डॉक्टर ते सीरियस आहेत?" शालिनीदेवींनी काळजीने विचारले.

"थोडे. पण आम्ही त्यांच्यावर उपचार करत आहोत ना!"

"डॉक्टर, आम्हाला कोंडीत सापडल्यासारखं झालं आहे. एका बाजूला साहेब सीरियस आहेत आणि दुसऱ्या बाजूला आमचे गुरू सिद्धमहाराज आजारी आहेत."

"आपण काही काळजी करू नका. डॉ. इनामदार इतके सीरियस नाहीत. फक्त त्यांची तब्येत ज्या प्रमाणात सुधारायला पाहिजे त्या प्रमाणात ती सुधारत नाही. हृदयातला रक्तस्राव थांबला पाहिजे. आता आपल्या मदतीला प्रख्यात डॉक्टर्स आलेले आहेत. सिद्धमहाराजांकडे आमचे लक्ष आहेच. ते आमचेसुद्धा गुरू आहेत."

सर्व डॉक्टर्स निघून गेले.

"आमची तब्येत सुधारत नाही याचा अर्थ काय होतो?" आम्ही म्हणालो,

"याचा अर्थ औषधे बदलली पाहिजेत. रक्तस्राव बंद व्हायला पाहिजे. आपण या दुखण्यातून नक्की बाहेर पडणार आहात. आम्हाला विश्वास आहे."

बाहेरून गीतापठणाचा आवाज येतच होता. या वयात त्यांचे संस्कृत उच्चारसुद्धा स्पष्ट होते. न अडखळता त्यांचे अखंडित पठण चालूच होते. त्यांच्या लयबद्ध पठणामुळे आम्हाला एक प्रकारची गुंगी आली. आम्ही कितीतरी वेळ ते ऐकत होतो. पुढे कधीतरी ते बंद झाले असावे. आम्ही भानावर येऊन शालिनीदेवींना म्हणालो. "गीतापठण बंद झाले वाटते. बघा काय झाले ते."

"गीतेचे अठराही अध्याय म्हणून झाले आहेत. मघाशीच अठराव्या अध्यायातला शेवटचा श्लोक ऐकला.

"यत्र योगेश्वरः कृष्णो यत्र पार्थो धनुर्धरः ।
तत्र श्रीर्विजयो भूतिर्ध्रुवा नीतिर्मतिर्मम ।।

ज्या पक्षात योगेश्वर कृष्ण आणि धनुर्धारी अर्जुन असेल, त्याच पक्षाला विजयश्री माळ घालते. ज्यांच्यावर नर-नारायणाची कृपा असेल, तो मनुष्य मोक्ष सहज प्राप्त करू शकतो.

सर्व जगात गीता वाचली जाते. त्यातील तत्त्वज्ञान अभ्यासले जाते. गीता खरोखरीच महान आहे. ती प्राचीन असून अजून अभ्यासली जाणारी जगातला एकमेव ग्रंथ असेल." शालिनीदेवी उत्स्फूर्तपणे म्हणाल्या.

आम्हालाही बोलावं असं वाटत होतं. पण आम्ही बोलू शकत नव्हतो.

आम्हाला फार अशक्तपणा जाणवत होता.

शालिनीदेवी बाहेर गेल्या. बऱ्याच वेळाने त्या आत आल्या. आम्ही खुणेनीच "काय", म्हणून विचारले.

"सिद्धमहाराजांचे पुष्कळ शिष्य बाहेर जमले आहेत. त्यांनी त्यांचे दर्शन घेण्यासाठी रांग लावली आहे. रस्त्यावरसुद्धा बरीच गर्दी आहे. सर्व जण उभ्यानेच डोळे मिटून प्रार्थना करत आहेत. महाराजांची तब्येत बिघडली आहे की काय, काही समजत नाही. पण इतका वेळ सुस्पष्ट शब्दांत ते गीता म्हणत होते म्हणजे ते शुद्धीवर होते. आम्हीसुद्धा त्यांचे दर्शन घेऊन आलो होतो. पण आता ते डोळे मिटून पडून आहेत. पण त्यांचा चेहरा मात्र तेज:पुंज दिसत होता." त्या म्हणाल्या.

थोडा वेळ त्या कोचावर स्तब्ध बसून राहिल्या. त्या खूप अस्वस्थ झालेल्या होत्या.

गायत्रीदेवी व बाळासाहेब आले. "बाहेर खूप लोक जमा झाले आहेत. शांतपणे उभे आहेत. सिद्धमहाराज सीरियस झाले आहेत असे वाटते." बाळासाहेब म्हणाले.

"इतका वेळ तर ते गीतापठण करत होते. आवाज खणखणीत होता आणि त्यांचे उच्चार स्पष्ट होते." शालिनीदेवी म्हणाल्या.

"बाबासाहेब काय म्हणताहेत? मुंबईचे डॉक्टर आले होते?" बाळासाहेबांनी विचारले.

"हो. मुंबईहून डॉ. भालेराव आले होते. त्यांच्याबरोबर इंग्लंडमधील प्रसिद्ध हार्ट स्पेशालिस्ट डॉ. जोन्ससुद्धा आले होते."

"ते कसे काय?" बाळासाहेबांनी आश्चर्याने विचारले.

"एक आठवडा ते डॉ. भालेरावांच्या बरोबर काम करणार आहेत."

"आमच्या हृदयातून रक्तस्राव होतो आहे. तो कोठून ते समजत नाही. त्यामुळे आमचे हृदय पूर्ण क्षमतेने शरीराला रक्तपुरवठा करू शकत नाही. म्हणजे पाण्याच्या पंपातून हवा लीक होऊ लागली, की जसे तो कमी पाणी खेचतो तसं आमच्या हृदयाचं झालं आहे. ते लिकेज डॉ. मोहित्यांना सापडत नाही म्हणून त्यांनी मुंबईचे हार्ट स्पेशालिस्ट डॉ. भालेराव यांना बोलावून घेतले आहे." आम्ही आम्हाला काय होतं आहे ते बाळासाहेबांना समजावून सांगितले.

"ते औषधाने बंद झाले नाही तर ऑपरेशन करावे लागेल." गायत्रीदेवी म्हणाल्या.

"डॉक्टरांनी साहेबांना तपासले आणि त्यांचे सर्व रिपोर्ट्स अभ्यासाकरिता ते घेऊन गेले आहेत. ते डॉ. जोन्ससुद्धा डॉ. भालेरावांना मदत करणार आहेत. ते आता काहीतरी निर्णय घेतील." शालिनीदेवी म्हणाल्या.

"म्हणजे आज उद्या काहीतरी निर्णय होईल." बाळासाहेब म्हणाले.

इतक्यात बाहेरून पुन्हा संस्कृत श्लोकांच्या पठणाचा आवाज येऊ लागला. आम्ही परत एकाग्रतेने ऐकू लागलो.

"ओम भू:भूर्व: स्व:, महा जना: तप: सत्यं
ओम् तत्सवितु: वरेण्यं भर्गोदेवस्य
धीमही धियो योन: प्रचोदयात् ।।

"हा गायत्री मंत्र." शालिनीदेवी म्हणाल्या.

"इतका वेळ गीतापठण झाले. आता गायत्री मंत्राचा जप सुरू झाला आहे. महाराज आता काय काय म्हणणार आहेत कोणास ठाऊक?" आम्ही म्हणालो.

"आपण आजारी पडलो तरी आपल्या तोंडून परमेश्वराचं नाव निघत नाही. पण सिद्धमहाराज याही अवस्थेत गायत्री मंत्राचा जप करू लागले आहेत, हे विशेष आहे." शालिनीदेवी म्हणाल्या.

"ते नावाप्रमाणे सिद्धपुरुष आहेत." बाळासाहेब म्हणाले.

"आमच्या आताच्या परीक्षेच्या परिस्थितीत त्यांनी आम्हाला येथे येऊन दर्शन दिले." शालिनीदेवी गहिवरून म्हणाल्या.

"ते ६९-७० वर्षांचे असतील ना? पण किती तेज:पुंज आहेत. आम्ही आताच दर्शन घेऊन आलो." बाळासाहेब म्हणाले.

"आम्ही त्यांच्याकडून गुरुमंत्र घेतला आहे. भोरेश्वरला त्यांचा आश्रम आहे. आपल्या गावाच्या अगदी जवळ २०-२५ कि. मी. वर आश्रम आहे. आम्ही नेहमी तेथे जातो. सगळीकडे स्वच्छता. आश्रम परिसरात भरपूर झाडी आहे. प्रसन्न वातावरण असते. आम्हाला तेथे जाणे फार आवडते. अनेक शिष्य तेथे राहतात. पाठशाळा, होमाचा कक्ष, ध्यानकक्ष, गोशाला, वसतिगृह असे कितीतरी विभाग तेथे आहेत." शालिनीदेवी तल्लीनतेने सांगत होत्या.

"पाठशाळा, वसतिगृह कशाला?" गायत्रीदेवींनी विचारले.

"तेथे ते वैदिक कार्ये शिकवतात. अनेक ग्रंथांचा अभ्यास तेथे चालतो. शिष्य वसतिगृहात रहातात. गुरुकुल पद्धतीने शिकतात. पाठ झाल्यावर निरनिराळी कामे करतात. कोणी गोठा साफ करतो, कोणी दूध काढतो, काही झाडांना पाणी

घालतात. काही स्वयंपाक करतात. जेवण वाढतात. स्वच्छता ठेवतात. रोज इतके लोक जेवतात; पण आश्रमाला धान्याचा तुटवडा कधी पडत नाही. आम्हीसुद्धा आश्रमाला धान्य पाठवतो.''

''दर वेळेला धान्य पाठवताना आपण आमची परवानगी घेता, याचा आम्हाला राग येतो. आमच्या परवानगीची आवश्यकता नाही. महाराजांवर आमचा विश्वास नाही. पण म्हणून आपण त्यांचे शिष्यत्व पत्करू नये, असे काही आम्हाला वाटले नाही. आपल्या श्रद्धेच्या आड आम्ही कधी येणार नाही. आपण आमच्या अर्धांगिनी आहात. आपल्या मनाप्रमाणे वागण्याचा आपल्याला पूर्ण हक्क आहे. आपण वेडेवाकडे वागणार नाही, याची आम्हाला पूर्ण खात्री आहे.'' आम्ही हे एका दमात म्हणालो खरे, पण त्यामुळे आम्हाला धाप लागली. आम्ही पाण्याकरिता खूण केली. शालिनीदेवींनी पाणी दिले. आम्हाला थोडं बरं वाटू लागलं.

''थोडा हृदयावर ताण पडला की असं होतं. तरी पेसमेकर आहे.'' आम्ही म्हणालो.

''असू देत. आता आपण विश्रांती घ्यावी.''

इतक्यात सिस्टर आल्या. ''औषधे घ्यायची वेळ झाली आहे. ती देते. आपल्याला डॉक्टरांनी कन्सल्टिंग रूममध्ये बोलावले आहे.'' त्या म्हणाल्या. सिस्टरांनी औषधे दिली. बाळासाहेब, शालिनीदेवीं नि गायत्रीदेवी डॉक्टरांना भेटायला गेले. आम्ही एकटेच पडून राहिलो.

हॉस्पिटलमध्ये आल्यापासून आम्हाला प्रथमच एकटेपणाची जाणीव झाली. आतापर्यंत कोणी ना कोणी आमच्याबरोबर असायचे I.C.Uमध्ये असताना तेथे कोणीच जवळ नव्हते. पण त्या वेळी आम्ही शुद्धीत नव्हतो. त्या मारत्याने खूपच जोराचा चाकूचा वार केला होता. मुळात मारत्या असा हिंसक वृत्तीचा नव्हता. त्यामुळे तो असा वागेल याची आम्हाला कल्पनाच आली नाही. नेहमीच्या बेफिकीर पद्धतीनेच आम्ही त्याच्याशी बोलत होतो. त्याचा आमच्यावर विश्वासच राहिला नव्हता. आणि आमच्या डॉक्टरी व्यवसायाचं भांडवलच विश्वास हे आहे. मानसशास्त्र म्हणते जितका विश्वास गाढा. तितका रोगी लवकर बरा होतो. मग त्याला डॉक्टरांनी औषध म्हणून पाणी दिले तरी. खरं म्हणजे ही अतिशयोक्ती झाली. नुसत्या पाण्याने रोगी बरे व्हायला लागले तर औषधकंपन्या कशा चालणार? हे मात्र खरे की औषधाइतकाच विश्वास महत्त्वाचा असतो.

आम्ही विचार करण्यात इतके गढून गेलो होतो, की आशाराणी आमच्या

बेडजवळ येऊन उभ्या राहिलेल्या आम्हाला समजलंच नाही.

"हे काय, आपण एकटेच आहात? आपल्या सोबत कोणीच नाही?" त्यांनी विचारलं, "शालिनीवहिनी, बाळासाहेब, गायत्रीदेवी कोणीच कसे आपल्याजवळ नाहीत? कोठे गेलेत ते?"

"त्यांना डॉक्टरांनी भेटायला बोलावले म्हणून ते गेलेत."

"मग एकट्या बाळासाहेबांनी जायचे. बाकी दोघांनी येथेच थांबायचे ना. त्या गायत्रीदेवी कशाला गेल्या आहेत?"

त्या डॉक्टर आहेत. त्यांनासुद्धा बोलावले म्हणून त्या गेल्या.

"डॉक्टरांना म्हणावं हा बाहेरचा गोंधळ आधी बंद करा. काय गर्दी आहे बाहेर! डॉक्टर आपले मित्र आहेत ना?"

"आमचे मित्र आहेत, पण त्या महाराजांचे शिष्यसुद्धा आहेत."

"म्हणून काय आपल्यासारख्या सीरियस पेशंटना त्रास होतो, याकडे दुर्लक्ष करायचं? किती मोठ्यांदा चालला आहे जप!"

"आम्ही सीरियस? हृदयाजवळ चाकूची झालेली जखम भरून आली, की आम्ही ठणठणीत होणार." आम्ही त्यांना समजावत म्हणालो.

"पण बाबासाहेब, इतक्या दिवसांत हृदयाला कोठे जखम झाली आहे, हे सुद्धा तुमच्या या डॉक्टर मित्राला समजले नाही. कमाल आहे." कपाळाला आठ्या घालून त्या म्हणाल्या.

"थोड्या वेळापूर्वीच मुंबईचे प्रख्यात हृदयरोगतज्ज्ञ डॉ. भालेराव आणि जागतिक कीर्तीचे हार्ट स्पेशालिस्ट डॉ. जोन्स आम्हाला तपासून गेले. आमचे सर्व रिपोर्ट्स घेऊन गेले आहेत. त्यांचा अभ्यास करून त्यांनी काही निर्णय घेतले असतील. ते सांगण्याकरिता त्यांना बोलावून घेतले असावे."

"इतक्या उशिरा का होईना तुमच्या डॉक्टर मित्राला सुबुद्धी सुचली, हे बरे झाले. कसंही करून आपल्याला लवकर बरं वाटलं म्हणजे झालं. आपण असं झोपलेलं आम्हाला पाहवत नाही."

"आपल्यालाच काय आम्हालाही कंटाळा आला आहे असं झोपून राहण्याचा. वाटतं, असंच उठावं आणि शेतावर चक्कर मारून यावं. झोपून अंग अगदी आंबून गेलं आहे. पण आमचं हृदय कमजोर झालंय. साधी कूस बदलली तरी घाम फुटतो."

"आपल्या मित्रानं आधीच ह्या स्पेशालिस्टना बोलवायला पाहिजे होते. आपल्याला किती भोगायला लागतंय. हे सिद्धमहाराज सीरियस झालेले दिसतात.

दुसऱ्याला अंगारा देऊन हे आजार बरे करतात ना? मग आता स्वत: का नाही अंगाऱ्याचे तोबरे भरत? लगेच बरे होतील ना!''

''अंगारा-धुपाऱ्यांनी का कोणी बरं होतं? त्याकरिता औषधे, ऑपरेशन्स करावी लागतात. खरं म्हणजे आमच्याही हृदयाचं ऑपरेशन केलं असतं ना, तर आम्ही लगेच बरे झालो असतो. इंग्रजांनी येथे येऊन इतक्या सोई पुरवल्या, तरी आपण मागासलेले राहिलो. इंग्रज आले म्हणून बरे, नाहीतर या बुवा-महाराजांनी देशात धुमाकूळ घातला असता.'' आम्ही म्हणालो.

''या तुमच्या शिकल्या-सवरलेल्या शालिनीदेवी लागल्या ना त्या महाराजांच्या नादी? रोज त्यांच्याकडे हेलपाटे काय मारताहेत, धान्याची पोती काय देताहेत. पैसेही देत असतील.'' आशाराणी म्हणाल्या.

आम्ही काही बोललो नाही.

''का हो बाबासाहेब, आता का नाही काही बोलत.''

''नाही. आम्ही विचार करत होतो. आज डॉक्टरांना सांगायचंच. ऑपरेशन करून टाका. आम्हाला लवकर बरं व्हायचंय.''

''ते तुम्ही सांगा. त्या तुमच्या मित्राच्या डोक्यात ते यायचं नाही.'' आम्ही कोणीच बोललो नाही. खोलीत शांतता पसरली. सिद्धमहाराजांचे गायत्री मंत्र- पठणाचे स्वर ऐकू येत होते. पण त्यातला जोर कमी झाला आहे, असं आम्हाला वाटलं.

''अजून हे पठण चालूच आहे वाटतं?''

''आपल्या मनाची ज्यावर निष्ठा असते त्याप्रमाणे मनुष्य वागत असतो. त्यांची परमेश्वरावर प्रचंड निष्ठा आहे म्हणून त्यांना ह्या परिस्थितीत गीता, गायत्रीमंत्र आठवतो. आपल्या दृष्टीने हा वेडेपणा आहे. पण शालिनीदेवींच्या दृष्टीने ते महात्माच आहेत. पण त्यांनी विज्ञानावर प्रखर निष्ठा ठेवली असती तर... खरं म्हणजे विज्ञान किती पुढं गेलं आहे याची ९० टक्के लोकांना कल्पनाच नाही. फक्त १० टक्के विज्ञानवादी या देशात आहेत, हे या देशाचं दुर्दैव आहे.'' आम्ही म्हणालो.

हा विषय आणखीही पुढं वाढला असता; पण शालिनीदेवी, बाळासाहेब, गायत्रीदेवी डॉक्टरांना भेटून आले.

''काय म्हणाले डॉक्टर?'' आशादेवींनी उत्सुकतेने विचारले.

''बाबासाहेबांच्या हृदयाचे ऑपरेशन तातडीने करावे लागणार आहे, असं दोन्ही डॉक्टरांचे मत पडले.'' बाळासाहेब म्हणाले.

"एकदम तातडीने?"

"बाबासाहेबांना अशक्तपणाचा जो त्रास जाणवतो आहे, तो त्यांचे हृदय पूर्ण शक्तीने काम करत नाही म्हणून. आम्हाला वाटलेच होते ऑपरेशन करावे लागेल म्हणून." गायत्रीदेवी म्हणाल्या.

"तुम्ही फार हुशार आहात. मोहित्यांसारख्या डॉक्टरांना जे समजले नाही ते तुम्हाला समजले. डॉ. मोहिते तुम्हाला किती सीनियर आहेत माहीत आहे ना?" आशाराणी कडवटपणाने म्हणाल्या.

गायत्रीदेवी गप्प बसल्या.

"हे ऑपरेशन ते दोघे स्पेशालिस्ट करणार आहेत." बाळासाहेब म्हणाले.

इतक्यात डॉक्टर मोहिते आले.

"बाबासाहेब, आम्हाला जी शंका वाटत होती तीच खरी ठरली. चाकूची जखम हृदयाला झालेली आहे. त्यातून थोडा थोडा रक्तस्त्राव अजून होतोच आहे. ती जखम शिवल्याशिवाय तो थांबणार नाही. त्यामुळे ती शिवण्याचं ऑपरेशन करावे लागणार आहे. ह्यावर दोन्ही स्पेशालिस्ट डॉक्टरांचे एकमत झाले."

"अखेरीस आपल्याला इंग्रज डॉक्टरांचा सल्ला घ्यावाच लागला ना?" आशाराणी म्हणाल्या.

"डॉ. जोन्स आले म्हणून बरे झाले. तेच ऑपरेशन करणार आहेत. हृदयाचे ऑपरेशन करण्याकरिता एक वेगळ्या प्रकारचा थ्रेड लागतो. त्याबद्दल डॉ. जोन्सना बरीच माहिती आहे. खरं म्हणजे आम्ही ऑपरेशन टाळत होतो. पण जखम भरून येत नाही, म्हणून ऑपरेशन करावे लागते आहे." डॉ. मोहिते म्हणाले.

"आम्ही साहेबांना आपल्या स्वाधीन केले आहे. आपण काय करायचे ते ठरवा आणि त्यांना त्यातून लवकर बरे करा. आपला निर्णय योग्य असणार आहे आणि त्यात तुम्हाला नक्की यश लाभणार आहे याची आम्हाला खात्री आहे. आमचं मत याची ग्वाही देत आहे. विशेष म्हणजे आमच्या दोन्ही मनांचे या बाबतीत एकमत झालं आहे." शालिनीदेवी म्हणाल्या.

"बाबासाहेब, आम्ही ऑपरेशनची सर्व व्यवस्था करतो. डॉक्टर जेव्हा म्हणतील त्या वेळी ऑपरेशन करावे लागेल. कदाचित आता रात्रीसुद्धा. याबाबत ते चर्चा करत आहेत. त्यांना जी वेळ योग्य वाटेल ती ते ठरवतील. पण आमच्या मते ते उद्या सकाळी ७ वाजता ठरवतील. त्या दोघांचं आम्ही सेकंड ओपिनियन

घेत आहोत तसंच आपलं थर्ड ओपिनियनसुद्धा महत्त्वाचे आहे.''

"आपल्याला जे योग्य वाटेल ते आपण करू शकता. आमची त्याला परवानगी आहे.'' आम्ही बाळासाहेब आणि शालिनीदेवींकडे पाहत म्हणालो.

"आमची संमती आहे.'' बाळासाहेब म्हणाले.

"काही काळजीचे कारण नाही ना?'' आशाराणींनी विचारले.

"काही काळजी करू नका. आपले उपचार अगदी योग्य मार्गावर आहेत. डॉ. भालेराव त्याबद्दल समाधानी आहेत. बरं, आम्ही येतो. ऑपरेशनची तयारी करून ठेवतो.'' असं म्हणून डॉक्टर निघून गेले.

"इतक्या तातडीने ऑपरेशन! मग याआधीच का नाही केले? अगदी अशी धोक्याची वेळ येईपर्यंत का थांबले?'' आशाराणी म्हणाल्या.

"त्याला काही कारणे असतील. आतापर्यंत ऑपरेशनशिवाय औषधांनी बाबासाहेब बरे होतील असे त्यांना वाटले असेल. पण बाबासाहेबांचे शरीर औषधांना साथ देत नसेल. ह्या नवीन डॉक्टरांचे मत ऑपरेशन करावे असे असेल. त्यांना घाईने परत जायचे असेल. आपल्याला त्याच्याशी काय करायचे आहे? डॉक्टर म्हणाले ऑपरेशन करायचे, मग करा.'' बाळासाहेब म्हणाले.

"सिद्धमहाराजांचा गोंधळ आता कमी झालेला दिसतो. श्लोकपठणाचा आवाज आता येत नाही.'' आशाराणी म्हणाल्या.

"सकाळपासून ते गीतापठण करायला लागले. आता संध्याकाळ झाली. जवळजवळ १२ तास ते गीतापठण, गायत्रीमंत्राचा जप मोठ्याने करत आहेत. न थांबता, न अडखळता. आपण इतका वेळ बोलूसुद्धा शकणार नाही. पण त्यांच्या योगसाधनेमुळे त्यांना ते शक्य झाले असेल.'' शालिनीदेवी म्हणाल्या.

"बरोबर आहे. आजपर्यंतच्या त्यांच्या साधनेमुळेच त्यांना हे शक्य झाले आहे.'' बाळासाहेबांनी दुजोरा दिला.

"पुरे झालं ते महाराजांचं कौतुक! बाबासाहेबांना येथे किती त्रास सहन करावा लागतो आहे, याचे भान तरी त्यांनी ठेवायला पाहिजे होते. काय जप करायचा तो त्यांच्या आश्रमात करा ना! येथे हॉस्पिटलमध्ये कशाला?'' आशाराणी म्हणाल्या.

"ते त्यांच्या आश्रमात जप करतच असतात. त्यांना बरं वाटत नाही म्हणून येथे आणले. आपल्याला त्यांचे दर्शन झाले. त्यांचा आवाज आपल्या कानी पडला, ही आपली पुण्याई आहे. त्या पुण्याईमुळेच साहेबांची प्रकृती सुधारणार आहे, असा आमचा ठाम विश्वास आहे.'' शालिनीदेवी शांतपणे

म्हणाल्या.

"जाऊ द्यात. आम्ही आता जातो. उद्या सकाळी लवकर यावे लागेल. ऑपरेशन आहे ना?'' आशाराणी म्हणाल्या.

"बाळासाहेब, गायत्रीदेवी, आपणही गेलात तरी चालेल. पहाटे लवकर या.'' शालिनीदेवी म्हणाल्या.

"बाबासाहेब, आम्ही निघू? पहाटे लवकर येतो.'' बाळासाहेबांनी आम्हाला विचारले.

आम्ही मानेनेच संमती दिली.

"आम्ही आहोत येथे. काळजी करू नका.'' शालिनीदेवी म्हणाल्या.

ते सर्व गेले. रात्री सगळीकडे सामसूम झाली.

●●

ऑपरेशन करायचे या विचारांनी आम्हाला बरं वाटलं. आमचं पहिल्यापासून हेच मत होतं.

शालिनीदेवींनी बाहेरचा कानोसा घेतला आणि त्या कोचावर जप करत बसल्या.

"आपण जरा आराम करावा.'' आम्ही त्यांना सुचवलं. "परत ऑपरेशनची धावपळ सुरू होईल.''

"आम्हाला झोप येत नाही. आम्ही असेच बसतो.'' त्या म्हणाल्या.

रात्र सरली. पहाट झाली. आम्हाला चांगली गाढ झोप लागली होती. पहाटे सिस्टर आमची तयारी करण्याकरिता आल्या.

"रात्री कसली गडबड चालली होती का?'' तिला शालिनीदेवींनी विचारलं.

"रात्री सिद्धमहाराजांची तब्येत बिघडली. त्यांना ICU त हलवले. त्यांचे शिष्य रात्रभर त्यांच्याबरोबर होते. सारखे फोनवर बोलत होते.''

"रात्री आम्हाला वाटलं थोडी गडबड चालू आहे म्हणून. आता कसे आहेत?''

"ते आता ICU तच आहेत. रात्री तातडीने शस्त्रक्रिया करावी लागली.''

"शस्त्रक्रिया? अचानक?'' आम्ही विचारलं.

"हो. संध्याकाळपर्यंत चांगले होते. पण नंतर मात्र तब्येत बिघडली. मग मात्र तातडीने शस्त्रक्रिया करावी लागली.'' सिस्टरने माहिती दिली.

शालिनीदेवी अस्वस्थ झाल्या. महाराज ICU त असल्यामुळे त्यांना

त्यांचे दर्शनही घेता येत नव्हते.

बाळासाहेब व आशाराणी आले.

"गायत्रीदेवी नाही आल्या?" आम्ही विचारलं.

"त्यांचे बाबा सीरियस झाले म्हणून त्या तिकडे गेल्या." आशाराणी नाराजीने म्हणाल्या.

"रात्री त्यांच्या बाबांना हृदयविकाराचा झटका आला. त्यांना 'जीवनधारा' हॉस्पिटलमध्ये ICU त ठेवले आहे. गायत्रीदेवींना रात्रीच आम्ही तेथे पोचवले." बाळासाहेब म्हणाले.

"त्यांना आताच आजारी पडायला काय झालं?" आशाराणी म्हणाल्या.

"ते कोणाच्या हातात असतं?" शालिनीदेवी कापऱ्या आवाजात म्हणाल्या.

"तुम्ही काळजी करू नका. आमचं ऑपरेशन किरकोळ आहे." आम्ही धीर दिला.

"सिद्धमहाराज आपल्या पाठीशी आहेत. आपलं ऑपरेशन व्यवस्थित होईल." शालिनीदेवी म्हणाल्या.

"सिद्धमहाराज! आपल्या पाठीशी? अहो, ते स्वतःच मृत्यूशी झुंज देताहेत. ते काय आपल्याला मदत करणार?" -आशाराणी.

"ते काही सामान्य माणूस नाहीत. त्यांची आध्यात्मिक शक्ती प्रचंड आहे. त्यामुळेच सर्व व्यवस्थित होणार, याची आम्हाला खात्री आहे." शालिनीदेवी हस्तिदंती डबीतला अंगारा आमच्या कपाळावर लावत म्हणाल्या.

शालिनीदेवींच्या बोलण्यावर आमचा विश्वास नव्हता. पण आताची वेळ नाराजी दाखवण्याची नव्हती.

"काळजी करू नका. सर्व ठीक होईल." आम्हीच त्यांना दिलासा दिला. वॉर्डबॉयनी ऑपरेशन थिएटरमध्ये घेऊन जाण्याकरिता आम्हाला स्ट्रेचरवर ठेवले.

बाळासाहेबांनी हात हलवला. सर्वजण आमच्याकडे टक लावून पाहत होते. वॉडबाईजनी आम्हाला ऑपरेशन थिएटरमध्ये आणले. सर्वजण थिएटरच्या बाहेर थांबले.

●●

सर्व डॉक्टर आमच्या परिचयातले होते. अगदी भूल देणारे डॉ. भोसलेसुद्धा!

"बाबासाहेब, या वर्षी हुरडा पार्टीच्या वेळी आम्हाला विसरू नका बरं का!" ते म्हणाले.

आम्ही डोळे मिटून पडलो होतो.

"तुम्हाला बोलावू ना!" आम्ही म्हणालो.

हे ऑपरेशन थिएटर आम्हाला चांगलेच परिचित होते. डॉ. मोहित्यांनी सर्व आधुनिक मशिनरी येथे बसवलेली होती. आमच्या ३-४ पेशंट्सवर शस्त्रक्रिया याच थिएटरमध्ये झालेल्या होत्या. त्या वेळी डॉक्टर म्हणून आम्ही हजर होतो. आज मात्र पेशंट म्हणून आम्ही टेबलावर झोपलो होतो.

डॉ. भोसल्यांनी बोलता बोलता दिलेल्या भुलीचा परिणाम आम्हाला जाणवू लागला. आजूबाजूच्या डॉक्टरांच्या हालचाली आम्हाला समजेनाशा झाल्या. आम्ही पूर्णपणे भुलीच्या अमलाखाली गेलो.

●●

आम्ही किती वेळ भुलीच्या अमलाखाली होतो कोणास ठाऊक? आम्हाला थोडी थोडी आजूबाजूची जाणीव होऊ लागली. शेजारी कोणीतरी असल्याची चाहूल लागू लागली. आम्ही डोळे उघडण्याचा प्रयत्न केला, पण ते खूप जड झाले होते.

आमच्या आजूबाजूला फक्त अंधार होता. काळोख, फक्त काळोख. कोठेही प्रकाशाची तिरीपसुद्धा नाही. आम्ही त्या अंधारातून चालत होतो. कोठे जायचे आम्हाला माहीत नव्हते. पण आम्ही चालतच होतो. आम्ही खूप थकलो होतो. आम्ही विश्रांतीसाठी थांबलो. जवळपास कोणाचीही चाहूल नव्हती. आम्हाला तहान लागलेली होती. पण आमच्याजवळ पाणी नव्हते. घशाला कोरड पडली होती. चालवत नव्हते. पण असं एकटं किती वेळ थांबणार? येथून जायलाच पाहिजे. पण असं एकटं अंधारातून बाहेर पडायलाच पाहिजे. त्याशिवाय जिवंत राहणे शक्य नव्हते. नाहीतर असेच अंधारात मरायला लागले असते.

तहानेने जीव व्याकूळ झाला होता. भुकेने जीव कासावीस झाला होता. एकटेपणाने आणि काळोखामुळे जीव घाबरलेला होता. आम्हाला जीवदान पाहिजे होते.

पण ते कसे मिळणार? जीव वाचवण्यासाठी पाणी पाहिजे होते. पण ते कोण देणार? कोणाकडे मागायचे? आजूबाजूला कोणीच नव्हते. काळोख होता. फक्त काळोख. तो मला पाणी कसं देणार? शेजारी नदी असली तरी ती या काळोखाने दिसली नसती. मग कसे मिळणार पाणी?

जगण्याकरिता या काळोखातून बाहेर पडलेच पाहिजे. पण तहानभूक

भागल्याशिवाय पुढे कसे जायचं? पाय थकले होते. एक पाऊल पुढे टाकायचे तर ते लटपटत होते.

पण अशाही परिस्थितीत जगण्यासाठी पुढे चालावेच लागणार होते. तहानभुकेकडे दुर्लक्ष करून. मनाने उभारी धरली तरच जीव वाचण्याची शक्यता होती. मनाचा हिय्या करून उठलो. पाय नको म्हणत असताना काळोखातून परत चालू लागलो.

किती वेळ चाललो याचे भान नव्हते. पण चालल्याचा परिणाम दिसू लागला. काळोखात लांबवर प्रकाशाची एक तिरीप दिसली. मनात जगण्याची आशा निर्माण झाली. त्या प्रकाशाच्या दिशेने आम्ही परत चालू लागलो.

बऱ्याच वेळानंतर आम्ही प्रकाशापर्यंत पोचलो. सगळीकडे लख्ख प्रकाश होता. आम्ही प्रकाशात आलो याचे आम्हाला कौतुक वाटू लागले. आम्ही प्रकाश शोधला. गलितगात्र अवस्था असतानासुद्धा आमच्या कर्तृत्वाने आम्ही उजेडात आलो. आमचे मन अभिमानाने ओसंडून वाहू लागले. आता आम्ही पाणी शोधून काढू, अन्न मिळवू याची खात्री वाटू लागली. चालण्यास आम्हाला उभारी मिळाली. आम्ही चालतच राहिलो. लांबून आम्हाला एक कळस दिसला. ते मंदिर असणार. म्हणजे तेथे नक्कीच पाणी मिळणार. आम्ही मोठ्या उमेदीने तेथे गेलो.

ते मंदिरच होते. मंदिराच्या प्रांगणात एक साधू समाधी लावून बसला होता. आम्ही त्याच्यासमोर उभे राहिलो. आम्ही तेथे आल्याची दखलसुद्धा त्याने घेतली नाही.

"आम्हाला तहान लागली आहे. पाणी द्या." आम्ही त्याला म्हणालो. इतका वेळ आमच्या घशातून आवाज फुटत नव्हता. पण आता आम्ही मोठ्याने आणि थोड्याशा जरबेने म्हणालो.

साधूची समाधी भंग पावली नाही. आमच्या बोलण्याचा त्याच्यावर काहीच परिणाम झाला नाही.

"आम्हाला पाणी हवे आहे." आम्ही ओरडून म्हणालो. त्याने डोळे उघडले नाहीत. त्याचा चेहरा शांत होता. तो अजिबात विचलित झाला नाही. पण त्याने हाताने दिशा दाखवली. आम्ही तिकडे पाहिले. तेथे एक विहीर होती. आम्ही घाईघाईने तेथे गेलो. केवढ्या प्रसंगातून आम्ही आमच्या कर्तृत्वाने येथपर्यंत आलो होतो. आता आमची तहान भागणार होती. आम्ही जगणार याची खात्री वाटू लागली. कोणीही मदत न करता आम्ही पाणी मिळवलं म्हणून आमची

छाती गर्वाने फुलून गेली.

विहिरीला रहाट होता. रहाटाला दोरी आणि दोरीला बादलीसुद्धा बांधलेली होती. आता आम्हाला पाणी मिळणारच, ते कोणी रोखू शकणार नाही, आमच्या मनात विचार आला. अभिमानाने आमचे शरीर थरारून गेले. घाईघाईने आम्ही बादली विहिरीत सोडली. भरभर रहाट फिरवला. बादली वर आली. पण रिकामीच. तिच्या तळाशी पाण्याचा ओलावा होता. आम्ही त्यावर बोटे घासली आणि तोंडात घातली. पण तहान भागली नाही.

आम्ही खूप प्रयत्न केले, पण पाणी मिळाले नाही. तहान भागली नाही. पाण्याने विहीर भरलेली होती. पण आम्ही तहानलेलेच राहिलो. आमची व्याकूळता वाढली. आम्ही साधूपुढे येऊन उभे राहिलो.

"पाणी" आम्ही केविलवाण्या आवाजात म्हणालो. आमच्या आवाजातला अहंभाव गेला होता. आम्ही दीनवाणे झालो होतो. आम्ही पाणी मिळवलं, पण ते आम्हाला प्यायला मिळाले नाही.

आम्ही साधूपुढे हात जोडले. "आम्हाला पाणी पाहिजे." आमच्या आवाजात मार्दवता होती. लीनता होती.

साधूने डोळे उघडले. आम्ही त्याच्या तेज:पुंज चेहऱ्याकडे पाहतच राहिलो. "तुला तुझ्या कर्तृत्वाचा अहंकार झाला होता. म्हणून तुला पाणी मिळाले नाही. माणसाने मन लावून कष्ट करावेत. पण मिळालेले यश लीनतेने स्वीकारावे. अभिमानाने पूर्ण यश कधीच मिळत नाही." तो साधू म्हणाला.

"पाणी." आम्ही अगदी अगतिक होऊन म्हणालो. आमच्या आवाजातली जरब गेली होती. आम्ही अगदी दीनवाणे झालो होतो.

"आपल्याला पाणी पाहिजे का?" एका बाईचा आवाज आला.

"हो." आम्ही म्हणालो.

पण आम्ही साधूला पाणी मागितले होते. मग हा बाईचा आवाज कसा? त्या बाईचा आवाज ओळखण्याइतकी शुद्ध आम्हाला आली होती.

डोळे खूप जड झाले होते. "पाणी पाहिजे का?" परत स्त्रीचा आवाज आला.

आम्ही मोठ्या कष्टाने डोळे उघडले. एक स्त्री आमचे ओठ ओल्या फडक्याने पुसत होती.

"आपण आऽऽ करा." ती म्हणाली.

तिने दोन चमचे पाणी आमच्या तोंडात घातले. आमची तहान भागली

नाही. पण आम्हाला थोडा तकवा आला. आम्ही त्या स्त्रीकडे टक लावून पाहिले. त्या स्त्रीचा चेहरा आम्हाला ओळखीचा वाटला. आम्ही रोखून तिच्याकडे पाहिले. आम्हाला ओळख पटली.

त्या शालिनीदेवी होत्या.

त्यांच्याशी आम्हाला बोलायचे होते. पण आवाज फुटत नव्हता. डोळ्यांवर झापड होती. आम्ही डोळे मिटले. परत काळोखात बुडून गेलो.

त्या काळोखात आम्ही कितीतरी वेळ चाचपडत होतो.

''डॉ. बाबासाहेब इनामदार.'' कोणीतरी आम्हाला हाका मारत होते. आम्हाला डोळे उघडता येईनात. कोण हाका मारत आहे ते समजेना. अखेर बऱ्याच प्रयत्नानंतर आम्ही अर्धवट डोळे उघडू शकलो. पण कोण हाका मारत होते ते आम्हाला समजलेच नाही. आम्ही परत डोळे मिटले.

हळूहळू आमच्या डोळ्यांचा जडपणा कमी झाला. आजूबाजूला हालचाली जाणवू लागल्या. कोणीतरी बोलतं आहे हे जाणवू लागले. आम्ही डोळे उघडले. बाहेरच्या वस्तू अंधूकपणे दिसू लागल्या. पण डोळ्यांवर थोडासा जडपणा होताच. आम्ही परत डोळे मिटले.

जेव्हा आम्ही जागे झालो तेव्हा डोळ्यांवरचा ताण गेला होता. आम्ही डोळे उघडले. डॉ. मोहिते आम्हाला दिसले. आम्ही त्यांना ओळखले.

''बाबासाहेब, ठीक आहात ना?'' त्यांनी विचारले.

आम्ही डोळ्यांनीच ''हो'' म्हणालो.

''डॉ. भालेराव आणि डॉ. जोन्सनी तुमच्याकरिता खूप कष्ट घेतले.''

आम्ही थोडीशी मान हलविली. डॉ. भालेराव आणि डॉ. जोन्स आम्हाला दिसले.

"Your operation is successful. There is nothing to worry. You are very lucky."

आम्ही मान हालवली.

''आता तुमची तब्येत सुधारेल. आपल्याला आता विश्रांतीची गरज आहे.'' डॉ. भालेराव म्हणाले.

''आपण आता नुसते पडून राहा. काळजीचे कारणच राहिलेले नाही.'' डॉ. मोहिते म्हणाले.

डॉक्टर्स निघून गेले.

''पाणी'', आम्ही म्हणालो.

आमच्या बेडशेजारीच शालिनीदेवी उभ्या होत्या. त्यांनी २-३ चमचे पाणी आमच्या तोंडात घातले.

"किती वाजले आहेत?" आम्ही विचारले. आता आम्हाला वेळेचे भान आले. भुलीचा परिणाम खूपच कमी झाला होता.

"रात्रीचे ११ वाजले आहेत. आपल्याला बरं वाटत आहे ना?" त्यांनी विचारलं.

"हो," आम्ही म्हणालो.

"आपले ऑपरेशन चांगले झाले आहे आणि आता लवकरच आपण पूर्ण बरे होणार आहात." त्या म्हणाल्या.

आम्ही त्यांच्याकडे पाहिले. त्यांचा चेहरा म्लान दिसत होता. चेहऱ्यावर काळजी स्पष्ट दिसत होती.

"आपणही विश्रांती घ्या." असं म्हणून आम्ही डोळे मिटले.

●●

हवेतील उबदारपणा आम्हाला जाणवला. आता आम्हाला खूपच उत्साह वाटू लागला होता. आम्ही डोळे उघडले.

"कसे आहात बाबासाहेब?" डॉ. मोहिते आम्हाला विचारत होते. "आम्ही रात्री येऊन गेलो. डॉ. भालेराव, डॉ. जोन्स आपल्याला भेटायला आले आहेत."

"आपलं ऑपरेशन चांगले झाले आहे. डॉ. जोन्स आमच्याबरोबर आले याचा खूप फायदा झाला." डॉ. भालेराव म्हणाले, "त्यांनीच ऑपरेशन केले आहे."

"You are very lucky. I have done this type of operation for the first time in India." डॉ. जोन्स म्हणाले.

त्या वेळी आम्ही कोणत्याही प्रकारचा विचार करण्याच्या मन:स्थितीत नव्हतो. आम्ही फक्त संमतिदर्शक मान हलवली.

"Good luck! आम्ही मुंबईला जात आहोत. डॉ. मोहिते आम्हाला आपल्या तब्येतीचा रिपोर्ट पाठवणार आहेत. आमच्या सवडीनुसार आम्ही येऊन आपल्याला तपासू." डॉ. भालेराव म्हणाले.

त्याच दिवशी डॉ. जोन्स आणि डॉ. भालेराव मुंबईला गेले. ऑपरेशननंतर आमचे दुखणे बरे झाल्यासारखे वाटू लागले. अजून हृदयाला सपोर्टिंग पेसमेकर लावलेला होता. पण काही वेळ संपूर्ण रक्तप्रवाह आमच्या हृदयावर ठेवला, तरी

आम्हाला त्रास होत नव्हता. रोज डॉ. मोहिते येऊन आम्हाला तपासत होते.

"उद्या आम्ही पेसमेकर काढून टाकणार आहोत." ते म्हणाले, "डॉ. जोन्स येथे आले ते फार चांगले झाले. ते एकदम एक्सपर्ट आहेत. त्यांचा हात काय सफाईने चालतो!"

"डॉक्टर, आमच्यात चांगली सुधारणा होते आहे. आम्हाला आता त्रास होत नाही. ही सगळी चांगली लक्षणे आहेत. पण आमच्या मनात एक शंका आहे. ऑपरेशननंतर डॉ. भालेराव आणि डॉ. जोन्स आम्हाला तपासायला आले होते, त्या वेळी डॉ. जोन्स म्हणाले की, अशा प्रकारचे ऑपरेशन भारतात आम्ही पहिल्यांदा केले. ते असे का म्हणाले, ते आम्हाला समजले नाही." आम्ही डॉ. मोहित्यांना विचारले.

मोहिते क्षणभर गप्प बसले. त्यांनी शालिनीदेवींकडे पाहिले आणि हसत हसत म्हणाले.

"भारतात हृदयाच्या ज्या शस्त्रक्रिया होतात, त्यांतल्या जवळजवळ ९०% शस्त्रक्रिया अँजियोप्लास्टी, बायपास सर्जरी आणि हृदयाच्या झडपांच्या असतात. आपल्यावरची शस्त्रक्रिया वेगळ्या प्रकारची होती. चाकूने हृदयावर जखम झाली होती व त्यातून रक्तस्राव होत होता. आम्हाला नेमकी जागा सापडत नव्हती. पण CT Scan मध्ये जागेचा आम्हाला शोध लागला. तो रक्तस्राव बंद करण्याकरिता हृदयाला टाके घालायला पाहिजे होते. पण हृदयाच्या स्नायूंचे वैशिष्ट्य आपल्याला माहितीच आहे. ते कोणत्याही फॉरेन बॉडीला घट्ट धरून ठेवतात. त्यामुळे त्याकरिता एक वेगळ्या प्रकारचा धागा लागतो. डॉ. जोन्सनी अशा हृदयाच्या ऑपरेशनचे एक टेक्निक डेव्हलप केले आहे. आणि त्यामुळे आपली हृदयाची शस्त्रक्रिया डॉ. जोन्सनी केली. आपली शस्त्रक्रिया व्यवस्थित पार पडली आहे. आम्ही याबद्दलच्या निरनिराळ्या टेस्ट्स घेत आहोत आणि त्याचे सकारात्मक परिणाम दिसत आहेत."

डॉक्टरांनी दिलेल्या उत्तरामुळे आमचे पूर्ण समाधान झाले. आमच्या मनात विचार आले, 'डॉ. जोन्स ऐन वेळेला डॉ. भालेराव यांच्याबरोबर आले. ते जर आले नसते, तर डॉ. भालेराव यांना त्यांच्याइतक्या सफाईने शस्त्रक्रिया करता आली असती का? खरोखर परमेश्वराने आम्हाला वाचवण्याकरिता डॉ. जोन्सना इंग्लंडून पुण्याला पाठवलं. परमेश्वराच्या योजना आपल्याला समजत नाहीत. शेवटी परमेश्वरच तारतो आणि परमेश्वरच मारतो.' आमच्या डोळ्यांतून कृतज्ञतेचे अश्रू ओघळू लागले.

सिस्टरच्या नजरेस ही गोष्ट आली.

"आपल्या डोळ्यांना काही त्रास होतो आहे का?" असे म्हणत तिने आमचे डोळे टिपले.

तिच्या या प्रश्नाचे उत्तर आम्ही देऊ शकलो नाही. या अवस्थेत आमच्या तोंडून एक शब्दही फुटणार नव्हता. आम्ही मानेनेच 'नाही' अशी खूण केली. हसत हसत डॉ. मोहिते निघून गेले.

●●

दुसऱ्या दिवशी आम्हाला आमच्या पहिल्या खोलीत आणण्यात आले. आणताना आम्हाला आमच्या समोरची खोली दिसली, एकदम शांत होती. सिद्धमहाराजांचं काय झालं? त्यांच्याबद्दल आपण काहीच विचारलं नाही. आपल्यापेक्षा ते सीरियस होते. आपण आपल्याच आजारपणात गुंगून गेलो. त्यांची चौकशी-सुद्धा केली नाही, याची खंत आम्हाला वाटू लागली.

"आता बरं वाटतंय ना?" आमच्या बेडशेजारी शालिनीदेवी बसल्या होत्या. त्यांनी विचारलं.

"हो. आता आम्हाला खूपच उत्साह वाटतो आहे."

"आपण या मोठ्या दुखण्यातून नक्कीच बाहेर पडणार, असं आम्हाला वाटत होतं आणि त्याप्रमाणे घडलं." त्या म्हणाल्या. पण त्यांच्या आवाजात पूर्वीचा जोश नव्हता. काहीतरी घडलं होतं. सिद्धमहाराज... काही घडलं असेल. आपण आधीच विचारायला पाहिजे होतं.

"आम्ही यापूर्वीच विचारायला पाहिजे होते. सिद्धमहाराज कसे आहेत?"

शालिनीदेवींनी डोळ्याला पदर लावला.

"काय झालं?" आम्ही गलबलून विचारलं.

"आपल्याला ऑपरेशननंतर आम्ही आत पाहायला आलो होतो." आपलं ऑपरेशन चांगलं झाल्याचं समजलं होतं. त्याच वेळी सिद्धमहाराजांनी त्यांचे प्राण पंचत्वात विलीन केले."

"महाराज आता नाहीत, ही अतिशय दु:खद घटना आहे." आम्ही त्यांचे सांत्वन करत म्हणालो.

"महाराजांनी आम्हाला वचन दिले होते- 'आम्ही आपल्याला या संकटातून बाहेर काढणार आहोत.' त्यांनी आपले वचन पूर्ण केले."

"आम्हाला वाटतं, सुख कधी एकटं येत नाही. त्याच्या पाठोपाठ दु:ख

येतंच.''

''महाराजांच्या निधनाची बातमी सगळीकडं पसरली. सर्व शिष्य हॉस्पिटलकडे धावले. येथे प्रचंड गर्दी झाली. लोकांच्या दुःखाला पारावार राहिला नाही. आमची स्थिती तर फार विचित्र झाली. आमच्या एका डोळ्यात आनंदाश्रू तर दुसऱ्या डोळ्यात दुःखाश्रू होते. सुख आणि दुःख एकदमच आमच्या वाट्याला आले.'' शालिनीदेवी म्हणाल्या.

''पण महाराजांना अचानक काय झालं?''

''त्यांचं पोटाचं कसलं तरी ऑपरेशन केलं, पण ते यशस्वी झालं नाही.''

आम्ही काही बोललो नाही. पण आमच्या मनात विचारांचे काहूर माजले. 'आमचे हृदयाचे महत्त्वाचे ऑपरेशन यशस्वी झाले. त्या ऑपरेशनकरता डॉ. जोन्स इंग्लंडमधून येतात आणि महाराजांचे ऑपरेशन अयशस्वी होतं आणि त्यात ते जातात. असं कसं झालं? आम्ही त्यांच्यापेक्षा जास्त पुण्यवान आहोत?'

''महाराजांपेक्षा आमचं नशीब चांगलं कसं? त्यांचं ऑपरेशन फेल का झालं?''

''आपल्या जन्म-मृत्यूच्या वेळा ठरलेल्या असतात. महाराजांची मृत्यूची वेळ ठरलेली असेल.''

आम्ही डोळे मिटले. आम्हाला हा धक्का सहन झाला नाही. असा किती वेळ गेला असेल. आम्हाला जाग आली ती बाळासाहेब, आशाराणी आणि शालिनीदेवी यांच्या आवाजाने. ते हलक्या आवाजात काहीतरी बोलत होते.

''शेवटी गेलेच ना तुमचे महाराज? त्यांनी काय मिळवले देव देव करून?'' आशाराणी म्हणत होत्या.

''मरण चुकावे म्हणून कोणी देवाचं नाव घेत नाही. नश्वर देह सोडून जावं लागतं, याची जाणीव आपल्यापेक्षा महाराजांना जास्त होती. पण भगवद्‌गीता गायत्रीमंत्र याचा जप करत जाणे हे विशेष.''

''त्यात काय विशेष? आपल्या मनाला जशी सवय लावू त्याप्रमाणे आपण वागू लागतो. पहाटे उठण्याची सवय लावली, की आपल्याला पहाटे जाग येणारच. तसं मनाला एखादा जप करण्याची सवय लावली, की आपण नकळत जप करू लागतो. पण त्या जपाचा उपयोग काय? त्याने थोडेच सुख मिळणार आहे? आपल्याला सुख मिळायला पाहिजे असेल तर मनात सारखा सुखाचा विचार केला पाहिजे. हे अध्यात्म तुमचं सोन्यासारखं आयुष्य बरबाद

करून टाकतं.''

"जपानं किंवा परमेश्वराच्या नामानं आयुष्य बरबाद होत नाही. आपण फक्त ऐहिक सुखाचा विचार करत आहात. पण त्याच्यापेक्षा आणखी काही महत्त्वाचं या मनुष्यजन्मात मिळवायचं असतं, याचा विचारही आपल्या मनात येत नाही. पूर्वीच्या ऋषिमुनींनी परमेश्वर, जप, तप, मोक्षप्राप्ती यांवर अनेक ग्रंथ लिहून ठेवले आहेत. पण ते वाचायला आपल्याला वेळ नाही. आपण आपला सर्व वेळ पाश्चात्त्यांच्या अनुकरणात घालवतो. आपली अवस्था कस्तुरीमृगासारखी झाली आहे. कस्तुरी आपल्या पुराणग्रंथात आहे, पण आपण तिचा शोध पाश्चात्त्यांकडे घेत आहोत. गायत्री मंत्रात भूः भुवः स्वहः महः जनः तपः सत्यं हे सात लोक सांगितले आहेत. हे सात लोक म्हणजे सात आकाशगंगा. या आपल्या ऋषिमुनींना माहीत होत्या. पण पाश्चात्त्य शास्त्रज्ञांनी एखाद्या ग्रहाचा, ताऱ्याचा शोध लावला, की आपण त्यांची बुद्धी महान म्हणून त्यांचे कौतुक करतो. आपले ऋषी 'सत्यं' ह्या सर्वांत लांबच्या लोकात जाण्याचा प्रयत्न करत होते. पण आपण विज्ञानाने चंद्रावर इतक्या वर्षांत आताच पोचणार आहोत.'' शालिनीदेवींचे मुद्देसूद बोलणे ऐकून आम्ही चकित झालो.

"आम्हाला आपलं अध्यात्म ऐकायचं नाही.'' आशाराणी रागाने म्हणाल्या. आता कोणता मुद्दा काढावा असा प्रश्न त्यांना पडला असावा. त्यांचे आमच्याकडे लक्ष गेले. आम्ही हे सर्व ऐकतो आहोत, हे त्यांच्या लक्षात आलं. "आमचं बरोबर आहे की नाही बाबासाहेब?'' असं म्हणून त्यांनी आम्हाला त्यांच्या मदतीला बोलावलं. खरं म्हणजे आम्हाला शालिनीदेवींचं म्हणणं पटत होतं.

"आपण फक्त ह्याच जन्माचा विचार करणार असाल, तर आपले म्हणणे बरोबर आहे. पण शालिनीदेवी पुढच्या जन्माचा विचार करत आहेत. त्यामुळे त्यांचे म्हणणेसुद्धा बरोबर आहे.'' आम्ही दोन्ही विचारांचा सुवर्णमध्य काढण्याचा प्रयत्न केला.

खरं म्हणजे आमचे विचार आशाराणीसारखेच असायला पाहिजे होते. आणि याची खात्री आशाराणींना होती. पण आम्ही पुनर्जन्माबद्दल बोललो. आम्हाला पुनर्जन्म मान्य नसताना आम्ही असं कसं बोललो? हे आमचं आम्हालाच समजलं नाही.

त्यामुळे आशाराणींचा हिरमोड झाला. आम्ही असं का बोललो, याकरिता त्या आमच्याकडे रोखून पाहू लागल्या.

"बाबासाहेब, आपल्याला बरं वाटत नाही का?'' त्यांनी विचारलं.

"ठीक आहे.'' आम्ही म्हणालो.

"आत्यासाहेब, हा विषय येथेच थांबवा. आईसाहेबांची मन:स्थिती त्यांच्या गुरूंच्या निधनाने चर्चा करण्यासारखी राहिलेली नाही आणि बाबासाहेबांचे ऑपरेशन झाले आहे. त्यांच्या जिवावरचं संकट गेलं आहे. त्या दोघांनाही आपल्या बोलण्याने त्रास होईल.'' बाळासाहेबांनी आशाराणींना झापलं.

सर्वजण गप्प बसले. खोलीत शांतता पसरली.

●●

प्रत्येक नवीन दिवशी आमची तब्येत सुधारत होती. शरीराचा रक्तपुरवठा व्यवस्थित होत होता. पेसमेकर काढून टाकला होता. हृदयाची जखम भरून येत होती. आम्ही आता बेडवर बसू लागलो. कोणाच्या तरी आधाराने खोलीत चक्कर मारू लागलो. सोफ्यावर बसून पेपर चाळू लागलो.

एकदा आम्ही असेच सोफ्यावर वर्तमानपत्र चाळत बसलो होतो. गेल्या कित्येक दिवसांत आमचा पेपराशी संबंध आलाच नव्हता. त्यामुळे त्यातली प्रत्येक बातमी आमच्याकरिता नवीनच होती. एका बातमीने आमचे लक्ष वेधून घेतले.

"हृदयशस्त्रक्रिया झालेल्या तरुणाचा मृत्यू.''

आम्ही मनातून चरकलोच. आम्ही ती बातमी शालिनीदेवींना वाचण्यास सांगितले.

"मुंबईमधील प्रसिद्ध उद्योगपती रसिक गुप्ते यांचा मुलगा प्रीतम गुप्ते याच्या हृदयावर नुकतीच मोठी शस्त्रक्रिया केली होती. शस्त्रक्रिया अवघड होती. प्रसिद्ध हृदयरोगतज्ज्ञ डॉ. भालेराव आणि जगप्रसिद्ध हार्ट स्पेशालिस्ट डॉ. जोन्स यांनी ही शस्त्रक्रिया केली. शस्त्रक्रियेनंतर दोन दिवस त्याची तब्येत ठीक होती. पण नंतर अचानक त्याला हृदयविकाराचा तीव्र झटका आला आणि त्यातच त्याचे प्राणोत्क्रमण झाले.''

शालिनीदेवी वाचत होत्या.

"डॉ. भालेराव आणि डॉ. जोन्स यांनी ती शस्त्रक्रिया केली होती.'' आम्ही म्हणालो. आमच्या आवाजातला कंप शालिनीदेवींना जाणवला. "आपण काही काळजी करू नये. आपण यातून पूर्णपणे बरे होणार आहात.'' शालिनीदेवी म्हणाल्या.

"आपण म्हणता ते ठीक आहे. पण शरीर हे यंत्र आहे. त्यात काही

अडथळा निर्माण झाला की ते थांबणारच.''

''आपला विश्वास बसणार नाही, पण आम्ही आपल्याला खात्रीपूर्वक सांगतो, की आपल्यामागे एक अदृश्य शक्ती आहे आणि ती आपल्याला मदत करते आहे, याची जाणीव फार पूर्वीपासून आम्हाला आहे. आम्ही आपली जन्मकुंडली प्रख्यात ज्योतिषी रामशास्त्री यांना दाखवली होती. त्यांनी आपला चालू कालखंड धोक्याचा आहे म्हणून सांगितलं होतं. त्याप्रमाणे आपल्यावर शस्त्रक्रिया करावी लागली. पण यातून आपण आश्चर्यकारकरित्या वाचणार आहात. आपल्याला आयुष्य भरपूर आहे.'' असं त्यांनी ठामपणे सांगितलं होतं.

आम्ही गप्प बसलो. आमचा शालिनीदेवींवर विश्वास होता.

''काय म्हणताहेत आमचे पेशंट?'' डॉक्टर मोहिते आम्हाला तपासायला आले होते. ''अरे व्वा! आपण उठून बसला आहात. चांगली प्रगती आहे. आमच्या येण्याने आपल्या गप्पांत व्यत्यय तर आला नाही ना?''

''त्यांच्या तब्येतीत चांगलीच सुधारणा आहे. पण आजच्या या बातमीने ते थोडे अस्वस्थ झाले आहेत.''

''कोणती? ती मुंबईच्या गुप्त्यांची बातमी का?''

''हो. तीच नेमकी त्यांच्या नजरेस पडली.''

''डॉक्टर, आमचे ऑपरेशन व्यवस्थित झाले आहे ना?'' आम्ही विचारले.

''आपण काहीच घाबरू नका. हे पाहा ऑपरेशननंतरचे कार्डिओग्रामचे रिपोर्ट्स.'' असं म्हणत डॉक्टरांनी कार्डिओग्राम रिपोर्ट्सची फाईल आमच्या हातात दिली. आम्ही सर्व रिपोर्ट्स पाहिले. खरोखरीच आमच्या हृदयाचे कार्य खूपच समाधानकारक चालू होते.

''आपण नॉर्मल होत चालला आहात. आता फक्त अशक्तपणा आहे. आता आपल्याला डिस्चार्ज घ्यायला हरकत नाही.''

''डॉक्टर, यांचा चमत्कारावर, योगायोगावर विश्वास नाही. पण त्यांनी वेळेवर आपल्या हॉस्पिटलमध्ये ॲडमिट होणे, डॉ. भालेराव आणि विशेष म्हणजे डॉ. जोन्स ऑपरेशनच्या वेळी हजर असणे, या गोष्टी योगायोगाच्या आहेत की नाही?'' शालिनीदेवी म्हणाल्या.

''आणखी एक योगायोग आपण विसरता आहात. ह्याच वेळी सिद्धमहाराज या हॉस्पिटलमध्ये ॲडमिट झाले.'' आम्ही मुद्दाम म्हणालो.

''होय. तो योगायोग आम्ही विसरलेलो नाही. त्यामुळे आमच्या कसोटीच्या प्रसंगी आम्हाला सतत त्यांचे दर्शन मिळत होते. त्यांचा आवाज सतत आमच्या

कानांत घुमत होता. जणूकाही ते आमच्या पाठीशी उभे राहून आम्हाला घाबरू नका, असं सांगत होते.'' शालिनीदेवी गहिवरून म्हणाल्या.

''ठीक आहे. आम्ही असं मानतो की योगायोगांनी, चमत्कारांनी आम्ही वाचलो.'' आम्ही कबूल करून टाकलं.

''आताच्या आपल्या बोलण्यावर आम्ही आमचं मत सांगितलं, तर आपल्याला राग येणार नाही ना?'' डॉक्टरांनी विचारलं.

''नाही नाही. बोला डॉक्टर.'' आम्ही म्हणालो.

''या ऑपरेशनने आपल्या तब्येतीवरच नाही, तर विचारांवरही परिणाम केला आहे.'' डॉक्टर हसत हसत म्हणाले, ''चांगली गोष्ट आहे. तुमच्या गप्पा चालू द्यात. आम्ही आमच्या कामाला जातो.''

डॉक्टर गेले. आमच्या दोघांच्याही मनावरचे दडपण गेले.

हॉस्पिटलमधून आम्हाला दुसऱ्या दिवशी डिस्चार्ज मिळाला. घरी कसं वागायचं, काय खायचं वगैरे इतरांना दिल्या जाणाऱ्या सूचना डॉक्टरांनी आम्हाला दिल्या नाहीत. आम्ही स्वत: डॉक्टर असल्यामुळे त्याची आम्हाला गरजही नव्हती.

''डॉ. जोन्स परत इंग्लंडला गेले आहेत. त्यांना आम्ही आपले रिपोर्टस् पाठवले. आपली तब्येत सुधारल्यामुळे त्यांनाही खूप आनंद झाला. परत भारतात आलो की त्यांना भेटू, असं त्यांनी डॉ. भालेरावांना कळवलं आहे. अशा तऱ्हेचे ऑपरेशन व्यवस्थित पार पडल्यामुळे तेसुद्धा खूश आहेत.'' डॉ. मोहिते म्हणाले.

आमची 'डिझायर' आणि बाळासाहेबांची 'लान्सर' हॉस्पिटलच्या पोर्चमध्ये उभ्या होत्या. बाळासाहेब, गायत्रीदेवी व आशाराणी आम्हाला घेऊन जायला आले होते.

''आमच्या बाबांनाही कालच घरी सोडलं.'' गायत्रीदेवी म्हणाल्या.

''आता कसे आहेत बाबा? नेमके साहेबांच्या ऑपरेशनच्या दिवशीच त्यांना हॉस्पिटलमध्ये घेऊन जावे लागले होते.'' शालिनीदेवी म्हणाल्या.

''त्यामुळे आपण मनातून घाबरला होतात ना?'' आम्ही विचारले.

''आम्ही थोडे अस्वस्थ झालो होतो. पण आपले आपॅरेशन व्यवस्थित होणार हा विश्वास कमी झाला नव्हता.''

''आता सगळं व्यवस्थित झालं आहे ना? बंगल्यावर गेल्यावर बाकीचं बोलू.'' बाळासाहेब म्हणाले.

सिस्टरनी चाकाच्या खुर्चीवर बसण्याचा खूप आग्रह केला पण आम्ही

हळूहळू चालत जाऊन गाडीत बसलो.

लक्ष्मणने गाडी सुरू केली.

"लक्ष्मण, गाडी अगदी सावकाश चालव. रस्ता खराब आहे." शालिनीदेवींनी ड्रायव्हरला सूचना केली.

"आपण काही काळजी करू नका. साहेबांना विमानात बसल्यासारखं अलगद नेतो."

"म्हणजे गाडी विमानाच्या वेगाने नेणार का?" आम्ही विचारलं.

"तसं नाही साहेब. विमानात बसल्यावर कसं 'स्मूद' वाटतं, तसं नेतो. रस्ता खराब असला तरी धडम धडम करत नेणार नाही."

"तू कधी बसला आहेस विमानात?"

लक्ष्मणने ओशाळून आमच्याकडं पाहिलं. लक्ष्मण अलगद गाडी चालवत होता. वाटेत सिद्धमहाराजांचा आश्रम होता.

"लक्ष्मण, आश्रमाजवळ गाडी थांबव. आम्ही आश्रमात जाऊन दर्शन करून येतो." शालिनीदेवी म्हणाल्या.

"आता सिद्धमहाराज नाहीत. आता कोणाचं दर्शन घेणार?"

"महाराज आपल्यातून गेले असले, तरी त्यांचं अखंड वास्तव्य तेथे आहे." त्या म्हणाल्या. त्या दर्शनाकरिता खाली उतरल्या.

"थांबा, आम्हीपण येतो." आम्ही एकदम म्हणालो.

शालिनीदेवी अवाक् झाल्या. त्यांनी विचारलं, "आपण?"

"हो. का?"

"आपला महाराजांवर विश्वास नाही आणि आपण दर्शनाला येणार?"

"आमचा विश्वास नसला, तरी एखाद्या सत्पुरुषाला भेटायला आम्ही कधी नाही म्हटलं नाही. आम्ही समाधी पाहू."

"आत आलात तर आम्हाला आनंदच वाटेल. पण आताच मोठे ऑपरेशन झाले आहे. आपण पुन्हा कधीतरी येऊ."

आम्ही हट्टाने खाली उतरलो. मागच्या लान्सरमधून बाळासाहेब उतरले.

"हे काय बाबासाहेब, कोठे निघालात?" त्यांनी विचारले.

"आश्रमात जाऊन येतो."

"आम्ही कितीही समजावले तरी ते ऐकत नाहीत." शालिनीदेवींनी तक्रार केली. अखेर बाळासाहेब व शालिनीच्या मदतीने आम्ही आश्रमात गेलो. समाधीसमोर उभे असताना नकळत आमचे हात जोडले गेले. शालिनीदेवी समाधीपुढे ध्यानस्थ

बसल्या. आपणही बसावे असे आम्हाला वाटू लागले. आम्हीसुद्धा एका खांबाला टेकून बसलो.

डोळे आपोआपच मिटले गेले. आमचे मन एकाग्र झाले. मिटलेल्या डोळ्यांसमोर आम्हाला एक साधू ध्यानस्थ बसलेला दिसू लागला. त्याचा चेहरा तेजस्वी होता. चेहऱ्याच्या मागे लखलखतं वर्तुळ होतं. आम्ही टक लावून त्याच्याकडे पाहू लागलो.

त्याच्या चेहऱ्यावरचा गंभीर भाव गेला. तो आमच्याकडे आनंदाने पाहतो आहे, असे आम्हाला वाटले. त्याने डोळे उघडले. त्याने त्याचा उजवा हात आमच्या डोक्यावर धरला. तो तोंडाने काहीतरी म्हणत होता.

आम्ही आश्चर्याने त्याच्याकडे टक लावून पाहत होतो. आम्हाला त्याचा चेहरा कधीतरी पाहिला असल्याचा भास झाला; पण आठवेना.

त्या साधूने आमच्या डोक्यावरचा हात उजव्या बाजूला वळवला. तो आम्हाला काहीतरी दाखवत होता. आम्ही त्याच्या हाताच्या दिशेला पाहिले.

आम्हाला विहीर दिसली. तिच्या कठड्यावर ठेवलेली बादली दिसली. विहिरीचा रहाट दिसला.

हे सर्व आम्ही कधीतरी पाहिले असल्याचे आम्हाला वाटू लागले. त्या साधूने त्याचा हात परत आमच्या डोक्यावर ठेवला.

आम्ही डोळे उघडले. शालिनीदेवी अजूनही ध्यानस्थ अवस्थेतच होत्या. आम्ही समाधीकडे टक लावून पाहू लागलो.

आम्ही उठलो. आम्ही ज्या खांबाला टेकून बसलो होतो, त्या खांबावर एक तसबीर लावलेली होती. आम्ही ती पाहू लागलो.

आम्ही अचंबित झालो. क्षणापूर्वी आमच्या डोळ्यांसमोर ध्यानस्थ बसलेल्या साधूचीच ती तसबीर असावी, इतके त्या चेहऱ्यात साम्य होते.

"ही स्वामीमहाराजांची तसबीर आहे.'' शालिनीदेवी म्हणाल्या. त्या आमच्यामागे कधी येऊन उभ्या राहिल्या होत्या, ते आम्हाला समजलेच नाही.

त्यांचा हात धरून आम्ही गाडीकडे परत आलो आणि टेकून डोळे मिटून बसलो.

"बाबासाहेब, तुमचा हट्टी स्वभाव तुम्हालाच त्रासदायक ठरतो आहे. काय कारण होते आत्ता आश्रमात जाण्याचे? तुमचे मेजर ऑपरेशन झाले आहे, याचा तरी विचार करा.'' आशाराणी म्हणाल्या.

"हॉस्पिटलमध्ये महाराजांकरिता इतक्या लोकांनी गर्दी केली होती. त्यातून

शालिनीदेवींची पण त्यांच्यावर श्रद्धा आहे. आम्ही विचार केला, नुसता आश्रम पाहून तर यावा आणि आता आमची तब्येत बरीच सुधारली आहे. म्हणून आम्ही आत गेलो.'' आम्ही म्हणालो.

''मग कसा वाटला आश्रम?'' आशाराणींनी खोचकपणे विचारले.

''आम्ही तेथे डोळे मिटून बसलो होतो. आम्हाला महाराज दिसले.''

''डोळे मिटल्यावर कसे दिसले? ऑपरेशनने आपले मन हळवे झालेले आहे. आपल्याला अशक्तपणा आलेला आहे. त्यामुळे असले भास आपल्याला होतात.''

आम्ही काही बोललो नाही.

लक्ष्मणने गाडी बंगल्याच्या पोर्चमध्ये उभी केली. आम्ही आमच्या खोलीत जाऊन झोपलो. उत्साहाच्या भरात केलेल्या श्रमांनी आम्हाला चांगलाच थकवा आला होता.

••

आम्ही बंगल्यावर आल्याचे समजल्यावर अनेक जण आम्हाला भेटायला येऊ लागले. आमच्यावरच्या हल्ल्याबद्दल हळहळ व्यक्त करू लागले. मारत्याला शिव्या देऊ लागले.

खरं म्हणजे रोजच्या रोज तोच विषय आणि तीच संभाषणे ऐकून आम्ही कंटाळून गेलो होतो. समोरची व्यक्ती बदलत होती, शब्द बदलत होते. पण आशय तोच होता.

एकदा विनायकराव जोशी आम्हाला भेटायला आले. ते गावातलेच. त्यामुळे आमची-त्यांची चांगली मैत्री होती. मित्राच्या भावनेने येत आणि हक्काने औषधे घेऊन जात. खरं म्हणजे जरा विक्षिप्तच.

''बाबासाहेब, काय झालं हो असं?'' आल्याबरोबर त्यांनी विचारले ''तो मारत्या वेडपटच आहे. असा चाकूहल्ला करणे योग्य आहे का? आता जाईल खडी फोडायला. अविवेकी लेकाचा. अहो, तो चाकू लहान होता म्हणून वाचलात. मोठा सुरा असता तर तुमचं काही खरं नव्हतं.'' विनायकरावांनी आपले लांब नाक रुमालाने धरून मोठ्यांदा शिंकरले.

''बरोबर आहे विनायकराव. मोठा सुरा असता तर आमचा खेळच खलास झाला असता.'' आम्ही म्हणालो.

''खरं आहे, बाबासाहेब. मोठा सुरा असता तर...''

"काय झालं असतं?" आशाराणी खोलीत येत म्हणाल्या,

"विनायकराव, इतके मोठे झालात तरी पेशंटला भेटायला गेल्यावर काय बोलावे, याची साधी अक्कल तुम्हाला नाही. पेशंटच्या समाचाराला जाऊन तुम्ही त्याच्या मरणाच्या गोष्टी करता. लाज नाही वाटत?"

आशाराणींच्या तोफखान्यापुढे विनायकरावांचे काही चालले नाही. त्यांनी आमचा निरोप न घेताच पोबारा केला.

"आशाराणी, कशाला त्यांच्यावर एवढे ओरडलात?" आम्ही म्हणालो. "त्यांच्या बोलण्याचा आमच्यावर काही परिणाम झाला नव्हता. उगाचच त्यांना पळवलंत."

"बाबासाहेब, तुम्ही चांगले असतात तर आमच्यापेक्षा वाईट शब्दांनी त्यांना घालवले असते. मागे पैशावरून त्यांना काय कमी बोलला होतात?"

हेही खरे होते. मागे आमच्याकडून दहा नारळ पैसे न देताच ते घेऊन गेले होते आणि ते विसरून पाच किलो चिंच मागायला ते आले होते, तेव्हा आम्ही त्यांना खूप बोललो होतो.

आज मात्र त्यांना काही बोलावे, असे आम्हाला वाटले नाही. पण त्यांचा समाचार आशाराणींनी घेतला.

●●

आम्हाला आता खूपच उत्साह वाटू लागला. सारखं झोपून कंटाळा आला होता, म्हणून आम्ही आमच्या दवाखान्यात जाऊ लागलो. पेशंटही येऊ लागले.

एक दिवस गोविंदा आला. त्याची नेहमीचीच पोटदुखीची तक्रार होती. आम्ही पोट दाबून बघत होतो. आमच्या नाकात दारूचा उग्र दर्प शिरला.

"गोविंदा, दारू पिऊन आलास?"

"न्हाय डागदर, म्या दारू पीत न्हाय."

"आम्ही तुला मागेच सांगितले होते. दारू पिऊ नकोस म्हणून."

"डागदर, तुमी सांगितलं. तवाधरन म्या दारू प्येत न्हाय. म्या दारु सोडलिया."

"खोटं बोलू नकोस. आज सकाळीच बाटली संपवलेली दिसते आहे."

"अवं डागदर, तुमी द्येवमाणूस. तुमी सांगायचं आमी ऐकायचं. द्येवानं सांगितलं की आपन ऐकतो न्हवं. त्या बुवानं बी सांगितलं की, 'शंभर रुपये

घ्येऊन ये तुला दोरा बांधतो. तू आजारी व्हायाचा नाहीस. म्या उसनं-पासनं करून पैसं जमा क्येलं. ह्यो पघा दोरा बांधलाय. त्येनं सांगितलं तसं आपन वागनार.''

''तो बाबा काय देव आहे?''

''आता तुमी सांगा, आपन काय पुन्यवान है का द्येव आपल्याशी बोलाया. त्यो पुन्यवान बाबाशीच बोलनार है की न्हाई? त्या बाबास्नी द्येवानं सांगितलं याला दोरा बांध. आता आपल्याला नाय म्हनता येतं का? पैसं जमा क्येलं. पन्नास कमी व्हतं त्ये मारवाड्यास्नी उधार मागितलं. त्येनं बी दिलं व्याजानं. अवं डागदर, पैसं काय आपन किती बी कमाऊ. पन द्येवानं सांगितलं तर पैसं नको जमा कराया? ह्यो दोरा बांधलाय पघा.''

गोविंदानं दोरा बांधलेला हात पुढं केला.

''दोरा बांधलास, मग आता कसा रे आजारी पडलास?''

''आता पघा डागदर, शरीर इंजिनवानी है का न्हायी? इंजान बिघडतं का न्हायी? तेस्नी दुरस्ती लागती की न्हायी? मंग मनुक्षानं आजारी पडलं तर दवापानी कराया पाहिजे की न्हायी?''

गोविंदा आम्हाला पटवून सांगत होता. आम्हाला त्याच्या बोलण्याची गंमत वाटली. पण वाईटही वाटलं.

आम्ही गोविंदाला तपासलं. त्याची लिव्हर खराब झाली होती आणि त्यानं दारू जर सोडली नाही, तर त्याचं काही खरं नव्हतं.

''गोविंदा, तू खरोखरीच दारू सोड. तुझी लिव्हर खराब झाली आहे. तुला लिव्हर सिऱ्हॉसिस होईल. मग तुला वाचवणे खूप अवघड होईल. तू दारू सोड, नाहीतर तुझी पोटदुखी वाढेल. ती थांबणार नाही.''

आम्ही त्याला इंजेक्शन दिले. आमच्याजवळच्याच गोळ्या दिल्या.

''गोविंदा, पंचवीस रुपये झाले.''

''डागदर, पैसं न्हाईत. अवं सकाळची बाटली उधार आणली व्हती.''

''म्हणजे मी म्हणालो, तसं सकाळी दारू घेतली होतीस ना?''

''तसं घ्येतो म्या वाईच. आता इतक्या दिसाची सवय जातीया का?''

''गोविंदा तुला दारू सोडली पाहिजे. नाहीतर तुझी पोरंबाळं उघडी पडतील. तू लवकर मरशील.'' आम्ही थोडं चिडूनच बोललो.

''डागदर, म्या सकाळच्याला येक अन् रातच्याला येक घेतो.''

''सकाळी उठल्याबरोबर घेतोस?''

"डागदर, म्या सकाळच्याला घेतली न्हाय तर कामच करनार न्हायी. त्याच्या नशेत काम व्हतं. डागदर, आमच्या पोराचा येक पाय लुला है. त्येला चालता येत न्हाय. असं बसून बसून खुरडत चालतंया. माझं लई पिरेम हाय त्येच्यावर. पन त्येच्याकडं बघितलं की लई वाईट वाटतंया. त्ये इसरायला म्या दारू पितो." गोविंदा रडत रडत म्हणाला.

"अरे, मग त्याला डॉक्टरकडे न्यायचे, औषधपाणी करायचे. तू दारू पिऊन तुझं दु:ख विसरशील; पण तो पोरगा बरा होणार आहे का? आणि दारू पिऊन तू मेलास, तर कोण पाहणार त्याच्याकडं?"

"तुमी म्हनताय त्ये बी पटतंय. पन म्या काय करू?"

"किती वर्षांचा आहे तो?"

"आसंल की ७-८ वर्सांचा. म्हणजे भूकंप झाला व्हता न्हवं त्येव्हा त्यो जन्मला. साळंत जातो. हुषार बी हाये. पन पोरं लई तरास घेत्यात. त्यो रडतो. पोरास्नी ठोकावं वाटतं. पन त्येचा काय उपेग?"

"खरं आहे. त्या पोरांना काय समजवणार? त्याला घेऊन ये. आपण त्याला बरं करू."

"डागदर म्या त्येला मुंबइस्नी घ्येऊन ग्येलो व्हतो. पन काय बी फरक पडनार न्हायी, असं डागदरन सांगितलं." गोविंदा गहिवरून म्हणाला, "डागदर, म्या दारू पितो त्या पोराकरिता. काय करनार?"

"तू त्याला घेऊन ये. आपण काही प्रयत्न करू."

"तुमी म्हनत असाल तर म्या दारू बी न्हायी पिनार."

"त्याला घेऊन ये. आणि दारू प्यायची नाही. काय नाव त्याचं?"

"कृष्णा. खरंच कृष्णावानी है माझं पोरगं. म्या सबूत घेतो डागदर, म्या दारू न्हाई पिनार."

गोविंदा गेला.

आमच्या मनात विचार आला. यापूर्वी आम्ही कोणाशीच इतक्या आपुलकीनं बोललो नव्हतो. आज कसं काय बोललो आणि कृष्णाला बरं करीन असं गोविंदाला म्हणालो, आमच्या विचारात फरक पडला आहे का?

हाच गोविंदा मागे असाच औषधाकरिता आला होता. त्याचं असंच पोट दुखत होतं. आम्ही त्याला औषधं दिली. लिव्ह-५२ च्या गोळ्या दिल्या. पंचाहत्तर रुपये झाले होते. पण आम्ही त्याला ३० रुपयेच मागितले. उरलेले पैसे आम्ही आमच्या सामाजिक कार्याकरिता सोडून देणार होतो. खरं म्हणजे

आम्हाला माहीत होते, की त्याच्याकडून ७५ रु. मिळणार नाहीत. म्हणूनच आम्ही त्याला ३० रु. मागितले.

"डागदर, पैसं नाहीत. ह्ये पाच ठेवा." तो म्हणाला.

"तीस रुपये काढ. आमचा दवाखाना काय धर्मादाय वाटला काय? तुझ्याजवळ दारू प्यायला पैसे आहेत आणि डॉक्टरला द्यायला नाहीत काय? काढ पैसे." आम्ही त्याला चिडून म्हणालो.

"पैसं न्हाईत." केविलवाण्या आवाजात म्हणाला.

"पैसे नाहीत तर औषधं नाहीत", असं म्हणत आम्ही त्याच्या हातातली औषधे काढून घेतली.

"चल चालता हो. आमचा दवाखाना भिकाऱ्यांकरिता नाही." असं म्हणून आम्ही त्याला हाकललं होतं. तो सारखा आमच्या पाया पडत होता. "डागदर असं करू नका. औषध द्या. म्या पैसं देईन. बुडवणार न्हायी." असं विनवीत होता. पण आम्ही त्याला हाताला धरून दवाखान्यातून हाकलून दिले होते.

वास्तविक गोविंदाच्या तीस रुपयांनी आमच्या आमदनीत तसा काहीच फरक पडणार नव्हता. आमची मिळकत म्हणजे समुद्र होता. अनेक मार्गांनी आम्ही त्या समुद्रात भर घालत होतो. पण गोविंदासारख्या माणसाला औषध फुकट का द्यायची? प्रत्येक कामाला किंमत असते आणि प्रत्येकाने ती द्यायलाच पाहिजे, असे आमचे तत्त्वज्ञान होते. ज्याला ती किंमत देता येत नाही, त्याने खुशाल मरावे.

पण आज आमची वागणूक आमच्या या तत्त्वज्ञानाच्या विरोधी झाली होती. गोविंदाकडून आम्ही पैसे घेतले नाहीतच; उलट, त्याच्या मुलाला बरं करण्याची जबाबदारी आम्ही स्वीकारली. तीसुद्धा फुकट. आम्हाला आमच्या स्वभावातील हा सूक्ष्म बदल जाणवला.

●●

आशाराणी आमच्या थोरल्या भगिनी. आमच्यापेक्षा तीन वर्षांनी ज्येष्ठ. लहानपणी आम्ही सतत त्यांच्याबरोबर होतो. त्यामुळे नकळत आमचा स्वभाव त्यांच्यासारखा झाला होता. निष्ठुर आणि नास्तिक.

आमचा देवावर विश्वास नव्हता. खरं म्हणजे आमची आई आस्तिक. तिचा देवावर खूप विश्वास. देवळात दर्शनाला जाणे, प्रवचन-कीर्तन ऐकणे, पोथ्या वाचणे असा तिचा दिवसभराचा कार्यक्रम असे.

आमचे वडील धड आस्तिकही नव्हते आणि नास्तिकही नव्हते. जसा प्रसंग येईल त्याप्रमाणे ते वागत असत. संकट आलं की देव देव करीत. एरवी देवाकडे दुर्लक्ष करीत. वडिलोपार्जित देवांची पूजा करायला त्यांनी एक पुजारी ठेवला होता. तो येऊन पूजा करत असे. आईच्या म्हणण्याप्रमाणे तो देवीचे नवरात्र, कृष्णजन्म वगैरे धार्मिक विधी करीत असे. वडील कधी देवघरात येऊन नमस्कार करत नसत की प्रसाद घेत नसत.

आमच्या वडिलांनी एकदा मात्र परमेश्वराचा धावा केला होता. सारखे देवाजवळ बसून राहिले होते. त्याची गोष्ट मात्र आमच्या मातोश्री रंगवून रंगवून नेहमी सांगायच्या.

ती गोष्ट होती आमच्या जन्माच्या वेळची. मातोश्री अत्यंत अशक्त होत्या. दोन पावलंसुद्धा चालायला त्यांना त्रास व्हायचा. त्यातून दिवस भरत आले होते. वडिलांनी त्यांना पुण्याला माहेरी पाठवले होते. आमच्या आजी-आजोबांना आईची सुखरूप सुटका कशी होईल. याची काळजी लागली होती.

त्यांनी डॉक्टरांना घरी बोलावले. डॉक्टरांनी आईला तपासल्यावर सांगितले, "केस फार नाजूक आहे. अशक्तपणा कमी केल्याशिवाय प्रसूती सुखरूप होणार नाही. त्याकरिता त्यांना रक्त देण्याची आवश्यकता आहे." रक्ताची तपासणी केली. आमच्या आजोबांचा रक्तगट आईच्या रक्तगटाशी जुळत होता. आजोबा रक्त देण्यास तयार होते. पण आईने हट्ट केला. आम्ही रक्त भरून घेणार नाही."

तिला सगळ्यांनी खूप समजावून सांगितले. पण तिने तिचा हेका चालूच ठेवला. तिची समजूत काढण्याकरिता आमचे वडील आले. त्यांनी खूप समजावले, रागावून सांगितले; पण आमच्या मातोश्रींवर काहीच परिणाम झाला नाही. त्यांचं म्हणणं एकच- म्हाताऱ्या वडिलांचे रक्त घेऊन आम्ही आमचे प्राण वाचवणार नाही.

त्या काळात आतासारख्या रक्तपेढ्या नव्हत्या. एकाचं रक्त काढायचं आणि लगेच ते दुसऱ्याला द्यायचं.

आई ऐकत नाही म्हटल्यावर वडील चिडले आणि रागारागाने निघून गेले. त्यांचा विष्णू म्हणून एक मित्र दत्तगुरूंच्या देवळात पुजारी होता. त्याच्याकडे वडील गेले. त्याला सगळी परिस्थिती सांगितली. विष्णू म्हणाला, "हे दत्तगुरूंचे जागृत देवस्थान आहे. त्यांची प्रार्थना कर. तुझे संकट दूर होईल."

वडिलांनी प्रार्थना केली. दत्तगुरूंना भक्तिभावाने नमस्कार केला. रात्रभर

ते देवळात बसून होते.

सकाळी आईला भेटायला गेले. आता काय ऐकायला मिळतंय, अशी धाकधूक वाटत होती.

पण रात्री आई सुखरूप प्रसूत झाली होती. आमचा जन्म झाला होता.

डॉक्टरांनी चमत्कार म्हणून तोंडात बोट घातलं. विष्णू म्हणाला, ''दत्तगुरूंनी प्रसाद दिला.''

अशा प्रकारे धार्मिक वातावरणात आमचा जन्म झाला. पण आम्ही नास्तिकच झालो. वडिलांनीही संकटातून सुटल्यानंतर दत्तात्रेयांना कधी हातसुद्धा जोडले नाहीत.

आशाराणीसुद्धा नास्तिकच. आमच्या दोघांच्याही स्वभावात देवाला स्थान नव्हते. आमच्या मातोश्रींनी रामायण, महाभारताच्या गोष्टी लहानपणी आम्हाला सांगितल्या; पण आम्ही त्या कथा म्हणून ऐकल्या. आम्ही राम, कृष्णांना परमेश्वर कधीच मानले नाही.

राम नावाचा राजा होऊन गेला. त्याने राक्षसांना मारले. लंकेत जाऊन रावणाला मारले. विमानाने अयोध्येला परत आले, या सर्वांवर आमचा विश्वास बसायचा. पण रावणाला दहा तोंडे होती, रामाने पाण्यावर दगड तरंगत ठेवून समुद्रसेतू बांधला, यावर आमचा विश्वास बसत नसे. पण रामाच्या वेळेला भारतात विमानाचा शोध लागलेला होता, याचा आम्हाला अभिमान वाटायचा. आमचे वय जसजसे वाढत गेले, तसतसे आम्ही या विमानाबद्दल माहिती घेऊ लागलो. त्याचा आराखडा कोठे मिळतो का, ते शोधू लागलो. पण त्याबद्दल काहीच माहिती आम्हाला मिळाली नाही. त्यामुळे कोणीतरी ही विमानाची भाकडकथा रामायणात घुसडली असावी, असा निष्कर्ष आम्ही काढला.

महाभारतात तर अनेक चमत्कार आहेत. पाळण्यात झोपलेल्या कृष्णाने अनेक मोठ्या राक्षसांना मारले, वसुदेव-देवकी तुरुंगात असताना कृष्णजन्मानंतर तुरुंगाची कुलपे आपोआप उघडली गेली, हे सगळे आम्हाला अतिशयोक्तीचे वाटायचे.

त्यामुळे मोठेपणी आम्ही अशा निर्णयापर्यंत आलो की रामायण, महाभारत या वाल्मीकी आणि व्यास या दोन लेखकांनी लिहिलेल्या कथा आहेत. त्या लिहिताना भारतात अस्तित्वात असलेली शहरांची नावे त्या कथांमध्ये वापरली. त्यामुळे हे सर्व भारतात खरोखरी घडले आहे, असा भास निर्माण झाला.

आमच्या नास्तिकपणाची बीजं लहानपणीच आमच्यात रुजली होती.

लहानपणी आम्ही देवळात जात होतो; ते पण खेळायला. आम्ही देवाला कधी नमस्कार केला नाही. आमच्या गावातील शंकराच्या देवळात मोठा नंदी होता. आम्ही त्याच्या पाठीवर बसून त्याला काठीने मारत असू. हे तिथल्या गुरवाला आवडायचे नाही. पण तो आमच्यावर ओरडत नसे. आम्ही इनामदारांची मुले होतो. गावात इनामदारांचा चांगलाच दरारा होता. तो आम्हाला समजावून सांगे, ''बाबासाहेब, असं नंदीवर बसू नये. तो शंकराचा सेवक आहे. त्याला त्रास दिलात तर शंकर रागावतील. शंकर महादेव फार कोपिष्ट आहेत. ते आपल्याला शिक्षा करतील.''

''कोठे आहेत तुमचे शंकर परमेश्वर? आणा आमच्यापुढे.'' आशाराणी गुरवाला म्हणत असत.

''ते देवळातल्या पिंडीत असतात. ते अदृश्य असतात. त्यांना जर पाहायचे असेल तर त्यांची पुष्कळ भक्ती करावी लागले. त्यांनी त्यांचा तिसरा डोळा उघडला ना, की आपण सगळे जळून जाऊ. इतकी त्याच्यात शक्ती असते.''

''पण सर्व प्राण्यांना दोन डोळे आणि शंकर महादेवांना तीन डोळे का?'' आम्ही गुरवाला विचारत असू.

''ते परमेश्वर आहेत म्हणून. पद्मावतीदेवींना आठ हात आहेत. वणीच्या देवीला अठरा हात आहेत. आपल्या गावातल्या गणपतीला दहा हात आहेत, म्हणून तर आपण त्याला दशभुजा गणपती म्हणतो.''

''आमचा नाही ह्या गोष्टींवर विश्वास बसत.'' असं म्हणून आम्ही नंदीच्या पाठीवर बसून त्याला आणखी काठ्या मारत असू. नाइलाजाने गुरव तेथून निघून जाई.

लहानपणापासूनच आमचा विज्ञानावर विश्वास निर्माण झाला होता. त्यामुळे प्रत्येक गोष्ट विज्ञानाच्या कसोटीवर घासून मग तिच्यावर विश्वास ठेवण्याची आम्हाला सवय लागली. चमत्कारांवर अविश्वास निर्माण झाला. ह्या बाबतीत आमची आणि आशाराणींची मते सारखीच होती.

●●

आम्ही डॉक्टर झालो. आजूबाजूच्या पंचक्रोशीत आमचं इनामदारांचं नाव असल्याने आम्हाला पेशंट्सची कमतरता कधीच पडली नाही. आमचा डॉक्टरकीचा जम लवकर बसला.

आमचा विवाह शालिनीदेवींशी झाला. त्यांना आम्ही पाहिले आणि आम्हाला त्या आवडल्या. त्या दिसायला सुरेख होत्या. स्वभावाने शालीन होत्या. त्यांची बोलण्याची पद्धत, आवाज आम्हाला आवडला. त्यांची स्तुती केली की त्या अशा गोड लाजत, की आम्ही देहभान विसरून त्यांच्याकडे बघतच बसत असू.

लग्नानंतर आम्हाला त्यांचा परमेश्वरावरचा विश्वास समजला, त्यांची देवावरची श्रद्धा समजली. खरं म्हणजे आम्हाला त्यांची ही मते अजिबात आवडली नाहीत. पण सुरुवातीला त्यांनी आमच्या मनावर अशी भुरळ घातली होती, की आम्ही आमची नापसंती त्यांना दर्शवू शकलो नाही.

त्यांनी देवघराचा ताबा घेतला. देवाच्या पूजेची तयारी त्या करू लागल्या. बागेतून फुले तोडून आणू लागल्या. सहाणेवर गंध उगाळून ठेवू लागल्या. पूजेच्या वेळी देवांच्या मूर्ती घासून चकचकीत करण्याच्या सूचना ब्राह्मणांना देऊ लागल्या. निरनिराळ्या वासांच्या उदबत्त्या आणू लागल्या. समई, फुलवाती लावून देवघर उजळून काढू लागल्या.

आम्ही हळूहळू त्यांच्याशी वाद घालू लागलो. त्यांचं वागणं कसं चुकीचं आहे, ते सांगू लागलो. पण त्यांच्यावर त्याचा काही परिणाम होत नसे. आम्हाला त्यांना जास्त रागावून बोलता येत नसे. म्हणून आम्ही आडून आडून त्यांना कोंडीत पकडण्याचा प्रयत्न करू लागलो.

एक दिवस आम्ही त्यांना सरळच विचारले,

"आपण परमेश्वरावर विश्वास का ठेवता? ज्या गोष्टी दिसत नाहीत, त्यांच्यावर विश्वास ठेवू नये."

"परमेश्वर दिसत नाही असं आपण म्हणता. पण विश्वास ठेवा, मनाचे सामर्थ्य वाढवा; परमेश्वर आपल्याला दिसेल. मीरा नाही कृष्णाशी एकरूप झाली? ती प्रत्यक्ष कृष्णाशी बोलायची. नामदेवांना कुत्र्यामध्ये देव दिसला. म्हणून ते तुपाची वाटी घेऊन त्याच्या पाठीमागे धावत गेले. दामाजीपंतांकरिता महाराचे रूप घेऊन भर दरबारात पैशाचा ढीग विठ्ठलाने निर्माण केला."

"ह्या सगळ्या कथा आहेत. इतिहास हा लेखी स्वरूपात असावा लागतो. पूर्वी बखरी लिहिल्या जात. त्यांतून इतिहास समजे. आपण सांगत आहात त्याला असा लेखी पुरावा नाही. त्यामुळे आम्ही त्यावर विश्वास ठेवणार नाही."

"संतांनी लिहिलेले अभंग हे त्याचे पुरावे आहेत."

"संतांचे अभंग हे कविता आहेत. त्यामुळे त्यांवर विश्वास ठेवता येत नाही. आता आम्ही तुम्हाला विचारतो, आपण म्हणता, महाभारतात संजयला

श्रीकृष्णाने दिव्यदृष्टी दिली आणि त्याने स्वत: पाहिल्याप्रमाणे महायुद्धाचे वर्णन केले. पण त्याला दिव्यदृष्टी म्हणजे जो नेत्र दिला होता, त्याची बनवण्याची रीत कोठे लिहून ठेवली आहे? महाभारतातल्या महायुद्धात अनेक अस्त्रे वापरली असे म्हणतात आणि ती हल्लीच्या विज्ञानातली क्षेपणास्त्रे असं त्यांचं वर्णन केले जाते. पण ती अस्त्रे म्हणजेच क्षेपणास्त्र तयार करण्याची पद्धत कोठे लिहिली आहे? रामायणात विमानाचा उल्लेख आहे. ते विमान कोणी व कसे बनवले हे कोणीही सांगू शकत नाही. मग ह्यावर विश्वास कसा ठेवायचा? त्या विमानाचे आराखडे कोठेही उपलब्ध नाहीत. आता आम्ही कसे विमानाची डिझाइन्स, इंजीनचे डिझाइन, त्यांतल्या निरनिराळ्या पार्ट्सची ड्रॉइंग्ज हे सगळं दाखवू शकतो; तशी त्या विमानाची काहीच माहिती उपलब्ध नाही.''

''आपण म्हणता आहात ते बरोबर आहे. त्या काळी सर्व काही मंत्रसामर्थ्याने निर्माण करता येत होते. एकेका श्लोकात पुनर्निर्माणाचे तसेच विध्वंसाचे सामर्थ्य होते. आताच्या क्षेपणास्त्रासारखी ती अस्त्रे यांत्रिक नव्हती. ब्रह्मास्त्र हे विनाशकारी अस्त्र तयार करावे लागत नसे. ते मंत्रसामर्थ्याने निर्माण होत असे. आपल्या निरनिराळ्या ग्रंथांत हे मंत्र दिलेले आहेत. पण आपण त्यांचा अभ्यास करत नाही. आपण फक्त पाश्चिमात्यांचे ज्ञान म्हणजे विज्ञान हेच घोकत आहोत.

''मुळात आपला मंत्रशक्तीवर विश्वास राहिलेला नाही. मंत्र हे विशिष्ट पद्धतीने म्हणावे लागतात. ते कसे म्हणायचे याचा आपण अभ्यास केला नाही. म्हणून त्यांची प्रचिती येत नाही.'' शालिनीदेवी शांतपणे म्हणाल्या.

खरं म्हणजे आम्ही त्यांना चिडविण्याकरिता, त्यांचा देवावरचा विश्वास कमी करण्याकरिता हा विषय काढला; पण त्यांचे ठाम विचार आणि न चिडता ते पटवून देण्याची पद्धती यामुळे आम्ही प्रभावित झालो. त्यामुळे आम्ही त्यांना मनाप्रमाणे वागण्याची मुभा दिली.

गोविंदा औषध घेऊन गेल्यावर आम्ही कितीतरी वेळ विचारमग्न अवस्थेत होतो. आम्हाला आमचा पूर्वीचा स्वभाव, आमचे पूर्वीचे विकार आठवत होते. गोविंदाशी ज्या पद्धतीने आम्ही बोललो-वागलो, ती आमच्या पूर्वीच्या स्वभावाशी विसंगत होती. आमचा स्वभाव नक्कीच बदलला आहे, हे आम्हाला जाणवले.

●●

एक दिवस दुपारी गायत्रीचे वडील आम्हाला भेटायला आले.

''विश्वासराव, कशाला येथे येण्याचा त्रास घेतलात? आपण फोनवर

बोललोच होतो.'' आम्ही म्हणालो.

''खरं म्हणजे आपल्याला भेटल्याशिवाय चैनच पडेना.'' विश्वासराव म्हणाले.

''आता आमची तब्येत ठीक आहे म्हणून आलो.''

''आता आम्हालाही कसला त्रास होत नाही.''

''साहेबांचे हृदयाचे ऑपरेशन ज्या दिवशी होणार होते, त्याच दिवशी आपल्याला हृदयविकाराचा झटका येणं ह्याचे आम्हालाही नवल वाटते. व्याह्यांना एकाच वेळी हृदयाचे दुखणे आले.'' शालिनीदेवी म्हणाल्या.

''त्या दिवशी आम्हाला भीती वाटली होती. आम्ही खूप निराश झालो होतो.'' गायत्रीदेवी म्हणाल्या, ''आपणही खूप घाबरला असाल ना? त्यातून आपले गुरूही सीरियस होते.''

''आमची मन:स्थिती चमत्कारिक झाली होती. पण आम्ही घाबरलो नाही. या सर्वांतून आम्ही व्यवस्थित बाहेर पडणार, महाराज आम्हाला बाहेर काढणार, हा विश्वास आमच्या मनात कायम होता.''

''आपले महाराज मात्र वाचले नाहीत.'' विश्वासराव म्हणाले.

''ह्यांचे गुरू स्वत: मरणाच्या दारात होते. ते जाणारच होते.'' आशाराणी म्हणाल्या.

''सर्वजण केव्हा ना केव्हा जाणारच असतात. पण जाताना दुसऱ्याचे भले मात्र महात्मेच करू शकतात.'' शालिनीदेवी गंभीरपणे म्हणाल्या.

''महाराज जर महात्मे होते, तर त्यांनी कसला परोपकार केला आहे?'' आशाराणी ठसक्यात म्हणाल्या, ''त्यांनी कोणाचं भलं केलं आहे?''

''जाऊ द्या ना आत्याबाई, कशाला आईच्या भावना दुखावता आहात? हा विषय आता थांबवू.'' बाळासाहेब थोड्या रागानेच म्हणाले.

''आपली मुलगी आम्हाला खूप मदत करते बरं का!'' आम्ही विषयांतर केले. यानंतर आम्ही राजकारणापासून ते शेतीपर्यंत अनेक विषयांवर बोललो. आम्ही आचार्य अत्र्यांचे 'कऱ्हेचे पाणी' वाचत होतो. त्यातली शाळेला सुट्टी मिळविण्यासाठी प्लेगचा उंदीर शाळेत कसा टाकला, त्याची गोष्ट सांगितली. विश्वासराव खळखळून हसले. वातावरण एकदम बदलले.

चहापाणी झाल्यावर विश्वासराव आनंदी मन:स्थितीत घरी जाण्यास निघाले ''आता हसण्याचा व्यायाम घेतलात. आता हार्ट ॲटॅक येणार नाही.'' आम्ही त्यांना डॉक्टरी सल्ला दिला.

••

अनेक लोक आम्हाला भेटायला येत होते. आमची तब्येतही सुधारत होती. आमचा दिनक्रम पूर्वीप्रमाणे झाला. जास्त श्रम न करता हिंडणे चालू केले होते. शेतावर चक्कर टाकू लागलो. एकदा तर आमच्या फार्म हाउसपर्यंत गेलो. भिकू सेवेला होताच. त्याने झाडाखाली आरामखुर्ची मांडून दिली. वाऱ्याच्या आल्हाहदायक झुळुकांनी मन प्रसन्न झाले.

"मालक, त्या मारत्याला म्या चांगला धडा शिकवनार व्हतो. पन त्यो पळून ग्येला. पोलिसांनी त्यास धरला, म्हनुनशान त्यो वाचला." भिकू चिडून सांगत होता.

हॉस्पिटलमध्ये मारत्याचा विषय निघाला, की आम्ही चिडायचो. त्याला शिक्षा करण्याकरिता बंदुकीच्या गोळीने त्याला मारण्याची इच्छासुद्धा आम्हाला व्हायची. त्या रागाने हृदयावर ताण यायचा, आम्हाला त्रास व्हायचा. म्हणून डॉक्टरांनी आम्हाला 'रागावर नियंत्रण ठेवा, मनाचा क्षोभ वाढवू नका.' असा सल्ला दिला.

मग आम्हीही रागावर नियंत्रण ठेवण्याची पराकाष्ठा करू लागलो. अगदी खरं मनापासून सांगायचं तर त्याचा मुलगा गेला, ह्यात आमची चूक होती. आमचा निष्काळजीपणा होता. आपली चूक मान्य करण्याचे मनाचे मोठेपण आमच्याजवळ नव्हते. उलट, आपल्याला कोण काय करणार याची गुर्मी होती. त्यामुळे हॉस्पिटलमध्ये असताना आम्ही मारत्याला शिव्या द्यायचो.

"जाऊ दे रे भिकू, त्याच्या कर्माची फळे त्याला मिळतील. आपण कशाला त्याला मारण्याचे पाप करायचे?" आम्ही पटकन बोलून गेलो. आम्ही आध्यात्मिक असे काहीतरी बोललो, हे नंतर आम्हाला जाणवले.

भिकू आमच्याकडे पाहू लागला. मालक आपल्याला प्रोत्साहन देतील, असा त्याचा अंदाज होता. पण आम्ही असं म्हटल्यावर तो हिरमुसला झाला.

"मालक, त्यानं आपल्याला चाकू मारला. आपण इनामदार. मालक, त्येस्नी शिक्षा व्हायाला पाहिजे." भिकू आम्हाला समजावत म्हणाला.

"भिकू, त्याला कायद्यानं शिक्षा होईल. आपण कशाला मारामारी करायची?" आम्ही असं म्हणालो. पण आमचं आम्हालाच नवल वाटू लागले. पूर्वीची आमची त्याला गोळी घालण्याची भाषा आणि आताची मवाळ भाषा यांतील फरक आम्हाला जाणवू लागला.

आम्ही हा प्रसंग बंगल्यावर आल्यावर शालिनीदेवींना सांगितला. "आमच्या

तब्येतीत सुधारणा झाली आहे; पण आमच्या स्वभावात सुद्धा फरक झाला आहे.'' आम्ही म्हणालो.

''आपल्यातला फरक आम्हालाही जाणवला आहे. पण आपले हृदयाचे ऑपरेशन झाले आहे. कदाचित त्याचाही परिणाम असू शकेल.'' शालिनीदेवी म्हणाल्या.

''इतक्या जणांची हृदयाची ऑपरेशन्स होतात. त्या सगळ्यांत असा फरक होत असेल?'' आशाराणी आमच्या खोलीत येत म्हणाल्या.

''इतरांची ऑपरेशन्स आणि साहेबांचे ऑपरेशन यामध्ये फरक आहे. हृदयाच्या बायपास सर्जरीच्या वेळी हृदयावर शस्त्रक्रिया केली जात नाही; तर हृदयाला जोडलेल्या रक्तवाहिन्यांवर शस्त्रक्रिया केली जाते.'' शालिनीदेवी म्हणाल्या.

''व्वा! आपण अगदी डॉक्टरीणबाईंप्रमाणे बोललात. आपण बरीच माहिती जमा केलेली दिसते.'' आम्ही म्हणालो.

''आम्ही डॉक्टरांच्या पत्नी म्हणजे डॉक्टरीण आहोतच.'' शालिनीदेवी म्हणाल्या, ''पण आपले ग्रह चांगले म्हणून डॉ. भालेराव, डॉ. जोन्स वेळेवर आले आणि त्यांनी ही निराळी शस्त्रक्रिया केली.''

''आमचा हा ग्रह, तारे यांवर आधारलेल्या ज्योतिषावर अजिबात विश्वास नाही. हे ज्योतिषशास्त्र म्हणजे थोतांड आहे.'' आशाराणी थोड्याशा त्वेषाने म्हणाल्या.

''ज्योतिष हे शास्त्र आहे की नाही आम्हाला माहीत नाही. पण आम्हाला त्याचा पडताळा आला आहे.''

''शालिनीदेवी, अध्यात्म, ज्योतिष, परमेश्वर अशा विज्ञानाला मान्य नसणाऱ्या गोष्टी आपल्या मनात ठासून भरल्या आहेत. त्या आपल्या मनातून काढून टाका म्हणजे जगामध्ये जे विज्ञानाचे शोध लागत आहेत, ते समजण्यास मनात जागा तयार होईल.' आशाराणी चिडून म्हणाल्या.

शालिनीदेवी काही बोलल्या नाहीत. त्यांनी त्यांचे कपाट उघडले आणि त्यातून एक पेटी काढली. त्या पेटीत एक कागदाची घडी होती. ती त्यांनी उघडली. तो जीर्ण, पिवळा पडलेला कागद त्यांनी आशाराणींच्या हातात दिला.

''आज साहेबांचे वय चौपन्न आहे. या कागदावर साहेबांच्या आयुष्यातल्या महत्त्वाच्या घटना कोणत्या वर्षी घडणार आहेत, ते लिहिले आहे. चौपन्नाव्या वर्षाची नोंद पाहा.'' शालिनीदेवी हलक्या आवाजात म्हणाल्या.

आशाराणींनी तो कागद घेतला. त्यांनी तो कागद निरखून पाहिला. वरच्या बाजूला आमचे नाव होते. त्याच्या खाली आमची पत्रिका होती आणि

त्याच्या खाली आयुष्यातील काही महत्त्वाच्या घटना लिहिल्या होत्या.

"चौपन्नाव्या वर्षी काहीच नोंद नाही. पण पन्नासाच्या पुढे आहे."

"वाचा. वाचा. काय नोंद आहे ती." आम्ही उत्सुकतेने म्हणालो.

"या जातकाला ५० व्या वर्षी मोठे दुखणे होईल. त्यातून ते वाचेल. पण त्याचा पुनर्जन्म झालेला असेल. वेळेवर शल्यकर्म केल्याने त्याचे प्राण वाचतील. पण त्याचे जीवनच बदलून जाईल." आशाराणींनी वाचले.

आम्ही दिङ्मूढच झालो. "पाहू", म्हणत आम्ही तो कागद आशादेवींकडून घेतला आणि वाचू लागलो

"या कागदावरच्या नोंदीत ५० व्या वर्षी असा उल्लेख आहे. पण ५० व्या वर्षी काहीच झाले नाही. ५४ व्या वर्षी हे प्रकरण उदभवले." तोंड वाकडे करीत आशाराणी म्हणाल्या, "बाबासाहेब स्वत: डॉक्टर आहेत, ते कोणत्याही दुखण्यातून बाहेर पडले असते."

"वयाच्या नोंदीत थोडा फरक असेल; पण घडलेलं मात्र तसंच आहे." आम्ही म्हणालो, "आम्हाला आयुष्यही भरपूर आहे. ७९ व्या वर्षी आयुष्यसमाप्ती असं यात लिहिले आहे."

"यांचे आयुष्य बदलून जाईल म्हणजे काय ते काळच ठरवील. आम्ही हा कागद मुद्दाम जपून ठेवला आहे. ज्योतिषशास्त्राने केलेल्या या भाकितावर विश्वास ठेवायचा का नाही, ते आपण ठरवावे." शालिनीदेवी म्हणाल्या.

"एखादी नोंद बरोबर आली म्हणून गर्वाने फुलून जाण्याचे काही कारण नाही. म्हणून आम्ही ज्योतिषावर विश्वासही ठेवणार नाही." आशादेवी म्हणाल्या.

"हेच भविष्य एखाद्या पाश्चात्त्य माणसाने इंग्रजीतून सांगितले असते, म्हणजे आपण त्यावर विश्वास ठेवला असतात." शालिनीदेवी म्हणाल्या.

"आमचासुद्धा या शास्त्रावर विश्वास बसू लागला आहे. ज्योतिषशास्त्राचा अभ्यास करावा असंही, आम्हाला वाटू लागलं आहे." आम्ही म्हणालो.

"बाबासाहेब, आपण शालिनीदेवींच्या कह्यात जाऊ लागला आहात." आशाराणींनी टोला मारला.

"आम्ही कोणाच्याही कह्यात गेलेलो नाही." आम्ही म्हणालो.

"आपला ज्योतिषावर विश्वास नव्हता, आपण नास्तिक होतात. न्यूटन, फॅराडे ही आपली दैवते. आर्यभट्ट, भास्कराचार्य यांच्यापेक्षा त्यांच्यावर आपला जास्त विश्वास होता. पण ऑपरेशनंतर आपल्यात आमूलाग्र बदल झालेला आहे. हा धोकादायक बदल कशाने झाला, हे डॉ. भालेराव यांना आम्ही

विचारणार आहोत.'' आशाराणी काळजीच्या स्वरात म्हणाल्या, ''आमचा जरी जादूटोण्यावर विश्वास नसता तरी आम्हाला असं वाटू लागलं आहे की त्या असलाच काही प्रकार करत नसतील ना?'' त्या शालिनीदेवींकडे पाहत म्हणाल्या.

''आम्ही जादूटोणा करत नाही. आजपर्यंत साहेब नास्तिक होते म्हणून आमच्या संसारात कधी वाद झाले नाहीत. आपल्या मताप्रमाणे वागावे, असे साहेबांचे मत आहे. त्यांनी आम्हाला कसे वागावे हे सांगितले नाही, की कशाची सक्ती केली नाही. आम्हालाही साहेबांनी आमच्या म्हणण्याप्रमाणे वागावं असं कधी वाटलं नाही.'' शालिनीदेवी शांतपणे पण ठामपणे म्हणाल्या.

आशाराणींना आमच्यातला बदल चांगला वाटला नाही, तरी आम्हाला तो चांगला वाटू लागला.

हे आशाराणींना जिव्हारी लागले. त्यांनी ताबडतोब डॉ. मोहित्यांना फोन लावला. ते भेटले नाहीत. पण त्यांना बाबासाहेब इनामदारांना ताबडतोब फोन करायला सांगितले.

''आशाराणी, इतके अस्वस्थ होण्याचे कारण नाही. एखाद्या घटनेमुळे मनुष्याच्या स्वभावात फरक पडू शकतो. सम्राट अशोक, गौतम बुद्ध यांच्या मनांवर घटनांचा परिणाम होऊन त्यांनी नाही का आपले जीवन बदलले?'' आम्ही त्यांना समजावण्याचा प्रयत्न केला.

''आपण स्वत:ला इतके महान समजता?'' त्यांनी कुत्सितपणे विचारले.

''आम्ही तेवढे महान नसू. पण घटनांचा मनावर होणारा परिणाम फक्त महान लोकांवरच होत नाही; सामान्य लोकांवरसुद्धा होऊ शकतो.'' आम्ही म्हणालो.

''बाबासाहेब, आपल्यातल्या या विकृत बदलाची कारणे शोधण्याचा आम्ही प्रयत्न करत आहोत. आणि आपण असं बोलून आम्हाला अडचणीत आणत आहात. आपल्या भवितव्याची आम्हाला काळजी वाटते.'' आशाराणी म्हणाल्या.

''साहेबांमध्ये जर बदल झाला असेल, तर ती विकृती नसेल. आपण बाबा आमटे हे नाव ऐकले असेल. त्यांनी कुष्ठरोगी पाहिला, त्याची असहाय अवस्था पाहिली. त्यांच्या मनात कुष्ठरोग्यांबद्दल प्रचंड सहानुभूती निर्माण झाली. त्यांचे मन द्रवले. बदलले. त्यांनी आपला व्यवसाय सोडून दिला. झालेला बदल हा विकृत नव्हता. तसंच साहेबांच्या मनात सहानुभूती निर्माण होऊ लागली, कोणाला मदत करण्याची इच्छा होऊ लागली, तर तो बदल विकृत असणार

नाही.'' शालिनीदेवी म्हणाल्या.

"आपले मत काहीही असू द्यात. आम्हाला हा बदल विकृत वाटतो. जेव्हा माणसाचा विज्ञानावरचा विश्वास कमी होऊन परमेश्वर, ज्योतिष, दुसर्‍याबद्दल सहानुभूती यांच्यावरील विश्वास वाढतो, तेव्हा तो बदल विकृत आहे असे आमचे स्पष्ट मत आहे. हा बदल का होत आहे, हे शोधून काढून तो पुढे वाढणार नाही याकरिता उपाययोजना आम्ही करणार आहोत.'' आशाराणी निक्षून म्हणाल्या.

त्यांनी फोन उचलला आणि त्या डॉ. मोहिते यांना फोन करू लागल्या.

"डॉ. मोहिते, आम्ही आशाराणी बोलतो आहोत. आम्हाला बाबासाहेब इनामदारांच्या प्रकृतीविषयी आपल्याशी बोलायचे आहे. आपण त्यांना तपासायला ताबडतोब या.''

"आज दुपारी ४ वाजता डॉ. मोहिते येणार आहेत.'' फोन क्रेडलवर ठेवत त्या म्हणाल्या. "आम्ही सर्वांसमोर डॉक्टरांशी बोलणार आहोत आणि ऑपरेशनबद्दलचे सत्य शोधून काढणार आहोत.''

●●

दुपारचे चार वाजले होते. आशाराणींच्या आदेशाप्रमाणे सर्वजण हॉलमध्ये डॉ. मोहित्यांची वाट पाहत बसलो होतो.

"आत्यासाहेब, आज डॉक्टरांना कशासाठी बोलावले आहे? ते तर नेहमी येऊन बाबासाहेबांना तपासून जात असतात. २-३ दिवसांपूर्वी तर ते येऊन गेले. बाबासाहेबांची तब्येत आता छान सुधारली आहे, असे ते म्हणाले होते. आता बाबासाहेबांना काही त्रास होतो आहे का?'' बाळासाहेबांनी विचारले.

"बाळासाहेब, तुम्ही साखर कारखाना, ऊस, शेती यांमध्ये इतके गुरफटून गेला आहात, की आपल्याला घरात काय चाललं आहे हे पहायला वेळच मिळत नाही.'' आशाराणी म्हणाल्या.

"का? काय झालं?'' बाळासाहेबांनी चमकून विचारलं.

"त्यांच्या मते साहेबांच्या स्वभावात फरक झालेला आहे. पूर्वी त्यांच्या मनाविरुद्ध गोष्ट झाली की ते चिडायचे. आता चिडत नाहीत. पूर्वी ते पूर्ण नास्तिक होते, आता ते आस्तिक झाले आहेत. हा सर्व बदल ऑपरेशननंतर झाला, असं वाटलं त्यामुळे त्यांना ऑपरेशनची माहिती घ्यायची आहे.'' शालिनीदेवी शांतपणे म्हणाल्या.

"मग चिडचिड कमी झाली ही गोष्ट तब्येतीकरता चांगलीच आहे. समजा, काही कारणानेच चांगली गोष्ट घडली असेल, तर चौकशीची काय आवश्यकता?" बाळासाहेब म्हणाले.

"चिडणे कमी झाले की बी. पी. नॉर्मल राहते. उत्साह वाढलेला आहे, अशक्तपणा कमी झाला आहे, वजन वाढलं आहे. पहिल्याप्रमाणे डिस्पेन्सरीत जाऊ लागले आहेत. ही सगळी लक्षणे ऑपरेशन यशस्वी झाल्याची आहोत." गायत्रीदेवींनी बाळासाहेबांना पाठिंबा दिला.

"गायत्रीदेवी, आपण डॉक्टर आहात म्हणजे आपल्याला सर्व कळते आहे, असा त्याचा अर्थ होत नाही. आपण लहान आहात. आपल्याला यातलं काही कळायचं नाही." आशाराणींनी गायत्रीदेवींना फटकारले.

"आत्यासाहेब, त्यासुद्धा डॉक्टर आहेत. डॉ. मोहिते आणि त्या दोघेजण बाबासाहेबांना तपासतात. त्या बाबासाहेबांना वेळच्या वेळी औषधे देतात. त्यांच्या तब्बेतीच्या माहितीचे रेकॉर्ड ठेवतात. त्या आता लहान नाहीत. त्या आमच्या मुलाच्या आईसुद्धा आहेत." बाळासाहेब गायत्रीदेवींच्या मदतीला आले.

"त्या कितीही मोठ्या झाल्या, तरी आम्हाला लहानच आहेत." आशाराणींनी बाळासाहेबांना खडसावले.

"पण ज्ञानाने त्या मोठ्या आहेत. डॉ. मोहित्यांना बोलावण्याऐवजी आपण त्यांना विचारलं असतं, तर त्यांनीसुद्धा सांगितलं असतं. मोहित्यांना उगाच इतका लांब हेलपाटा दिलात."

"बरं. गायत्रीदेवी, आम्हाला सांगा. बाबासाहेबांची शारीरिक तब्येत सुधारली पण मानसिक सुधारली नाही. उलट, ती बिघडली याला काय कारण आहे?" आशाराणींनी विचारलं.

यावर आम्ही काही बोलणार होतो इतक्यात पोर्चमध्ये गाडी थांबली.

"डॉक्टर आले." आशाराणी म्हणाल्या.

आम्ही सगळेच हॉलमध्ये बसलेले पाहून डॉक्टरांनी विचारलं.

"काय मीटिंग चालली आहे? बाबासाहेब ठीक आहेत ना?"

"या, या डॉक्टर. एका गंभीर गोष्टीकरिताच आपल्याला बोलावले आहे. बसा." आशाराणी कोचाकडे बोट दाखवत म्हणाल्या.

डॉक्टर कोचावर बसले.

"हं! बोला. काय सीरियस गोष्ट आहे?"

"डॉक्टर, आपल्याला बाबासाहेबांचा पूर्वीचा म्हणजे ऑपरेशनच्या आधीचा

स्वभाव माहितीच आहे.'' आशाराणींनी तारसप्तकात बोलायला सुरुवात केली. डॉक्टरांनी होकारार्थी मान हलवली.

"ते नास्तिक होते. म्हणजे आम्ही त्यांना लहानपणापासून ओळखतो. त्यांनी कधीही परमेश्वराला हाक मारली नाही. अगदी संकटात असताना देखील. मी माझ्या हिमतीने या संकटातून बाहेर पडेन, अशी त्यांची जिद्द होती. पूर्वी एखाद्या पेशंटने पैसे दिले नाहीत, तर ते त्याला दिलेले औषध परत घ्यायचे. आता परिस्थिती बदलली आहे. आता ते त्याला नंतर पैसे घेऊन ये. असे सांगतात. त्यामुळे त्यांच्या डिस्पेन्सरीचा काही दिवसात डॉ. बाबासाहेब इनामदारांची धार्मिक डिस्पेन्सरी असा लौकिक पंचक्रोशीत पसरायला वेळ लागणार नाही. आपल्या हॉस्पिटलमधून डिस्चार्ज घेऊन परत येताना ते त्या सिद्धमहाराजांच्या आश्रमात जाऊन नमस्कार करून आले. आता सांगा डॉक्टर, ही बाबासाहेबांची मानसिक अधोगती नाही का?'' आशाराणींनी डॉक्टरांसमोर कैफियत मांडली.

"बाबासाहेब, आपल्याला काही त्रास होतो का? छातीत दुखणे, घाम येणे असं काही होतं का?'' डॉक्टरांनी आम्हाला विचारले.

"तसं काही आम्हाला होत नाही. उलट, आता आमची तब्येत चांगली आहे. मन एकदम शांत असतं. त्यामुळं पूर्वीसारखी मनाची चिडचिड होत नाही. स्वभावात थोडा मवाळपणा आला आहे, ही गोष्ट खरी. देवावर थोडा थोडा विश्वास बसू लागला आहे. आता आमच्या ऑपरेशनचेच उदाहरण घेऊ. आम्ही सीरियस होतो. आमच्या हृदयाचे ऑपरेशन थोडं क्रिटिकल होतं. डॉ. जोन्स इंग्लंडमधून आमच्या ऑपरेशनकरता आले. हा योगायोग समजायचा का परमेश्वराचा कृपा समजायची? आणि आमचा स्वभाव थोडा मवाळ झाला म्हणजे आमची मानसिक अधोगती झाली, असं आपण तरी म्हणाल का?'' आम्ही म्हणालो.

"डॉक्टर, हृदयाची शस्त्रक्रिया झाली तर स्वभाव बदलतो?'' बाळासाहेबांनी विचारले.

"खरं म्हणजे डॉ. जोन्सनी अशा तऱ्हेच्या हृदय शिवण्याच्या शस्त्रक्रिया परदेशात केलेल्या आहेत. भारतात अशी शस्त्रक्रिया कदाचित पहिलीसुद्धा असू शकेल. त्यामुळे स्वभावात फरक पडतो की नाही, हे डॉ. जोन्सच सांगू शकतील.'' डॉक्टर म्हणाले.

"अशा शस्त्रक्रियांचा आणि स्वभावाचा काही संबंध आहे, असं कोठल्याही मेडिकल जर्नलमध्ये प्रसिद्ध झालेले नाही.'' गायत्रीदेवी म्हणाल्या.

"डॉक्टर, आम्हाला तुमच्याकडून उत्तर पाहिजे.'' आशाराणी गायत्रीदेवींकडे

दुर्लक्ष करून म्हणाल्या, ''आम्हाला तरी वाटतं, ह्या ऑपरेशनचा आणि स्वभावाचा नक्कीच काहीतरी संबंध आहे.''

''गायत्रीदेवी म्हणाल्या ते बरोबर आहे. कोणत्याही मेडिकल जर्नलमध्ये असं काही आर्टिकल आलेलं आमच्यासुद्धा पाहण्यात नाही. हृदय शिवण्याकरिता वापरायचा थ्रेड हा स्पेशली बनविलेला असतो. त्या थ्रेडसंबंधी माहितीचे आर्टिकल आम्ही पाहिलेले आहे. पण त्यातसुद्धा त्याने स्वभाव बदलतो असं काही लिहिलेले नाही.'' डॉक्टर म्हणाले.

''आध्यात्मिक दृष्ट्या विचार केला तर माणसाचं मन हे हृदयात असतं का मेंदूत असतं, किंवा मनुष्याच्या शरीरात जी षट्चक्रे असतात त्यांच्यामध्ये असतं, ह्यासंबंधी आम्हीसुद्धा कोठल्याही आध्यात्मिक ग्रंथात वाचलेलं नाही. अर्थात आमचा अभ्यास कमी पडत असेल.'' शालिनीदेवी म्हणाल्या, ''पण मनातली चिडचिड कमी होणं, मन शांत राहणं. मनात सेवाभावी वृत्ती वाढणं, जीवनातली आसक्ती कमी होणं ही सर्व चांगली लक्षणं आहेत. त्यामुळं अहंभाव कमी होतो. आणि माणूस आध्यात्मिक क्षेत्रात वरच्या पायरीवर जातो. हे आध्यात्मिक प्रगतीचं लक्षणं आहे. असा जर साहेबांच्या मनात बदल होत असेल, तर ते चांगले लक्षण आहे.''

''अध्यात्म हे थोतांड आहे. देव, परमेश्वर, पाप-पुण्य, पुनर्जन्म सगळं माणसाने आपले पोट भरण्याकरिता काढलेले धंदे आहेत. म्हणूनच आपल्याला गल्लोगल्ली साधूमहाराज दिसतात. या जगात माणसाचे कर्तृत्व महत्त्वाचे आहे. आपल्या कर्तृत्वाने जगाला जो वाकवतो, तोच येथे जगायला लायक आहे. पाप-पुण्याचा विचार करून जो मवाळपणे वागतो, तो या जगात टिकणारच नाही. ठोशाला ठोशानेच उत्तर दिले पाहिजे.'' आशाराणी त्वेषाने म्हणाल्या.

''आत्यासाहेब, असं आम्हाला वाटत नाही. बाबासाहेबांवर मारत्यानं का हल्ला केला याचा आम्ही जेव्हा विचार करतो, तेव्हा आमच्या मनात नेहमी एक विचार येतो. बाबासाहेबांनी त्याला नीट समजावले असते, त्याचा राग शांत केला असता, तर कदाचित त्याने हल्ला केला नसता. आपण ठोसा दिला तर आपल्याला पण ठोसा मिळणारच.'' बाळासाहेब म्हणाले.

''बाबासाहेब, आम्ही येथे डॉक्टरांना आध्यात्मिक चर्चा करायला बोलावलेले नाही. आमच्या प्रश्नाचे उत्तर देण्याकरिता बोलावले आहे.'' आशाराणी म्हणाल्या. ''आपला उद्देश आमच्या लक्षात आला; पण आम्ही काही हार्ट सर्जन नाही. त्यामुळे या ऑपरेशननंतर असा काही बदल होतो किंवा नाही, हे आम्हा सांगू

शकणार नाही. आम्ही याबाबत डॉ. भालेराव यांच्याकडून माहिती घेऊन आपल्याला सांगू किंवा जर त्यांना वेळ असेल तर त्यांनाच येथे घेऊन येऊ.'' डॉक्टर म्हणाले.

''डॉक्टर भालेरावांना जर घेऊन आलात तर बरे होईल.'' आशाराणी हताश होऊन म्हणाल्या.

''नक्की. आम्ही तसा प्रयत्न करू.'' डॉक्टर म्हणाले.

''डॉक्टर, आम्ही आपला वेळ घेतल्याबद्दल माफ करा; पण आशाराणींच्या मनात उत्पन्न झालेल्या संशयाचे निराकरण होणे जरुरीचे आहे. बाळासाहेब आताच म्हणाले होते, की मारत्याच्या मनातला संशय त्याला नीट समजावून सांगून काढून टाकला असता, तर हे पुढचे प्रसंग घडलेच नसते. या त्यांच्या बोलण्यात तथ्य आहे. आशाराणींच्या मनातला संशयही घालवला पाहिजे.'' शालिनीदेवी म्हणाल्या

''वेळेचे इतके काही नाही. बाबासाहेब आमचे मित्र आहेत. त्यांच्याकरिता आमचा वेळ गेला तरी तो सत्कारणीच लागला, असं आम्हाला वाटतं.'' डॉक्टर म्हणाले.

''डॉक्टर मोहिते, आपण हॉस्पिटल चांगले बांधले आहे.'' आम्ही म्हणालो. डॉक्टर खूश झाले. ''आम्हाला जेवढ्या सोयीं करता आल्या तेवढ्या सर्व आम्ही केलेल्या आहेत. ऑपरेशन थिएटर आधुनिक पद्धतीने सुसज्ज केले आहे.''

''आम्ही पेशंट असल्यामुळे नीट पाहू शकलो नाही.'' आम्ही म्हणालो.

शालिनीदेवींनी डॉक्टरांना चहाचा कप दिला.

''आता परत ऑपरेशनकरिता नाही, तर ऑपरेशन थिएटर observe करायला या.'' डॉक्टर म्हणाले.

सगळे हसले. चहा-बिस्किटांचा कार्यक्रम झाल्यावर डॉक्टरांनी निरोप घेतला.

●●

आम्ही आमच्या अभ्यासिकेत नवीन आलेले मेडिकल जर्नल वाचत बसलो होतो. 'ब्रेन ट्रान्स्प्लान्ट' संबंधी एका ब्रिटिश डॉक्टरांचा एक लेख त्यात होता. आम्ही उत्सुकतेने तो वाचत होतो.

मेंदूच्या प्रत्येक भागाचे कार्य, त्यातील स्मरणशक्ती यांवर लेखकाने बरेच संशोधन केले होते. त्याचे म्हणणे असे, की Brain Transplantation

जरी अवघड असले तरी ते अशक्य नाही. ते फार जोखमीचे आहे. ते जर शक्य झाले तर मूकबधिर सामान्य माणसाप्रमाणे जीवन जगतील. त्यांच्यातील विकृती नाहीशी होईल. इतकेच नाही तर पुढे त्याने आणखी एक महत्त्वाची गोष्ट सांगितली होती. 'जर एखाद्या शास्त्रज्ञाचा मृत्यू झाला आणि त्याचा मेंदू ताबडतोब काढून दुसऱ्या माणसाला बसविला, तर त्या शास्त्रज्ञाने आयुष्यभर जे ज्ञान मिळवले असेल ते त्या सामान्य माणसाला आठवेल आणि तो शास्त्रज्ञाचे अर्धवट राहिलेले संशोधन पुढे चालू ठेऊ शकेल.'

हे वाचून आम्हाला आमच्या शास्त्राचा खरोखरीच अभिमान वाटला. असं झालं तर माणसाच्या मृत्यूमुळे थांबणारा संशोधनाचा ओघ न थांबता अखंड वाहत राहील आणि नवीन संशोधनाला लागणारा वेळ खूपच कमी होईल असं आम्हाला वाटू लागलं. असं झालं तर विज्ञानात क्रांती होईल, आम्ही पुटपुटलो. म्हणजे नवीन नवीन शास्त्रज्ञ काम करत असतील, पण मूळचे ते सामान्य माणूस असतील, पण त्यांच्या डोक्यात पूर्वीच्या मोठ्या शास्त्रज्ञाचा मेंदू असल्यामुळे ते संशोधन करत असतील. आता मेंदूचे आयुष्य किती ते शोधून काढावे लागेल. म्हणजे एका शास्त्रज्ञाचा मेंदू पुढे किती पिढ्यांपर्यंत वापरता येईल ते समजेल. इलेक्ट्रॉनिक चिपवर असलेला प्रोग्रॅम जसा दुसऱ्या चिपवर लोड करता येतो, तसे एका मेंदूतले ज्ञान दुसऱ्या मेंदूत लोड करता येईल का? याचेही संशोधन करावे लागेल. यामुळे संशोधनात खंड न पडता ते पुढे चालू राहील. त्यामुळे वेळेची बचत होईल."

आमचे वैज्ञानिक विचार खूपच पुढे जाऊ लागले, त्या नुसत्या विचारांनीच आम्हाला थकवा आल्यासारखा वाटलं. आम्ही अभ्यासिकेतून बाहेर पडलो आणि शालिनीदेवींच्या खोलीत गेलो.

त्या TVवर कसलातरी प्रोग्रॅम पाहत बसल्या होत्या.

"काय पाहता आहात?" आम्ही विचारलं.

"TVच्या काही चॅनल्सवर आध्यात्मिक कार्यक्रम असतात. त्यांतून अध्यात्मातली नवीन नवीन माहिती मिळते." त्या म्हणाल्या.

"आम्हाला चहा पाहिजे होता आपल्या हातचा. आम्हाला थोडा थकवा आला आहे. आता आम्ही 'मेडिकल जर्नल' मधला एक लेख वाचत होतो. त्यात लेखकाने 'ब्रेन ट्रान्सप्लान्ट' बद्दल लिहिले होते. विषय इतका गहन आहे की ते वाचूनच आम्हाला थकवा आला. म्हटलं, आपल्या हातचा गरमागरम चहा घेतल्यावर थकवा जाईल."

"इतकेच ना? आता घेऊन येतो.'' असं म्हणून त्या किचनमध्ये गेल्या. आम्ही कोचावर डोळे मिटून बसलो.

"मनुष्य अमर नाही. मनुष्यच काय, ज्या गोष्टींची उत्पत्ती होते ती नाश पावतेच.'' आम्ही डोळे उघडले. TVवर कोणी भगवी वस्त्रे घातलेला, दाढी वाढवलेला साधू प्रवचन देत होता.

"या जगात एकच अमर गोष्ट आहे. ती म्हणजे आत्मा. तो कधी निर्माण होत नाही, तसा तो नष्टसुद्धा होत नाही. तो अमर आहे.'' त्याच्या प्रवचनात आम्हाला उत्सुकता वाटू लागली. आम्ही मन देऊन ऐकू लागलो.

"आत्मा म्हणजे काय? या सृष्टीवर नियंत्रण ठेवणारी एक शक्ती आहे. ती शक्ती नियमानुसार पृथ्वीवरील प्रत्येकजण वागतो की नाही हे पाहत असते. तिचाच एकेक कण सृष्टीतल्या सर्व सजीवांत असतो. याउलट, त्या कणामुळे ती वस्तू सजीव झालेली असते, असंही म्हणता येईल. त्या शक्तीचा तो कण म्हणजे आत्मा. सजीव वस्तूचा जन्म होताना तो आत्मा त्या वस्तूत समाविष्ट होतो आणि त्या वस्तूतून आत्मा बाहेर पडल्यावर ती वस्तू निर्जीव होते. बाहेर पडलेला आत्मा परत सृष्टीच्या नियंत्रक शक्तीत विलीन होतो. पण ही प्रक्रिया जर तो आत्मा शुद्ध स्थितीत असेल, तरच घडू शकते. जर आत्मा अशुद्ध असेल, तर तो विलीन होऊ शकत नाही.

"आता अशुद्ध आत्मा म्हणजे काय ते पाहू. आपण मनुष्यप्राण्याचे उदाहरण घेऊ. मनुष्याचा जन्म होताना म्हणजे गर्भावस्थेत आत्मा त्यात समाविष्ट होतो. म्हणून जन्म होताना माणूस सजीव असतो. त्या आत्म्याच्या विचारांप्रमाणे मनुष्य निरनिराळी कृत्ये करत असतो. किंबहुना तो कृत्य करवून घेत असतो. त्यालाच कर्म म्हणतात. माणसाचे विचार म्हणजे त्याचे मन. ते शरीराच्या कोणत्या भागात असते, हे अजून आपल्याला माहीत नाही. या मनामुळे- आत्म्यामध्ये निरनिराळे विकार निर्माण होतात. हे विकार म्हणजेच वासना. ह्या वासना आत्म्याला अशुद्ध करतात. मनुष्याच्या शरीरातून आत्मा जेव्हा बाहेर पडतो, तेव्हा तो माणूस पंचत्वात विलीन झाला, असं आपण म्हणतो. आत्मा सृष्टितत्त्वात विलीन झाला असा त्याचा अर्थ. पण सर्वच आत्मे असे विलीन होत नाहीत. आत्मा बाहेर पडताना त्याच्याभोवती वासनेची वलये असतात. त्यामुळेच तो आत्मा अशुद्ध झालेला असतो. ह्या वासना भोगल्याशिवाय ती वलयं नाहीशी होत नाहीत आणि त्या वासना भोगण्याकरिता तो अशुद्ध आत्मा दुसऱ्या शरीरात प्रवेश करतो.

"आता सगळ्याच वासना वाईट नसतात. आपण एक उदाहरण घेऊ. एक शास्त्रज्ञ आहे. तो त्याचं सर्व आयुष्य संशोधनात घालवतो. पण ते पूर्ण होत नाही. शरीर नश्वर आहे. ते थकते. पण आत्मा शकत नाही. ज्या वेळी आत्मा त्या शरीराच्या बाहेर पडतो, त्या वेळी त्या शास्त्रज्ञाच्या संशोधन पूर्ण करण्याच्या अपुऱ्या इच्छेचे वलय त्याच्याभोवती निर्माण होते. त्यालाच वासनेचे वलय म्हणतात. तो ते वलय घालविण्याकरिता परत दुसऱ्या शरीरात शिरतो. त्याच्या आधीच्या जन्मातील ज्ञानामुळे त्याला आपण हुशार म्हणतो. तो मोठेपणी शास्त्रज्ञ होतो आणि पूर्वजन्मातली आपली अपुरी वासना पूर्ण करण्याचे प्रयत्न करतो. आता विवेचनावरून आपल्याला समजले असेल, की एकाच घरात जन्मलेले दोन भाऊ सारख्याच बुद्धिमत्तेचे का नसतात? एकाची संशोधनाची वासना अपूर्ण असते, तर त्याच्या भावाची श्रीमंत होण्याची वासना अपूर्ण असते; म्हणून एक जण शास्त्रज्ञ होतो तर त्याचा भाऊ अनेक धंदे करून पैसे मिळवतो व श्रीमंत होण्याची इच्छा पूर्ण करतो.

"या विवेचनामुळे आपल्याला समजले असेल, की आत्मा मूळ शक्तीत विलीन न होता त्याला पुनर्जन्म घ्यावा लागतो. याबद्दलचे विवेचन आम्ही आमच्या पुढील प्रवचनांत करू."

आम्ही हे ऐकून भारावून गेलो.

"अहो, चहा घेता का?" शालिनीदेवींच्या या प्रश्नाने आम्ही भानावर आलो. "आम्ही चहा घेऊन केव्हाच आलो होतो; पण आपण TV वरील प्रवचनात इतके रंगून गेला होतात, की आपली एकाग्रता भंग करावी असं आम्हाला वाटेना. म्हणून आम्ही थांबलो. आम्हीही प्रवचन ऐकले."

शालिनीदेवींनी किटलीतला चहा कपात ओतून आम्हाला दिला.

"आम्हाला नवल वाटते की आता आम्ही मेडिकल जर्नलमधला 'ब्रेन ट्रान्सप्लान्टेशन' या विषयावरचा पेपर वाचत होतो. एकाचा मेंदू दुसऱ्याच्या मेंदूच्या जागी बसवला, तर त्या मेंदूत साठवलेली बुद्धी नवीन माणसाला मिळू शकेल का? यावर पाश्चात्त्य देशांत संशोधन चालू आहे आणि आताच्या प्रवचनात 'माणसाच्या पूर्वजन्मातील वासनांमुळे अर्धवट राहिलेले संशोधन पुढील जन्मात पूर्ण करता येते', असं सांगितलं. दोन्ही विषयांतील साधर्म्याचे आम्हाला आश्चर्य वाटते." आम्ही चहाचे घोट घेत म्हणालो.

"हे आध्यात्मिक प्रवचन असूनही आपण इतक्या एकाग्रतेने ऐकलेत, याचे कौतुक वाटते. आशावन्संना जर हे समजले ,तर त्या आकाशपाताळ एक

करतील.'' शालिनीदेवी हसत हसत म्हणाल्या.

''तुम्ही काही म्हणा, पण हा विषय मोठा उत्सुकतेचा आहे.''

''या विषयावरचे एक पुस्तक आम्ही आपल्याला देतो. ते वाचले तर बऱ्याच गोष्टींच्या शंकांचे निरसन होईल.''

शालिनीदेवींनी पुस्तकांच्या रॅकमधून एक पुस्तक काढून आम्हाला दिले.

''आपण सवडीनुसार वाचा.''

●●

आमच्या मनात असलेली अध्यात्मावरची अढी थोडीथोडी ढिली होऊ लागली. अध्यात्मात काहीतरी तथ्य आहे, हे पटू लागले. जे शोध आता विज्ञानाने लागत आहेत त्यांचे संदर्भ रामायण, महाभारतात आहेत, यावर आमचा विश्वास बसू लागला. आजपर्यंत रामायण, महाभारत ही महाकाव्ये आहेत असे आमचे मत होते. पण आता आम्ही असा विचार करू लागलो, की त्यातील विमानाची कल्पना किंवा निरनिराळ्या अस्त्रांची कल्पना आता प्रत्यक्षात येत आहेत. ती महाकाव्ये लिहिणाऱ्यांच्या प्रतिभेचे आम्हाला कौतुक वाटायला लागले. त्यांच्या दूरदृष्टीचे आश्चर्य वाटू लागले.

पूर्वी आणखी कशाकशाच्या कल्पना कवींनी किंवा लेखकांनी करून ठेवल्या आहेत हे समजण्याकरिता आम्ही वेद, उपनिषदे, संस्कृतमध्ये लिहिलेल्या निरनिराळ्या पोथ्या, पुराणे असे ग्रंथ वाचू लागलो. जुन्या कल्पना आणि विज्ञानाचे आताचे शोध यांचा समन्वय साधण्याचा विलक्षण छंद आम्हाला लागला.

हल्ली वैज्ञानिक निरनिराळ्या कंपनांवर संशोधन करत आहेत. जगातील व्यवहार निरनिराळ्या प्रकारच्या कंपनांवर आधारित आहेत. आपल्याला आवाज ऐकू येतो तो कंपनांमुळे. आपल्याला TV वर दृश्ये दिसतात ती कंपनांमुळे. आपण रॉकेट उडवतो, हवेतल्या हवेत विमाने, मिसाइल्स नष्ट करतो ती त्यांच्यातील कंपनांमुळेच. तसेच आपल्या मेंदूतून विचारांची कंपने बाहेर पडत असतात. ते विचार दुसऱ्याला समजतात तेसुद्धा ही कंपने दुसऱ्यापर्यंत गेल्यामुळे. वातावरणात अनेक प्रकारच्या कंपनांची गर्दी असते. त्यातील विशिष्ट कंपनांनी आपण रेडिओवरील निरनिराळी स्टेशन्स ऐकू शकतो. सूर्याच्या किरणांमध्ये निरनिराळ्या रंगांची कंपने एकत्र असतात.

या सगळ्या कंपनांचा आपल्यावर काय परिणाम होतो, यावर वैज्ञानिक

संशोधन करत आहेत. त्या संशोधनातून असे निष्कर्ष निघू लागले आहेत, की मोबाईलच्या कंपनांनी आपल्या मेंदूवर, हृदयावर वाईट परिणाम होतो. किंवा TVच्या प्रकाश किरणांच्या कंपनांचे आपल्या डोळ्यांवर वाईट परिणाम होतात. या कंपनांवरचे अनेक लेख आमच्या वाचनात आले होते.

एकदा असाच कंपनांवरचा लेख वाचत बसलो होतो. हल्ली या विषयाची जास्त गोडी आम्हाला लागली होती. एकदम आम्हाला तीव्रतेने वाटू लागले, की शालिनीदेवींच्या खोलीत जावे. आम्ही तसेच उठून त्यांच्या खोलीत गेलो.

शालिनीदेवी लक्ष्मणकडून एक मोठी तसबीर भिंतीवर लावून घेत होत्या.

“कोणाची आहे ही तसबीर? असं म्हणत आम्ही तिच्यासमोर उभे राहिलो.

“अरे, महाराजांची ही तसबीर आपण कधी आणलीत?” आम्ही आश्चर्याने म्हणालो.

“आम्ही परवा आश्रमात गेलो होतो तेव्हा ॲड. चितळ्यांनी ती आम्हाला दिली.” महाराजांचा चेहरा तेज:पुंज दिसत होता. त्यांच्या चेहऱ्याच्या मागे वलये दाखवलेली होती.

“ही अशीच तसबीर महाराजांच्या समाधिकक्षात आहे ना?”

“हो, पण तो छापील फोटो आहे. ही तसबीर हाताने काढलेली आहे. यात ही जी डोक्यापासून सुरू झालेली वलये दाखवलेली आहेत ना, ती त्या फोटोत नाहीत.”

“या वलयांचा अर्थ काय?” आम्ही उत्सुकतेने विचारले.

“आम्हालाही तो समजलेला नव्हता. तो चितळ्यांनी समजावून सांगितला. ही वलये म्हणजे महाराजांचे विचार. ती वलये डोक्यापासून निघालेली आहेत तसे त्यांचे विचार मेंदूतून निघून सगळीकडे पसरलेले आहेत.”

“बरोबर! आता विज्ञानाने असे सिद्ध झाले आहे, की मनातले विचारसुद्धा कंपने निर्माण करतात. ही हवेत निर्माण झालेली कंपने ज्याच्याशी संबंधित असतात त्याच्यापर्यंत जाऊन पोचतात व त्याला तो विचार समजतो. महाराजांचा राजा नावाचा एक शिष्य आहे. तो उत्तम चित्रकार आहे. त्याने हे चित्र काढले आहे आणि विशेष म्हणजे ते आम्हास द्यावे असे त्याने चितळ्यांना सांगितले.”

“आता आम्हाला अचानक वाटले आपल्या खोलीत यावे, म्हणून आलो.” आम्ही म्हणालो.

“हे चित्र आपल्याला दाखवावे अशी आमची इच्छा होती त्याकरिता

आम्ही आपल्याला बोलावणारच होतो. तेवढ्यात आपणच आलात.''

"आपल्या मनातल्या विचारांची कंपने आमच्यापर्यंत पोचली आणि आम्ही येथे आलो. मनातल्या कंपनांचा अनुभव येथेच आला.''

"कमाल आहे!'' शालिनीदेवी म्हणाल्या.

"आम्ही कंपनांबद्दल वाचतो. त्याचे मनन करतो. त्यामुळे कंपनांचे महत्त्व समजू लागले आहे. वैज्ञानिक दृष्टिकोनातून तर त्यांचे महत्त्व आहेच; पण पूर्वीच्या काळात म्हणजे ऋषिमुनींच्या काळात तर यांचे महत्त्व खूपच होते. कंपने आपल्यावर परिणाम करतात, हे फार पूर्वीपासून आपल्याला माहीत होते. म्हणूनच मंत्र निर्माण झाले. प्रत्येक मंत्राचा आपल्यावरील परिणाम वेगळा असतो. कारण प्रत्येक मंत्राची कंपनसंख्या वेगळी असते. हे सगळे वाचल्यावर मंत्र, त्याची कंपने आणि त्याचा आपल्यावर होणारा परिणाम यांचा अभ्यास करावा असं आम्हाला वाटू लागलं आहे.''

"ही तसबीर देताना चितळे म्हणाले की, महाराजसुद्धा आपण म्हणता तसा मंत्रांच्या कंपनांचा अभ्यास करत होते. म्हणूनच राजाने ही वलये दाखवली आहेत.''

"म्हणजे आमच्या मनात अभ्यासाविषयी विचार आला; पण महाराज प्रत्यक्ष कृती करत होते. आमच्या आणि महाराजांच्या विचारांची तार जुळायला लागलेली दिसते.''

"ही चांगली गोष्ट आहे. आम्ही त्यांचे फक्त शिष्यच आहोत. पण आपण तर प्रत्यक्ष महाराजच बनत आहात.''

"आमचे विचार जुळत आहेत, याचा अर्थ आम्ही महाराज बनत आहोत असा नाही; पण इतके मात्र खरे की आम्हाला महाराजांबद्दल आदर वाटू लागला आहे.''

आम्ही तसबिरीसमोर हात जोडले.

आमच्या अंगावर सर्रकन काटा आला. क्षणभर आमचे भान हरपले.

"तुम्हाला आमचे कार्य पुरे करायचे आहे.'' आमच्या मनात विचार आला.

"हो, करू.'' आम्ही मनातच म्हणालो.

काही क्षण आम्ही हात जोडलेल्या अवस्थेत होतो. आम्ही परत भानावर आलो.

"आम्ही आपले कार्य पुढे चालू ठेवणार आहोत.'' आम्ही पुटपुटलो. शालिनीदेवी आमच्याकडे पाहतच राहिल्या. पण त्या काही बोलल्या नाहीत.

●●

त्या दिवसापासून आमच्या दिनक्रमात फरक पडला. दुपारचा वामकुक्षीचा वेळ कमी करून आम्ही कंपनांवर अभ्यास करू लागलो. निरनिराळे मंत्र वेगवेगळ्या प्रकारे म्हणून त्यांच्या कंपनांतील फरक आम्ही शोधू लागलो. म्हणण्याच्या कोणत्या पद्धतीत जास्त कंपने मिळतात, याच्या नोंदी ठेवू लागलो. निरनिराळ्या ग्रंथांमधले महत्त्वाचे श्लोक आम्ही आमच्या अभ्यासाकरिता वापरू लागलो. आमचा अभ्यास जोरात सुरू झाला.

हल्ली बऱ्याच वेळा आम्ही आश्रमात जाऊ लागलो. एकदा असेच आम्ही आश्रमात गेलो होतो. शालिनीदेवी आमच्या बरोबर होत्या. महाराजांच्या समाधीचे आम्ही दर्शन घेतले आणि समोर ध्यानकक्षात डोळे मिटून बसलो. "आम्ही ध्वनिकंपनांचा अभ्यास सुरू केला आहे. आपला आशीर्वाद पाहिजे." आम्ही प्रार्थना केली. कोणीतरी आमच्या डोक्याला स्पर्श केल्याचा भास झाला. आमचे अंग शहारले.

आम्ही ध्यानकक्षाच्या बाहेर आलो.

"समाधिकक्षातच बसून राहावे, हलूच नये असे आम्हाला वाटू लागले आहे." शालिनीदेवी म्हणाल्या.

"हं." आम्ही फक्त हुंकार दिला. आम्ही भारावलेल्या अवस्थेत होतो. आम्ही काही बोलूच शकलो नाही.

"आपण ग्रंथालयात जाऊन ॲड. चितळ्यांची गाठ घेऊ." शालिनीदेवी म्हणाल्या.

आम्ही ग्रंथालयात गेलो.

"या, या", असं म्हणून ॲड. चितळ्यांनी आमचे स्वागत केले. "आपल्या दर्शनाने आम्हाला मन:शांती मिळते."

"आपण अध्यात्मातले जुने अभ्यासक. महाराजांचा सहवास लाभलेले. आपली भेट झाली की आम्हाला आनंद होतो." आम्ही म्हणालो.

ॲड. चितळ्यांनी आम्हाला हाताला धरून खुर्चीवर बसवलं.

"हल्ली आपण मंत्रशास्त्राचा अभ्यास चालू केला आहे ना?" त्यांनी विचारले

"आम्ही इतकी वर्षं महाराजांची सेवा केली; पण असा अभ्यास करावा असा विचारसुद्धा आमच्या मनाला शिवला नाही."

"मनाच्या आवडीप्रमाणे जो तो वागत असतो. आपण येथे रोज येता. आम्हाला कोठे वाटते येथे रोज यावे म्हणून?" शालिनीदेवी म्हणाल्या.

"आपल्याला महाराज घरीच दर्शन देतात. आपल्याला येथे येण्याचे

कारणच नाही.'' ॲड. चितळे म्हणाले.

या संवादातले आम्हाला काही समजले नाही.

''मंत्रशास्त्राच्या ध्वनिकंपनांच्या अभ्यासाला पूरक असे एक पुस्तक आताच लायब्ररीत आले आहे. 'Impact of heart vibrations on our body' असं त्याचं नाव आहे. टेबलावर ठेवलेले पुस्तकाचे नाव वाचत ॲड. चितळे म्हणाले. ''हे पुस्तक घेऊन जा. उपयुक्त वाटले तर ठेवा. नाहीतर परत करा. ध्वनिकंपने आणि हार्ट व्हायब्रेशन यांच्या साधर्म्यामुळे हे आपल्याला उपयोगी पडेल, असे आम्हाला वाटते.''

आम्ही ते पुस्तक चाळले. थोडा वेळ ॲड. चितळ्यांशी संवाद केल्यावर ते पुस्तक घेऊनच आम्ही निघालो. ॲड. चितळे आम्हाला सोडायला गाडीपर्यंत आले. त्यांनी आम्हाला हात जोडून निरोप दिला.

''आपण ॲड. चितळ्यांना आम्ही कंपनांवर अभ्यास करतो आहोत, असं सांगितलं होतं का?'' गाडी सुरू झाल्यावर आम्ही शालिनीदेवींना विचारलं.

''नाही. आपण अभ्यासिकेत कसला अभ्यास करता, हे आम्हालाच माहिती नाही. खरं म्हणजे या कंपनशास्त्रावर आपलं कधी बोलणं झालं होतं, हेच आम्ही विसरून गेलो होतो.''

''मग हे पुस्तक आमच्या उपयोगाचं आहे असं चितळ्यांना कसं वाटलं, याचंच आम्हाला नवल वाटू लागलं आहे.''

''नवीनच लायब्ररीत आलेलं हे पुस्तक त्यांच्या टेबलावरच होतं, म्हणून कदाचित त्यांनी ते दिलं असेल. पण उपयोगी पुस्तक मिळालं ना? मग कसं मिळालं हा विचार गौण आहे.'' शालिनीदेवींनी सल्ला दिला.

बंगल्यावर आल्यावर आम्ही त्या पुस्तकाची प्रस्तावना वाचली. आपल्या हृदयाच्या धडधडण्याने आपल्या शरीरात व्हायब्रेशन्स निर्माण होतात. त्यामुळे आपले निरनिराळे अवयव निरनिराळ्या कंपनांना व्हायब्रेट होतात. अनेक निरोगी माणसांच्या निरीक्षणाने लेखकाने हृदयाची कंपने आणि अवयवांची कंपने यांचा ratio काढला. त्यावरून त्याने असा निष्कर्ष काढला की हा ratio जर बदलला, तर त्या अवयवात किंवा हृदयात काहीतरी बिघाड झालेला असतो. हे पुस्तक लिहिण्यासाठी त्याने असंख्य माणसांना तपासून त्याची निरीक्षणे नोंदवलेली होती. आमच्या वैद्यकीय दृष्टिकोनातून हे पुस्तक महत्त्वाचे होतेच; पण त्यात शेवटचे जे प्रकरण होते, त्याचे आम्हाला खूपच आश्चर्य वाटले. पुस्तक लिहिले होते हावर्ड डी स्टँगल या इंग्रज माणसाने, आणि शेवटचे प्रकरण होते भारतीय

मंत्रशास्त्र. स्टँगल काही वर्षे भारतात राहिला होता. त्या वेळी त्याने मंत्रशास्त्राचा अभ्यास केला होता. संस्कृततले निरनिराळे मंत्र त्याने अभ्यासले होते. मंत्रांच्या कंपनामुळे शरीरातली बिघडलेली व्हायब्रेशन्स सुधारता येतात व त्यामुळे माणूस बरा होतो, असा त्याचा संशोधनाचा आशय होता. मंत्रशास्त्रामुळे त्याने अनेक माणसे बरी केलेली आहेत, असा त्याचा दावा होता. हे पुस्तक म्हणजे आमच्या संशोधनाकरिता घबाड होते.

आम्ही त्या पुस्तकाचा अभ्यास करू लागलो. त्यातून मंत्राच्या उपचाराने व्याधी कशा बऱ्या होतात, ते आम्हाला समजू लागले. आपल्या शरीरात ७२००० नाड्या आहेत. त्यांतील इडा, पिंगला आणि सुषुम्ना ह्या सर्वांत महत्त्वाच्या आहेत. आपला मानवी देह पृथ्वी, आप, तेज, वायू, आकाश या पंचतत्त्वांनी बनलेला आहे. त्या तत्त्वांत बिघाड झाला, की मनुष्याच्या शरीरात रोग उत्पन्न होतो. तत्त्वांचे एक बीज असते. त्या बीजाच्या उच्चारामुळे निर्माण होणारी कंपने त्या तत्त्वांत निर्माण झालेला दोष दूर करतात. म्हणून तत्त्वांतल्या दोषाकरिता त्या बीजाकरिता तयार केलेल्या मंत्राचा जप करावा. म्हणजे तो दोष दूर होऊन मानवी शरीरात आरोग्य निर्माण होते. त्या तत्त्वाची कंपने जर मंत्राच्या साहाय्याने पाण्याला दिली, तर ते पाणी मंतरले जाते व ते पाणी प्यायल्यामुळे त्यातील कंपने त्या तत्त्वाचा झालेला बिघाड दुरुस्त करतात. अशा रीतीने मंत्रोपचाराने शरीराला आरोग्य प्राप्त होते.

स्टँगलने आरोग्याकरिता अनेक मंत्र दिले होते. हृदयविकार, वातविकार, रक्तदोष, मेंदूचे विकार, सर्व अवयवांमधले विकार या सगळ्यांकरिता वेगवेगळ्या कंपनांचे मंत्र त्याने दिले होते.

त्या मंत्रांच्या साहाय्याने पाणी अभिमंत्रित कसे करावे, ते करत असताना कसे बसावे, मंत्राचे उच्चार कसे करावेत या सगळ्या बारीकसारीक तपशिलांची माहितीही त्याने दिली होती.

आपल्या ग्रंथांमध्ये ही माहिती दिलेली असणार आणि त्यातूनच त्याने ते संग्रहित केले असणार, त्याची प्रचीति अनुभवली असणार. पण आम्हाला याचेच खूप आश्चर्य वाटले. एक परदेशी मनुष्य काही काळाकरिता आपल्या देशात येतो, आपल्या ग्रंथाचा अभ्यास करतो, त्यातील अमोलिक माहितीचा संग्रह करतो. त्यावर पुस्तक प्रकाशित करतो. त्या माहितीची अनुभूती घेतो. हे सर्व आमच्या दृष्टीने अतर्क्य होते.

“ओम भूः ओम भुवः ओम स्वः ओम तत्सवितुर्वरेण्यम
ओम भर्गो देवस्य धीमही ओम धियो योनः प्रचोदयात ।

ह्या मंत्राची कंपनसंख्या सर्वांत जास्त आहे. ती २ लक्ष दहा हजार इतकी आहे. हा मंत्र हृदयविकार, मधुमेह, मेंदूचे विकार यांच्या विकृतीकरिता खूप उपयोगी आहे. पाणी मंतरण्याकरिता अत्यंत श्रद्धायुक्त अंत:करणाने आपण कशाकरिता हा मंत्र जपत आहोत या कारणाचा उच्चार करून ते फलदायी व्हावे अशी प्रार्थना करून त्याचा १०८ वेळा जप केल्यास त्याचा चांगला परिणाम दिसून येतो.

त्या पुस्तकात अनेक मंत्र अनेक व्याधींकरिता दिलेले होते. त्यात अपमृत्यू टाळण्याकरिता महामृत्युंजयमंत्रसुद्धा दिलेला होता.

ओम् त्र्यंबकम् यजामहे सुगंधिं पुष्टिवर्धनम् ।
उर्वारुकमिव बंधनात् मृत्योर्मुक्षीय मामृतात् ।।

आम्ही त्या पुस्तकाच्या वाचनाने भारावून गेलो. एका परदेशी माणसाने संग्रहित केलेल्या माहितीचा आपणही उपयोग करून घ्यावा, असं आम्ही ठरविलं.

म्हणून आम्ही आजारानुसार पाणी मंत्रून देण्यास सुरुवात केली. जे पेशंट सीरियस नसतील, त्यांना नुसतेच मंतरलेले पाणी देऊ लागतो. जे पेशंट थोडेसे सीरियस असतील, त्यांना मंतरलेल्या पाण्याबरोबर ॲलोपॅथीची औषधे देऊन त्यांचा सीरियसनेस कमी करायचा आणि नॉर्मल झाले की फक्त मंतरलेले पाणी द्यायचे, अशी आम्ही आमच्या औषधोपचाराची योजना केली.

या मंतरलेल्या पाण्याला आम्ही तीर्थ म्हणू लागलो. रोग्याच्या आजाराप्रमाणे आम्ही पहाटे उठून, अंघोळ करून धातूच्या तांब्यामध्ये पाचही बोटे बुडवून मंत्राचा जप करून पाणी मंत्रवू लागलो. मंतरलेल्या पाण्याला जमिनीचा स्पर्श होऊ नये म्हणून ते लाकडी स्टुलावर ठेवू लागलो आणि पेशंटला दवाखान्यातच ते प्यायला देऊ लागलो. काही पाणी काचेच्या बाटल्यांमध्ये भरून ठेवू लागलो. ते पाणी पेशंटबरोबर घरी पिण्याकरिता देऊ लागलो. या तीर्थाचा परिणाम किती होतो. त्याची निरीक्षणे आम्ही नोंदवून ठेवू लागलो. त्याचे चांगले परिणाम आम्हाला दिसू लागले. या तीर्थामुळे आमच्याकडे येणाऱ्या पेशंटमध्ये वाढ झाली. खूप गर्दी होऊ लागली. त्यामुळे खेड्यांतले लोक आम्हाला ‘मांत्रिक डागदर’ म्हणू लागले. काही सुशिक्षित लोकसुद्धा औषधांकरिता येऊ लागले. त्यांना गुण आल्यावर त्यांचा या मंतरलेल्या तीर्थावरील विश्वास वाढू लागला.

कोणत्या रोगाकरिता कोणता मंत्र जपायचा व तीर्थ कसे बनवायचे, ते

आम्ही त्यांना शिकवू लागलो.

या आमच्या उपक्रमाबरोबरच आम्ही प्रत्येक मंत्राची कंपने मोजू लागलो. तसेच त्यांच्या दुखऱ्या अवयवांची कंपने मोजता येतात का? याचाही अभ्यास करू लागलो.

आमचं हे संशोधन आणि औषधोपचार व्यवस्थित चालू झाले. अनेक लोकांना आम्ही तीर्थ करण्याची पद्धत शिकवली.

आमच्यातल्या या बदलामुळे आशाराणी खूप अस्वस्थ होऊ लागल्या. त्यांचा राग उफाळून येऊ लागला. एक दिवस आमच्या अभ्यासिकेत आम्ही प्रयोग करत होतो. त्या अचानक आल्या.

''बाबासाहेब, हे काय चालवलं आहे?'' त्यांनी रागाने विचारले.

''काय झालं?'' आम्ही शांतपणे विचारलं.

''आता डॉक्टरकी सोडून बुवाबाजी करा.''

''कंपनांचं शास्त्र आहे हे विज्ञानाला मान्य आहे. मनोरुग्णाला विजेचा धक्का देतात, हे आपल्याला माहीत आहे ना?''

''ती गोष्ट वेगळी. वीज हा वैज्ञानिक शोध आहे. त्याचा रोगावर उपयोग करणे यात गैर काही नाही. पण मंत्र हे काय शास्त्रीय शोध आहेत? ते मंत्र म्हणून पाण्याला मंतरणे हे वैज्ञानिक नाही. पूर्वी आपल्याला मंत्र-तंत्राची घृणा होती आणि आता आपण त्याचाच उपयोग करत आहात. याचा अर्थ आपण खोल गर्तेत जात आहात. हे सर्व आपल्या लौकिकाला शोभत नाही.'' आशाराणी रागाने थरथर कापत होत्या.

त्या इतक्या चिडलेल्या आम्ही कधीच पाहिल्या नव्हत्या. त्यांना आम्ही चिडून उत्तर देऊ शकलो असतो. त्यांचा अपमान होईल असं बोलू शकलो असतो. त्याने आम्ही दोघेही हमरीतुमरीवर आलो असतो. दोघांचेही B.P. वाढले असते. आम्हाला तर जास्तच त्रास झाला असता.

पण आम्ही शांत राहिलो. या शास्त्राच्या विरोधात जगात अनेक लोक आहेत. त्या सगळ्यांशी आम्ही भांडू शकणार नाही, वाद घालू शकणार नाही, याची पूर्ण कल्पना आम्हाला आहे. या लोकांना समजावून सांगण्यापेक्षा त्याची प्रचिती हेच प्रभावी उत्तर होईल, यावर आमचा विश्वास होता.

''आशाराणी, आपण अशा रागावू नका. आम्ही जे करत आहोत त्याला शास्त्रीय आधार आहे. ॲलोपथीत संशोधनाने एखादे नवीन औषध तयार केले तर त्याचा शरीरावर काय परिणाम होतो, याची निरीक्षणे नोंदवूनच त्या औषधाची

परीक्षा केली जाते आणि त्याचे जर चांगले परिणाम दिसले, तरच त्याच्या निर्मितीला परवानगी दिली जाते. तसंच मंत्र हे भारतीय औषध आहे. मंत्रांच्या कंपनांनी जे औषध निर्माण होते, त्या औषधाची निरीक्षणे आम्ही नोंदवून ठेवत आहोत.''

''या असल्या मंत्रांनी पाण्याचे औषध होणार का? बाबासाहेब, आपण असं वागाल असं आम्हाला अजिबात वाटले नव्हते. या असल्या मांत्रिक-तांत्रिकांमुळे आपण मागे राहिलो. गुलामगिरीत खितपत पडलो. याचाच प्रसार आपण करत आहात आणि परत गुलामगिरीच्या वाटेला जात आहात. पाश्चात्त्य शास्त्रज्ञांनी नवीन नवीन औषधे शोधली आणि इंग्रजांनी आमच्यावर राज्य केले म्हणून आपण जिवंत आहोत. नाहीतर साथीच्या रोगांनी आपला देश वैराण झाला असता. याकरिता आमची आपल्याला कळकळीची विनंती आहे की, आपण हा मार्ग सोडून द्यावा आणि पूर्वीप्रमाणे ॲलोपथीने लोकांना बरे करावे. ते जर जमणार नसेल तर दवाखाना बंद करून शांतपणे राहिलेले आयुष्य घालवावे. आपण पैसा नाही मिळवलात तरी पुढील सात पिढ्या बसून खातील इतकी आपली संपत्ती आहे. बाळासाहेब चांगला पैसा मिळवत आहेत. शालिनीदेवींनी हा जो मार्ग आपल्याला दाखवला आहे, त्या मार्गाने आपण जाऊ नये.''

त्यांचे हे असले बोलणे आम्हाला अजिबात आवडले नाही. त्यांचा राग आला, पण आम्ही तो मोठ्या कष्टाने गिळून टाकला. अगदी संयमी स्वरात आम्ही म्हणालो, ''आम्ही जे करत आहोत त्यात लोकांना फसविण्याचा अजिबात हेतू नाही. शालिनीदेवींनी आम्हाला या मार्गाला लावलेले नाही. आमच्याच विचारांनी आम्ही हे संशोधन करू लागलो. याचा आमच्या पेशंट्सना अजिबात त्रास होणार नाही. उलट, फायदाच होईल. हे सर्व आम्ही मानवजातीच्या भल्याकरिताच करतो आहोत. यात पैसा मिळवणे हा अजिबात हेतू नाही. आमच्या शरीराला जितके दिवस झेपेल, तितके दिवस आम्ही हे चालू ठेवू. प्रकृतीला हे झेपले नाही, तर आम्ही हे संशोधन थांबवू. आपण काळजी करू नये.''

''आपण हट्टी आहात. आपण ऐकणार नाही, हे आम्हाला माहीत आहे. पण आम्हीसुद्धा हट्टी आहोत. आम्ही सारखं आपण चुकीच्या मार्गाने जात आहात. असं आपल्याला ऐकवणार. आपण एक दिवस सुधाराल, असा विश्वास आम्हाला आहे. दगडावर सतत पाण्याची धार धरली, तर तो दुभंगतो. आम्ही आमच्या चांगल्या विचारांच्या धारेने आपल्यात बदल घडवून आणणार.'' असं

रागाने म्हणत त्या निघून जाऊ लागल्या.

"आपला आमच्यावर विश्वास नाही. आम्ही जे संशोधन करतो आहोत, ते अर्थहीन आहे असं आपल्याला वाटते. पण पाश्चात्त्य लोकसुद्धा या विषयावर संशोधन करत आहेत, याचा पुरावा दिल्यावर तरी आमच्या म्हणण्यावर आपला विश्वास बसेल? ब्रिटिश लेखक हॉवर्ड स्टँगले यांनी लिहिलेले "Impact of Heart Vibrations on our Body" हे पुस्तक वाचा म्हणजे आपल्याला समजेल, की आम्ही फालतू काही करत नाही."

आम्ही ते पुस्तक त्यांच्यासमोर धरले. पण त्याकडे ढुंकूनही न पाहता, आमच्या बोलण्याकडे लक्ष न देता त्या रागाने निघून गेल्या.

या प्रकाराने आम्ही थोडे नाराज झालो. आम्ही आमचे काम बंद करून बागेत फेऱ्या मारू लागलो. आम्ही खूप अस्वस्थ झालो होतो. थोड्या वेळाने आम्ही थोडे शांत झालो. आम्ही आमच्या खोलीत जाऊन बसलो. आशाराणींना कसे समजावावे, ते आम्हाला कळेना. आम्ही आमच्या आवडत्या रॉकिंग चेअरवर हळूहळू झोके घेऊ लागलो. डोळे मिटून विचार करू लागलो.

"आपण अस्वस्थ दिसता आहात." शालिनीदेवी आम्हाला म्हणत होत्या. आम्ही डोळे उघडले.

"काय झालं?"

"काही नाही. आशाराणी आमच्या या मंत्रोपचारावर खूप नाराज झाल्या आहेत. त्यांनी आम्हाला विचारले, 'हे मंतरलेले पाणी काय औषध आहे रोग बरा करायला?'

"त्यांचे विचार सामान्य माणसासारखे आहेत. त्यांना आपल्या संस्कृतीबद्दल, आपल्या ऋषिमुनींनी केलेल्या कार्याबद्दल अजिबात माहिती नाही. त्यांच्यावर पाश्चात्त्य विचारांचा जबरदस्त पगडा आहे. अर्थात ह्यात त्यांचा काहीच दोष नाही. आपल्या लोकांनी केलेलं कार्य अजून प्रसिद्धीच्या झोतात नाही. याउलट, पाश्चात्त्यांच्या संशोधनाला त्यांनी खूप प्रसिद्धी दिली. त्यामुळे त्यांचे कार्य सामान्य माणसापर्यंत जातं. आयुर्वेदामध्ये इतकी झाडपाल्याची औषधे दिलेली आहेत, की या ॲलोपथीचा आपल्या देशात प्रसारच झाला नसता. पण आपले हे सर्व ज्ञान आपल्या ग्रंथांतच राहिले. त्याचा कोणी अभ्यासच केला नाही. आता पाश्चात्त्यांनी त्यांचा अभ्यास करायला सुरुवात केल्यावर आपल्याला ते समजायला लागले. आमच्या मते आपण योग्य मार्गावर आहात. आपण अजिबात अस्वस्थ होऊ नका. अशा अनेक प्रसंगांना आपल्याला तोंड द्यावे लागणार आहे."

शालिनीदेवी कॉफी आणायला गेल्या. आम्ही परत डोळे मिटून खुर्चीत बसून झोके घेऊ लागलो.

त्या कॉफी घेऊन आल्या. आम्ही एक एक घोट कॉफी घेऊ लागलो.

"आपण मंत्रशास्त्रावर इतके कष्ट घेत आहात, याचा आम्हाला खूप अभिमान वाटतो. आपल्या या मंत्र संशोधनात मदत होईल असं काहीतरी आम्ही आपल्याला दिलं तर चालेल का?" त्यांनी विचारलं.

"स्टँगलेचे पुस्तक आहेच. आणखी आपल्याजवळ काय आहे?" आम्ही विचारले.

"या पुस्तकापेक्षा खूप महत्त्वाची एक वही आमच्याजवळ आहे. ती महाराजांच्या हस्ताक्षरातली आहे आणि ती स्वत: त्यांनी आम्हाला दिली." असं म्हणून त्यांनी ती वही आणून आमच्या हातात दिली.

तशी वही छोटीच होती. 'सर्पमंत्र' असं पहिल्या पानावर लिहिले होते. आतमध्ये एका पानावर सर्पमंत्र लिहिलेला होता. दुसऱ्या पानापासून त्याबद्दलची माहिती, जपाची पद्धत, सिद्ध करून घ्यायची पद्धत, पाळायची पथ्ये, अनुभव असे बरेच काही लिहिलेले होते.

"ही वही त्यांनी आपल्याला कशी दिली?" आम्ही वही चाळत विचारले.

"एक दिवस आम्ही प्रवचनाला आश्रमात गेलो होतो. त्या दिवशीचे ते प्रवचन 'सर्पदंश आणि त्यावरील मंत्रोपचार' या विषयावर होते. त्यात त्यांनी सर्व माहिती, अनुभव सांगितले. प्रवचन संपल्यावर आम्ही नमस्कार करण्याकरिता गेलो, तेव्हा त्यांनी ही वही आमच्या हातात दिली. "ही वही ठेवून घ्या. पुढे ती उपयोगी पडेल." असे ते म्हणाले. आम्ही घरी येऊन ती वही वाचली, पण त्यातला मजकूर आमच्याकरिता नव्हताच. आम्ही ती वही महाराजांच्या हस्ताक्षरातली म्हणून व्यवस्थित ठेवून दिली. आता आपल्या मंत्रशास्त्राच्या विषयावरून आम्हाला तिची आठवण झाली." शालिनीदेवी म्हणाल्या.

"आम्ही ती वाचतो. पाहू ती आम्हाला उपयोगी पडते का?"

आम्ही ती ठेवून घेतली.

निवांत वेळी आम्ही ती अभ्यासली. आमच्या मंत्रशास्त्राच्या अभ्यासात सर्पमंत्राची भर पडली. आम्ही त्या वहीत लिहिल्याप्रमाणे शुचिर्भूत होऊन त्या सर्पमंत्राचा जप सुरू केला. कडक पथ्ये पाळू लागलो.

●●

आम्ही आमच्या दवाखान्यात पेशंट तपासत बसलो होतो. आज तशी फार गर्दी नव्हती. त्या दिवशी येणाऱ्या पेशंट्सकरिता निरनिराळ्या रोगांवर असलेल्या मंत्रांनी मंतरलेल्या तीर्थाच्या बाटल्या आम्ही दवाखान्यातल्या लाकडी शेल्फमध्ये नीट लेबल लावून ठेवल्या होत्या. त्या आम्ही पेशंटना देत होतो. त्यांना ते कसे वापरायचे, याची माहिती सांगत होतो.

गोविंदा त्याच्या मुलाला घेऊन आला. पेशंटची गर्दी संपल्यावर आम्ही त्याला आत बोलावले. मुलगा डावा पाय फरपटत आत आला.

"डागदर, हा माझा मुलगा. त्येला तपासा" गोविंदा म्हणाला. आम्ही त्याला टेबलावर बसवलं. त्याचा पाय तपासू लागलो. फरपटत चालल्यामुळे जेथे त्याचा पाय जमिनीला घासत होता, तेथे कातडी जाड झाली होती. पाय गुडघ्यात वाकत नव्हता. वाकवण्याचा प्रयत्न केला की, प्रचंड कळा येत होत्या. बहुतेक पायातल्या नर्व्हज, रक्तवाहिन्या कडक झाल्या होत्या. अर्थात त्यात काय दोष आहे, ते एक्स-रे काढल्याशिवाय समजणार नव्हते.

"आपण पुण्याला नेऊन याचे फोटो काढू."

"डागदर, ह्येचा पाय बरा हुईल न्हवं?" गोविंदानं विचारलं.

"ते सर्व फोटोवरूनच समजेल. बरं मला सांग, हा आजार सोडला तर त्याला दुसरा कसला आजार होता का?"

"तसा काय बी आजार न्हवता. पर ह्यो अडीच-तीन वर्साचा झाला तरी बी चालंना. म्या म्हनलं चालंल थोडा उशिरानं."

"मग?"

"पर नंतर बी चालला न्हाई. पर येकदा त्यो लई तापला व्हता. तीन-चार दिस सुद बी न्हवती."

"कशामुळं तापला होता?"

"त्ये पघा, ह्यो आसल अडीच-तीन वरसाचा. ह्येची आय ह्येला घिऊनशान जायाची देसाईदादाकडं कामाला."

"कोणते देसाई?"

"त्ये न्हवं का काळदरीत त्येंचा वाडा हाये. लई जिमिन हाये त्येंची."

"मग?"

"एक दिस ह्येला ओसरीवर ठिऊनशान ती ग्येली आत कामाला. थोड्या वेळानं ह्यो लागला किंकाळ्या मारायला. त्येस्नी येऊनशान उचलला. पर ह्यो थांबना. ह्येच्या पुढं येक फोटु व्हता. त्येच्याकडं बगुनशान ह्यो किंकाळ्या मारत

व्हता. त्येला घरी आनलं. तरी त्यो थांबना. लई घाबरला व्हता. तापला व्हता तीन-चार दिस ताप हटला न्हायी. पुढं ताप हटला. पर ह्यो पाय आजाबात हालवीना. डागदरकडं ग्येलो. त्येस्नी समदं सांगितलं. डागदर म्हनाले, ह्यो लई घाबरला हाये, म्हनून असं झालंया. ह्यो फोटोला घाबरला व्हता. त्येच्याकडं पाहूनशान किंकाळ्या मारल्या व्हत्या.''

''कोणाचा होता तो फोटो?''

''त्यो देसाई वाड्यावरच्या कोन्या म्हातारीचा व्हता. भिंत साफ करायची व्हती म्हून खाली काडला व्हता. त्यो फोटू हाये देसाईंच्या औसरीवर.''

आम्ही पाय वरवर तपासला. कडक झाला होता. पावलांची पण हालचाल करता येत नव्हती. ह्याला बरं करायचं म्हणजे एक आव्हानच होते. उपचार करायचे म्हणजे एखादे ऑपरेशनसुद्धा करावे लागण्याची शक्यता होती. बराच खर्च करावा लागणार होता. त्यामुळेच मुंबईच्या डॉक्टरांनी हा बरा होणार नाही, असं सांगितलं असावं.

पण त्याची अवस्था बघून त्याच्यावर उपचार करायलाच पाहिजेत, असं आम्हाला वाटू लागलं. मग त्याला कितीही खर्च आला तरी चालेल. आम्ही ठरवलं, त्याला बरं करायचं.

आम्ही त्याला आयुर्वेदिक तेलाची एक बाटली दिली. हे तेल पायाला चोळायचं. मालिश करून ते पायात मुरवायचं आणि सकाळच्या कोवळ्या उन्हात तो पाय अर्धा तास तापवायचा. रात्री मालिश केल्यावर तो पाय तापवलेल्या पाण्यात ठेवून त्याला शेक द्यायचा.

त्याला ॲलोपथीच्या गोळ्या दिल्या. त्या सकाळ, दुपार, संध्याकाळ घ्यायच्या.

त्याला तीर्थाची एक बाटली दिली. सर्व सूचना दिल्या आणि रोज हे तीर्थ घेऊन जाण्यास सांगितलं. दिवसभर ते पिऊन संपवायचं, असं सांगितलं.

''तो बरा होईल. थोडा वेळ लागेल. आठ दिवस औषध घेतल्यावर आपण त्याला पुण्याला एका चांगल्या हाडांच्या डॉक्टरांकडे घेऊन जाऊ. नाव काय त्याचं?'' आम्ही विचारलं.

''कृष्णा.'' त्या मुलानं उत्तर दिलं, ''कृष्णा गोविंद गिरमे.''

''डागदर, काय बी करा. पोरास्नी बरं करा.'' गोविंदा अजीजीच्या स्वरात म्हणाला. ''डागदर, म्या दारू सोडली.''

''गोविंदा, तू माझ्यावर ठेवलेला विश्वास असाच ठेव. तुझा पोरगा बरा होईल.''

गोविंदानं आमच्या पायाला हात लावला. कृष्णानंही तसा प्रयत्न केला. पण त्याचा तोल गेला आणि तो आमच्या पायांवर कोसळला. आम्ही त्याला उठवलं. "कृष्णा, तुला मी बरं करणार आहे.'' आम्ही म्हणालो.

"डागदर, म्या सकाळच्याला येतो. तीर्थ घेऊन जायला.'' गोविंदा म्हणाला.

"पैशाची काही काळजी करू नकोस. आपण त्याला बरं करू.'' आम्ही त्याला आश्वासन दिलं. गोविंदा जायला आणि आशाराणी आत यायला एकच गाठ पडली. त्या तडक आमच्या समोरच्या खुर्चीवर येऊन बसल्या.

"कोण होतं हो ते भिकाऱ्याचं पोर?'' त्यांनी विचारलं.

"भिकारी नाही. चांगला शेतकरी आहे. त्याच्या मुलाच्या पायावर उपचार करायचे आहेत.''

"आणि ते आपण करणार आहात आपले पैसे खर्च करून. आम्ही ऐकलं आपण त्याला सांगितलेलं.''

"गोविंदाला त्याच्या उपचाराचा खर्च झेपायचा नाही. तरी त्याने मुंबईला नेऊन डॉक्टरांना दाखवलं होतं. पण काही उपयोग झाला नाही.''

"त्याला तुम्ही जबाबदार आहात का? ते पोरगं जन्मभर खुरडत चाललं तर तुम्हाला वाईट वाटायचं काय कारण? चालता येत नाही असं भारतात एवढं एकच पोरगं आहे का? किती जणांना तुम्ही बरं करणार आहात?'' आशाराणींनी आमच्यावर प्रश्नांची सरबत्ती केली.

"आम्हाला जितकी शक्य आहे तितकी आम्ही त्याला मदत करणार. आणखी किती जणांना मदत करायची, ते आम्ही ठरवलेले नाही.''

"हेच आम्हाला म्हणायचं आहे. ऑपरेशनच्या आधी आपले विचार असे होते? याच गोविंदाला पैसे नाहीत म्हणून आपण हाकलून दिले होते.''

"खरंच ऑपरेशननंतर आमच्यात फरक पडला आहे. आमच्या हृदयाचे ऑपरेशन झाले आहे म्हणूनच आमचे हृदयपरिवर्तन झाले असावे.'' आम्ही हसून म्हणालो.

"या आपल्या वागणुकीचे समर्थन करू नका आणि विनोद करू नका. हा विषय गंभीर आहे. डॉ. भालेराव येत्या शनिवारी आपल्याला तपासायला येणार आहेत. आताच डॉ. मोहित्यांचा फोन आला होता. अखेरीस आमच्या प्रयत्नांना यश आले, हेच सांगायला आम्ही आलो होतो; तर आपण त्या कृष्णाच्या उपचाराचा खर्च करणार आहात हे ऐकायला मिळाले.''

"आपलं म्हणणं खरं करायचा आपला लहानपणापासूनचा स्वभाव अजून

तसाच आहे. खरं म्हणजे वयानुसार त्यात फरक पडायला पाहिजे. येऊ द्या डॉ. भालेरावांना. आम्हाला तपासून काय म्हणतात ते ऐकू आम्ही.''

●●

दुपारच्या वामकुक्षीनंतर शालिनीदेवी आमच्या खोलीत चहा घेऊन आल्या. ''गोविंदाच्या कृष्णाला आम्ही पुण्याला नेऊन उपचार करणार आहोत. पुण्यातले डॉ. फडके स्पेशालिस्ट आहेत. ते आमचे मित्रच आहेत. आम्ही त्यांचा सल्ला घेणार आहोत.'' आम्ही म्हणालो.

''कृष्णाला जरूर मदत करा. आमच्या गुरूंचे एक तत्त्व होते. ते नेहमी म्हणायचे, 'परोपकाराय पुण्याय पापाय परपीडनम् ।'' परोपकाराने पुण्य मिळते. दुसऱ्याला त्रास दिल्यावर पाप वाढते. परोपकार करायला जमला नाही, तर निदान दुसऱ्याला त्रास तरी देऊ नये.'' कपात चहा ओतता ओतता त्या म्हणाल्या.

''आशाराणी सांगायला आल्या होत्या. डॉ. भालेराव या शनिवारी तपासण्याकरिता येणार आहेत. त्या आमचा स्वभाव बदलण्याची कारणे शोधल्याशिवाय स्वस्थ बसणार नाहीत.'' आम्ही म्हणालो.

''त्यांना त्यांचं काम करू द्या. आपण आपला मार्ग सोडायचा नाही.'' चहाचा कप आमच्या हातात देत त्या म्हणाल्या.

''तसा विचार केला तर आम्हालाही बदल जाणवतो. पूर्वी मंत्र-तंत्रावर आमचा विश्वास नव्हता आणि आज आम्ही पाणी मंतरून लोकांना देतो आहोत. त्यांच्याकरिता पहाटे उठून पाणी मंतरतो. हा काही साधा बदल नाही.'' आम्ही चहाचा घोट घेत म्हणालो.

''बदल झाला आहे पण तो चांगला बदल आहे. त्यामुळे आम्हाला आनंदच वाटतो. आपला स्वभाव पूर्वीसारखाच भावशून्य राहिला असता तर मात्र काळजी वाटली असती. आपली प्रगती योग्य दिशेने चालली आहे. हे ऑपरेशन आपल्याला वरदानच ठरले आहे.'' शालिनीदेवी समाधानाने म्हणाल्या.

त्यांचा समाधानी चेहरा पाहून आम्हालाही बरं वाटलं.

''आज आश्रमावर जाऊन येऊ. तशी आम्हाला इच्छा झाली आहे.'' आम्ही चहाचा कप टीपॉयवर ठेवत म्हणालो.

''जरूर जाऊन या.'' शालिनीदेवी म्हणाल्या, ''आम्हाला दुसरे एक महत्त्वाचे काम आहे म्हणून आम्ही आपल्याबरोबर येणार नाही. पण आता

आपल्या आश्रमात बऱ्याच जणांच्या ओळखी झालेल्या आहेत. ॲड. चितळे आपल्याला भेटतीलच.''

आम्ही संध्याकाळी आश्रमात गेलो. आज आमच्याबरोबर शालिनीदेवी नव्हत्या. आजपर्यंत आम्ही एकटे आश्रमात कधीच गेलो नव्हतो.

गाडीतून उतरून समाधिमंदिराकडे जाऊ लागलो. वेळ संध्याकाळची होती. सूर्य मावळायला आला होता. आश्रमातल्या आवारात जे वृक्ष आहेत, त्या सर्वांना पार बांधलेले होते. साधक त्यांवर ध्यानस्थ बसून आपली साधना करत. सगळीकडे शांतता असल्याने त्यांची समाधी भंग पावत नसे. वातावरण त्यांच्यामुळे पवित्र होई.

''महाराज, अहो महाराज.'' कोणीतरी हाक मारली.

आम्हाला कोणीच महाराज म्हणत नसल्याने आम्ही त्याकडे दुर्लक्ष केले. पण परत आम्हाला हाका ऐकू आल्या.

आम्ही मागे वळून पाहिले. झाडाच्या पारावर बसलेला एक साधक आम्हाला हाका मारत होता. आम्ही थांबल्यावर तो उठून आमच्याजवळ आला आणि आमच्या पाया पडू लागला. आम्ही त्याला धरले.

''महाराज.''

''आम्ही महाराज नाही. आम्ही महाराजांच्या दर्शनाला आलो आहोत.'' आम्ही म्हणालो.

''नाही. आपण महाराजच आहात. महाराज असं करू नका.'' आम्ही चक्रावून गेलो. आम्हाला खूप राग आला.

''आम्ही सांगतो आहोत ना आम्ही महाराज नाही म्हणून?'' आम्ही रागाने त्याच्यावर ओरडलो.

''महाराज, असं रागावू नका. थोडं पारावर बसा. अंत:करण शांत करा. मग दर्शनाला जा.'' असं म्हणून त्याने आमचा हात धरून आम्हाला पारावर बसवलं.

''हा कोण फालतू माणूस आमच्यावर अधिकार गाजवतो आहे? आम्हाला येथे किती मान आहे आणि हा गोसावड्या आम्हाला हाताला धरून पारावर बसवतो.'' आमच्या मनात विचार आले; पण आम्ही त्याच्या आग्रहाला बळी पडलो. आम्ही पारावर बसलो. आमच्या मनात राग धुमसायला लागला. ''आम्ही महाराजांच्या समाधीचे दर्शन घेऊन जाणार होतो. पण या गाढवाने आम्हाला अडकवून ठेवले.''

''महाराज, रागावू नका. अहंमन्यतेने राग येतो. आपण दुसऱ्याला तुच्छ

मानतो. त्याला गाढव म्हणतो. पण राग घातक आहे. तो आपल्या शरीराला घातक ठरू शकतो. आपलं नुकतंच हृदयाचं ऑपरेशन झालं आहे ना?'' त्याने विचारलं.

आम्ही चमकलो. आमचं हृदयाचं ऑपरेशन झालं आहे हे ॲड. चितळे सोडले तर कोणालाच माहिती नव्हते. ह्याला कसं कळलं?

"हो.'' आम्ही मान डोलवली.

"अहंभाव सोडा. कशाचाही राग मानू नका. महाराज आपल्या कार्यात आपल्याला मदतच करतील. आपलं कंपनांचं संशोधन असंच चालू ठेवा. निरनिराळ्या मंत्रांनी रोगमुक्ती होते, हा विश्वास कायम मनात ठेवा.''

त्याच्या या बोलण्याने आम्ही आश्चर्यचकित झालो. आम्ही काय करतो, हे याला कसं कळलं?

"आम्ही काय करतो ते आपल्याला कसं माहीत झालं?'' आम्ही विचारले.

"मी सहज बोललो. फक्त आपण अहंकार सोडून द्या. हे सांगण्याकरिताच मी आपल्याला थांबवले.'' तो म्हणाला.

"आपण कोण, महाराज?'' आम्ही विचारले. यांना बऱ्याच गोष्टी माहीत आहेत. हे कोणीतरी अवलिया आहेत. त्यांना आतापर्यंत अरेतुरे म्हणत होतो ते चूक होते. ही चूक आम्ही सुधारली.

"मी अवधूत. कोणी महाराज नाही. साधक आहे. जा. आता आपण समाधिदर्शन घ्या. मी आपली साधना पूर्ण करतो.''

"आपण अवधूत महाराजच आहात.'' असं म्हणून आम्ही त्यांच्या पाया पडलो.

ते पद्मासन घालून साधनेला बसले आणि आम्ही दर्शनाला जाऊ लागलो. सूर्य अस्ताला गेला. संधिप्रकाश पसरला.

आम्ही समाधीचे दर्शन घेतले. ध्यानमंदिरात बसलो. डोळे मिटले. मन शांत करण्याचा प्रयत्न करू लागलो. आताचा प्रसंग आमच्या डोळ्यांसमोर येऊ लागला. आश्रमात महाराजांकडे गेल्यावर किंवा सत्पुरुषाकडे गेल्यावर कसं वागायचं, हे आम्हाला माहीत नव्हते.

आमच्या डोळ्यांसमोर समाधी दिसू लागली. त्यावर कोणीतरी पद्मासन घालून बसले आहे, असा भास होऊ लागला. त्यांचा चेहरा आम्ही पाहिला तो अत्यंत शांत आणि तेज:पुंज होता. आम्ही त्या चेहऱ्याकडे टक लावून पाहू लागलो. तो आम्ही कधी तरी पाहिला आहे, असं आम्हाला वाटू लागले.

आमची ही स्थिती काही क्षणांपुरतीच असावी. आम्ही डोळे उघडले. उठून उभे राहिलो. समोरच्या महाराजांच्या तसबिरीला नमस्कार केला आणि समाधिमंदिराच्या बाहेर आलो.

बाहेर ॲड. चितळे उभे होते.

"आज आपण एकटेच आलात?" त्यांनी विचारलं.

"हो. शालिनीदेवींना दुसरे काम होते आणि आम्हाला येथे येण्याची तीव्र इच्छा झाली. म्हणून एकटेच आलो."

त्यांच्याबरोबर बोलत बोलत आम्ही मघाशी ज्या पारावर बसलो होतो तेथे आलो.

"आम्हाला येऊन बराच वेळ झाला. येथेच आम्ही अवधूतमहाराजांशी बोलत बसलो होतो." आम्ही म्हणालो.

आम्ही पाराकडे दृष्टी टाकली. पार रिकामा होता.

"अवधूतमहाराज? येथे येणाऱ्या प्रत्येकाला आम्ही ओळखतो. पण अवधूतमहाराज नावाचे येथे कोणी येत नाही."

"पण आम्ही त्यांच्याशी बोललो. त्यांचा चेहरा तेज:पुंज होता. पण ते स्वत:ला महाराज वगैरे संबोधत नव्हते. स्वत:ला फक्त अवधूत म्हणत होते."

"हा पार आम्हाला आमच्या ऑफिसातल्या खुर्चीवरून दिसतो. थोड्या वेळापूर्वी आपण येथे बसलेले आम्ही पाहिले. आपण कोणाशी तरी बोलत होता, हे हातवाऱ्यांवरून आम्हाला समजत होते. पण आपल्यासमोर आम्हाला कोणीच दिसत नव्हते. म्हणून आम्ही येथे यायला निघालो. पण बाहेरच आम्हाला बर्वे भेटले. त्यांच्याशी बोलण्यात थोडा वेळ गेला. येथे आलो तर कोणाला तरी नमस्कार करून आपण समाधिदर्शनाला गेला होतात. म्हणून आम्ही बाहेरच थांबलो होतो." ॲड. चितळे घाईघाईने म्हणाले.

आम्ही थोडे स्तंभित झालो. ज्याच्याशी आम्ही बोललो ते ॲड. चितळ्यांना दिसले नाही. आणि अवधूत म्हणून कोणी साधकही नाही असं कसं शक्य आहे?

"'अहंकाराने नुकसान होते अणि मंत्रशास्त्राच्या कंपनांचा अभ्यास चालू ठेवा', असा अवधूतमहाराजांनी आम्हाला उपदेश केला." आम्ही म्हणालो.

"असं!" ॲड. चितळे विचार करत म्हणाले.

आम्ही इकडचे तिकडचे थोडे बोलून तेथून निघालो. ॲड. चितळे गाडीपर्यंत आम्हाला सोडायला आले. हात जोडून त्यांनी आम्हाला निरोप दिला.

ध्यानमंदिरात बसलेलो असताना समाधीवर ज्या चेहऱ्याचा भास झाला तो सारखा आम्हाला दिसू लागला. आजपर्यंत तीन-चार वेळातरी आश्रमात आम्ही आलो होतो. पण असा भास आम्हाला कधी झाला नव्हता. आम्हाला अध्यात्मातले काही कळत नाही. फक्त आश्रमात येऊन जाणे हेच आमचे अध्यात्म होते. तरीही अवधूतमहाराजांनी आम्हाला नमस्कार केला आणि अहंकार सोडण्याचा आम्हालाच उपदेश केला. हे काय चालले आहे, आम्हालाच समजत नव्हते. गेल्या महिन्यात असा काय बदल आमच्यात झाला आहे, की त्यामुळे आम्हाला भास होऊ लागलेत? वास्तविक आम्ही निरीश्वरवादी. अध्यात्म हे वृद्धांचे वेळ जाण्याचे साधन असं आमचं मत असताना आम्ही यात गुरफटत का चाललो आहोत? आशाराणी म्हणतात त्याप्रमाणे आमच्या विचारांत खरंच खूप बदल झाला आहे? शालिनीदेवी म्हणतात हा बदल चांगला आहे. पण हे सारखे भास होणे हा चांगला बदल आहे? विचारांनी आम्ही अस्वस्थ झालो.

विचारचक्र जोरात चालू असतानाच गाडी बंगल्याच्या पोर्चमध्ये थांबली आणि आमचे विचारचक्रही थांबले.

●●

रात्री जेवण झाल्यावर आम्ही बेडरूममध्ये गेलो. आमचा अस्वस्थपणा अजून गेला नव्हता. ते अवधूतमहाराज कोण होते याचा शोध लागल्याशिवाय आम्हाला चैन पडणार नव्हती.

शालिनीदेवी नेहमीप्रमाणे दुधाचा ग्लास घेऊन आल्या.

"ॲड. चितळे भेटले ना? काय म्हणत होते?" त्यांनी विचारले.

"आज आम्हाला एक विलक्षण अनुभव आला. त्याचा विचार मनातून जात नाही."

"कसला अनुभव?" शालिनीदेवींनी कुतूहलाने विचारले.

"आम्ही महाराजांच्या समाधीला नमस्कार केला आणि ध्यानकक्षात डोळे मिटून बसलो. समाधीवर आम्हाला एक चेहरा दिसू लागला. अर्थात तो भास असावा. पण तो कोणाचा चेहरा असावा आणि तो आम्हाला का दिसावा, याचा विचार आम्ही करतो आहोत."

"समाधीवर दिसलेला चेहरा महाराजांशिवाय दुसरा कोणाचा असणार?"

"आम्ही महाराजांना प्रत्यक्ष कधी पाहिले नाही. पण त्यांच्या फोटोतल्या चेहऱ्याशी तो जुळत नव्हता."

शालिनीदेवीसुद्धा विचारात पडल्या.

"आणखी एक विलक्षण घटना घडली आहे."

"आम्ही बरोबर नसलो की विलक्षण घटना घडू लागल्या आहेत की काय?"

"आम्ही समाधीचे दर्शन घ्यायला चाललो होतो. एका झाडाच्या पारावर कोणीतरी साधक बसला होता. त्याने आम्हाला महाराज म्हणून थांबवले. आमच्या पाया पडला. आम्हाला उपदेश केला."

"पाया पडला आणि उपदेशही केला?"

"त्यांनी त्यांचे नाव अवधूत म्हणून सांगितलं आणि अहंकार सोडून दे, अहंकाराने राग येतो आणि राग आपल्या प्रकृतीला घातक आहे, आपलं हृदयाचं ऑपरेशन झालं आहे ना? रागवू नका आणि निरनिराळ्या मंत्रांनी रोगमुक्ती होते, हा विश्वास मनात कायम ठेवा." असा उपदेश केला.

"कोण आहेत ते अवधूतमहाराज?" असं पुटपुटत त्या विचार करू लागल्या.

"ॲड. चितळे म्हणाले की, असा कोणी साधक नाही आणि आपण म्हणता त्या पारावर आपण त्यांच्याशी बोलत होता. पण आम्ही आपल्याला एकट्यांनाच बोलताना पाहिले. पारावर दुसरे कोणीच नव्हते. त्यांना महाराज दिसलेच नाहीत."

"अवधूतमहाराजांचा चेहरा लक्षात आहे?"

"इतका नाही. पण त्यांच्या हनुवटीजवळ एक तीळ आम्हाला दिसला. तो तीळ होता का बुक्का लावलेला होता, ते आम्हाला माहीत नाही. आणि हो…" आम्ही एकदम म्हणालो, "महाराजांच्या समाधीवर दिसलेल्या चेहऱ्याच्या हनुवटीजवळ असाच तीळ होता. तो अवधूतमहाराजांचाच चेहरा होता."

"काय?"

"हो हो. तो चेहरा अवधूतमहाराजांचाच होता."

"मग आपल्याला महाराजांनी दर्शन दिले आहे आणि उपदेशही केला आहे." त्या आनंदाने म्हणाल्या.

"आम्हाला यातलं काही कळत नाही. महाराज आम्हाला का दर्शन देतात? का उपदेश करतात? इतकंच काय पण आम्ही दर्शनाला का जातो? आमच्या आकलनशक्तीच्या पलीकडचं आहे."

"आपल्या मनात अहंकार निर्माण झाला म्हणून त्यांनी आपल्याला उपदेश केला."

"पण मूळचा आमचा स्वभाव अहंकारीच. त्या वेळेला आम्हाला कोणी उपदेश केला नाही. आणि आता महाराज आमच्यावर इतकं बारीक लक्ष देतात का?"

"याचा अर्थ महाराजांची आपल्यावर कृपा झालेली आहे. इतकेच आम्ही म्हणू शकतो. चांगली गोष्ट आहे. जास्त विचार न करता शांतपणे झोपा."

आम्ही बिछान्यावर पडलो. पण लवकर झोप लागली नाही. पुढे कधीतरी झोप लागली.

●●

शनिवारी सकाळी १० च्या सुमारास डॉ. मोहित्यांची गाडी आमच्या बंगल्याच्या आवारात शिरली. डॉ. भालेरावांना घेऊन डॉ. मोहिते आमची तब्येत तपासायला आज आले होते. आशाराणींनी पुढे होऊन त्यांचे स्वागत केले. त्यांना हॉलमध्ये आणले. आम्ही आरामखुर्चीत बसून पेपर चाळत होतो.

"या, या डॉक्टर." असं म्हणत आम्ही खुर्चीतून उठू लागलो.

"बसा बसा. उठू नका." डॉ. भालेराव म्हणाले.

"असं कसं? आमच्या घरी पाहुणे आले आहेत आणि आम्ही आरामखुर्चीत बसून रहायचं, हे आमच्या पाहुणचाराला शोभणारं नाही." आम्ही खुर्चीतून उठून म्हणालो.

सगळे सोफ्यावर स्थानापन्न झाले. आशाराणींनी पाण्याची व्यवस्था केली.

"आपला बंगला म्हणजे राजवाडाच आहे." डॉ. भालेराव म्हणाले.

"डॉक्टर, हे या गावचे इनामदार आहेत." -डॉ. मोहिते.

शालिनीदेवी हॉलमध्ये आल्या त्यांनी हात जोडून डॉ. भालेरावांना नमस्कार केला.

"काय म्हणते आहे आमच्या पेशंटची तब्येत?" डॉ. भालेरावांनी चौकशी केली.

"अगदी उत्तम आहे. आमचे सर्व व्यवहार व्यवस्थित चालू आहेत. शेतावर हिंडायला जातो. दवाखान्यात जाऊन रोग्यांना तपासतो. काही त्रास होत नाही. थकल्यासारखं वाटत नाही. काही नाही."

चहाची व्यवस्था करायला आशाराणी आत गेल्या होत्या. त्या बाहेर येत म्हणाल्या, "डॉक्टर शारीरिक तब्येत चांगली आहे; पण बाबासाहेबांची मानसिक तब्येत बिघडलेली आहे, असं आम्हाला वाटतं. म्हणूनच मुद्दाम आपल्याला बोलावलं आहे."

डॉ. भालेरावांनी टक लावून आमच्याकडं पाहिलं.

"डॉक्टर, मानसिक दृष्ट्या बाबासाहेब फार कमकुवत झाले आहेत. संकटात सापडलेला माणूस कसा बुवा-महाराजांकडे जातो, निरनिराळ्या पोथ्यांची पारायणं करतो, तसं आता ते वागायला लागले आहेत. हृदयाच्या ऑपरेशननंतर अशा तऱ्हेचा मानसिक बदल होतो का?"

आशाराणींनी मुद्द्याला हात घातला.

"ऑपरेशनने यांचे हृदय..." डॉ. भालेराव बोलत होते.

"दुरुस्त केलेलं आहे." डॉ. मोहित्यांनी डॉ. भालेरावांचं वाक्य पूर्ण केले. "हृदयाला जखम झाली होती त्या भागाला टाके घातले आहेत."

डॉ. भालेरावांनी मोहित्यांकडे पाहिले.

"मला कबूल आहे की हृदयाला आपण टाके घातले आहेत. पण माझा मुद्दा असा, की अशा तऱ्हेने केलेल्या ऑपरेशननंतर पेशंटच्या विचारांत बदल होतो?" आशाराणी म्हणाल्या.

"असे ऑपरेशन भारतात आम्ही प्रथमच केले आहे. वास्तविक हृदयाला जखम झाली की त्यातून होणाऱ्या रक्तस्रावामुळे मृत्यू ओढवतो. हृदयातून पुरेसे रक्त शरीराला पोचवले जात नाही. पण बाबासाहेबांची केस वेगळी होती. चाकूने झालेली जखम छोटी होती. त्यामुळे हृदयातून इतका रक्तस्राव झाला नाही. पण त्याचा परिणाम हृदयाच्या कार्यक्षमतेवर होत होता." डॉ. भालेराव शस्त्रक्रियेबद्दल समजावून सांगत होते.

"हृदयातून ज्या महानीलेमार्फत शुद्ध रक्त शरीरात पाठवले जाते, त्यावर रक्तस्रावाच परिणाम होत होता. ही गोष्ट आमच्या लक्षात यायला उशीरच झाला. त्यामुळे शस्त्रक्रियेचा निर्णय लांबला." डॉ. मोहिते म्हणाले.

"ही गोष्ट डॉ. जोन्सच्या लक्षात आली. डॉ. मोहित्यांनी आम्हाला सर्व रिपोर्ट्स पाठविले आणि पेशंटला तपासण्याकरिता पुण्याला बोलावले. त्या संपूर्ण आठवड्यात डॉ. जोन्स आमच्याबरोबर होते. त्यांनी ते पाहिले आणि ऑपरेशन करावे लागेल असा निष्कर्ष काढला." डॉ. भालेराव म्हणाले, "आम्ही पुण्याला यायचे ठरविले आणि अचानक एक ऑपरेशन पुढे ढकलण्यात आले. त्यामुळे आम्हाला दोन दिवस मोकळे मिळाले. डॉ. जोन्ससुद्धा आमच्याबरोबर पुण्याला आले."

"आपण आणि डॉ. जोन्स यांनी यशस्वी शस्त्रक्रिया केलीत, त्याबद्दल आम्ही आपले अत्यंत ऋणी आहोत." शालिनीदेवी म्हणाल्या.

"खरं म्हणजे ऑपरेशनच्या वेळी डॉ. जोन्स आमच्याबरोबर होते, हा योगायोग होता. पण आयत्या वेळी जे निर्णय घ्यावे लागले त्याकरिता आणि प्रत्यक्ष ऑपरेशन करण्याकरिता त्यांची आम्हाला मौलिक मदत झाली."

"अचानक ॲबनॉर्मल असे काही निर्णय घ्यावे लागले का?" आम्ही विचारले.

"महत्त्वाचा निर्णय म्हणजे हृदयाला झालेल्या जखमेला टाके घालून रक्तस्राव थांबवणे हा होता आपल्याला माहीतच आहे, हृदयाचे स्नायू फॉरेन बॉडीला घट्ट पकडून ठेवतात." डॉ. मोहिते म्हणाले.

"हो हो. त्यामुळे टाके घालण्याकरिता दोरा ओढता येत नाही. त्याकरिता स्पेशल दोरा वापरावा लागतो." आम्ही म्हणालो.

"त्याच थ्रेडची संपूर्ण माहिती डॉ. जोन्सना होती. तो त्यांनी अनेक ऑपरेशन्समध्ये वापरला होता आणि तो त्यांनी आपल्या बरोबर आणलेला होता. म्हणून आम्ही आपले ऑपरेशन लगेच करू शकलो." डॉ. मोहिते म्हणाले.

"डॉ. जोन्सनी आपल्या जखमेबद्दल, ऑपरेशनबद्दल काही गोष्टींच्या विशेष नोंदी केल्या होत्या. त्याबद्दल ते आमच्याशी चर्चा करणार होते. पण दुसऱ्या ऑपरेशनच्या गडबडीत त्यांना वेळ मिळाला नाही. त्यामुळे बाबासाहेबांच्या ऑपरेशनबद्दल जास्त काही बोलणे झाले नाही." डॉ. भालेराव म्हणाले.

"कदाचित ते स्वभावबदलाविषयीसुद्धा बोलणार असतील. अशा तऱ्हेच्या ऑपरेशननंतर स्वभाव बदलला तर मला कळवा असंही त्यांना सांगायचे असेल." आशादेवींनी आपला आशावाद व्यक्त केला.

"तसेही शक्य आहे. त्यांनी जाताना आम्हाला सांगितल्याप्रमाणे आम्ही दर पंधरा दिवसांनी बाबासाहेबांच्या तब्येतीचा रिपोर्ट पाठवत असतो." डॉ. भालेराव म्हणाले, "पण त्यांनी पेशंटच्या स्वभावाबद्दल कसलाही रिपोर्ट मागवला नाही."

"तो रिपोर्ट आमच्याच ऑब्झर्वेशनखाली तयार केला जातो. आमच्या मागच्या व्हिजिटमध्ये आपण स्वभावाचा मुद्दा काढलात त्याचा आम्ही आमच्या रिपोर्टमध्ये उल्लेख केला आहे." -डॉ. मोहिते.

"डॉक्टर, त्यांचा स्वभाव थोडासा बदललेला नाही; तर पराकोटींचा बदलला आहे. एखाद्या पेशंटकडून औषधाचे पैसे न घेणे हे आपण समजू शकतो; पण पेशंटच्या प्राथमिक अवस्थेपासून, त्याचे ऑपरेशन होऊन तो घरी जाईपर्यंतचा खर्च करण्याचा निर्णय घेणे म्हणजे स्वभावात जमीन-अस्मानाचा फरक पडला आहे, असं नाही तुम्हाला वाटत?" आशाराणी तावातावाने म्हणाल्या.

आम्हाला कृष्णाची आठवण झाली.

"डॉ. मोहिते, आम्ही एक केस स्वत: हँडल करणार आहोत. एक लहान मुलगा आहे. त्याच्या डाव्या पायात अजिबात जोर नाही. त्यामुळे तो डाव्या हाताने पायाला जोर देतो आणि खुरडत खुरडत चालतो. डॉ. जोन्स जसा आमच्या केसचा अभ्यास करणार आहेत, तसा अभ्यास आम्ही या केसचा करणार आहोत. त्याकरिता लागणारा सर्व खर्च आम्ही करणार आहोत. पुढील आठवड्यात त्याला आम्ही आपल्या हॉस्पिटलमध्ये घेऊन येणार आहोत. एक आव्हान म्हणून आम्ही ती केस स्वीकारली आहे." आम्ही म्हणालो.

"बाबासाहेब, आमचं हॉस्पिटल आपलंच आहे. आपल्याला आमची मदत लागली तर आम्हाला सांगा. आम्ही आपल्याला सर्वतोपरीने साहाय्य करू." डॉ. मोहिते म्हणाले.

"डॉक्टर, ज्या केससंबंधी चर्चा करण्याकरिता डॉ. भालेराव येथे आले आहेत, त्या केससंबंधी आपण बोलू या का?" आशाराणींनी तिरकसपणे विचारले.

"आम्ही या वेळी हा स्वभावातला बदल कळवू." डॉ. मोहिते थोडे वरमून म्हणाले.

"नुसता हा बदलच कळवू नका. आणखी एक मोठा बदल कळवा. बाबासाहेब आता मंतरलेलं पाणी पेशंट्सना औषध म्हणून पिण्याकरिता देतात. पूर्वी ज्यांचा असल्या गोष्टींवर विश्वास नव्हता, त्या गोष्टी बाबासाहेब आता करू लागलेले आहेत."

"काय म्हणता? मंतरलेलं पाणी औषध म्हणून देतात?" डॉ. मोहिते आश्चर्याने म्हणाले.

"हो. आम्ही हल्ली देतो. एक इंग्रज डॉक्टर भारतात आला होता. त्याने 'Impact of Heart Vibration on our Body' हे पुस्तक लिहिले आहे. त्या पुस्तकाचा शेवटचा चॅप्टर आहे- 'Mantras and Vibration.' ह्दयाच्या स्पंदनांनी आपल्या शरीरात कंपने निर्माण होत असतात. आपले अवयव कंप पावत असतात. अवयवात बिघाड झाला तर ती कंपनसंख्या बदलते. पण आपल्या संस्कृत मंत्रांमुळे तो बिघाड दुरुस्त होऊन कंपनसंख्या पूर्वीप्रमाणे होते व तो अवयव व्याधिमुक्त होतो असं त्या पुस्तकात लिहिलं आहे. शिवाय कोणत्या मंत्राचा कोणत्या अवयवावर परिणाम होतो, याचा तक्तासुद्धा दिला आहे."

"एका इंग्रज माणसाने हे पुस्तक लिहिले आहे?" डॉ. भालेरावांनी विचारले.

"हो. पुस्तक खूप जुने आहे. डॉ. हॉवर्ड डी. स्ट्रँगले याने ते लिहिले आहे. त्यातल्या तक्त्याप्रमाणे आम्ही पेशंटना पाणी मंतरवून देतो. त्याच्या परिणामाच्या आम्ही नोंदी ठेवत आहोत."

"एका ब्रिटिशाने हे लिहिले आहे म्हणजे ते खरंच असणार." डॉ. मोहिते म्हणाले.

"तोच प्रयोग आम्ही सध्या करत आहोत. मंत्र म्हणत असताना आपल्या शरीरातील अवयवांत कंपने निर्माण होतात. ही कंपने पाण्याला दिली तर ते पाणी त्या मंत्राने मंतरले जाते. ते मंतरलेले पाणी प्यायल्यामुळे अवयवातला बिघाड दुरुस्त होतो, अशी मंत्रशास्त्राची सोपी थिअरी आहे."

"एक इंग्रज माणूस येऊन आपल्या मंत्रांवर संशोधन करतो आणि आपण मात्र ही जुनी काळी जादू आहे, म्हणून तिच्याकडे दुर्लक्ष करत आलो आहोत." शालिनीदेवी म्हणाल्या.

"शालिनीदेवी, आम्ही येथे बाबासाहेबांच्या स्वभावबदलाबद्दल चर्चा करण्याकरिता डॉक्टरांना बोलावले आहे आणि आपण भलत्याच फालतू विषयावर चर्चा करत बसलो आहोत. आता विषयांतर करू नका. आम्हाला आमच्या प्रश्नाचे उत्तर पाहिजे. डॉ. भालेराव, आपले याबद्दलचे अनुभव काय आहेत?" आशाराणी म्हणाल्या.

"आम्ही बऱ्याच हृदयाच्या शस्त्रक्रिया केल्या; पण कोणाचीही मानसिक बदलाची तक्रार आली नाही. शस्त्रक्रियेनंतर हृदय कसं काम करतं आहे? काही त्रास होतो का? यावरच पेशंटचे लक्ष असते." डॉ. भालेराव म्हणाले.

"म्हणजे इतक्या खटपटीनंतरसुद्धा आमच्या प्रश्नाचं उत्तर आम्हाला आज मिळणार नाही." आशाराणी निराशेने म्हणाल्या.

"खरं म्हणजे बाबासाहेबांची ही एकमेव केस असावी आणि त्यातून आपल्यासारख्या बाबासाहेबांची काळजी घेणाऱ्या भगिनी असल्यामुळे हा बदल उघड झाला. आम्हाला आपले कौतुक वाटते, की आपण इतक्या बारीक नजरेने बाबासाहेबांवर लक्ष ठेवून आहात." डॉ. भालेराव म्हणाले, "पण डॉ. जोन्स जेव्हा भारतात येतील, त्या वेळी आम्ही त्यांना घेऊन येथे जरूर येऊ. डॉ. जोन्स हृदयाच्या ऑपरेशननंतर होणारे मानसिक बदल आणि त्यांची कारणे यावर एक प्रबंध लिहीत आहेत. त्यांना ही बाबासाहेबांची केस चांगलीच उपयोगी पडेल

आणि त्यांना पाहिजे असलेली बारीकसारीक माहिती आपणच देऊ शकाल.''

"चला डॉक्टर, चर्चा बरीच झाली. आपण डॉ. जोन्सना मात्र येथे घेऊन या. आम्हालासुद्धा त्यांच्याशी या विषयावर बोलायला आवडेल. आपण आता फ्रेश व्हा. जेवण, विश्रांती झाल्यावर आपण आमच्या फार्महाउसवर जाणार आहोत. तेथे आम्ही हुरडा पार्टी ठेवली आहे.'' आम्ही घोषणा केली.

"बाबासाहेब, आपल्याकडचे जेवण हीच आम्हाला पार्टी आहे. आणखी हुरडा पार्टी कशाला?'' डॉ. भालेराव म्हणाले.

"डॉक्टर, आज शनिवार आहे. आजचा दिवस तणावमुक्त घालवला पाहिजे. विश्रांती न घेता काम केले तर शरीरावर वाईट परिणाम होतील. म्हणून आपण आठवड्यातून एक दिवस तरी टेंशन फ्री घालवत जा. आम्ही आपल्याला सीनियर आहोत. आमचा सल्ला माना.'' आमच्या बोलण्याने दोन्हीही डॉक्टर रिलॅक्स झाले.

आम्ही त्यांना बंगल्याभोवतीची बाग दाखवली. काही दुर्मीळ झाडांची माहिती सांगितली. जेवणाची तयारी झाल्यावर आम्ही टेबलावर आलो.

"आमच्या या जेवणाचे वैशिष्ट्य म्हणजे ह्यातील प्रत्येक पदार्थ आमच्या शेतातील आहे. गहू, ज्वारी, डाळ, तांदूळ आमच्या शेतातील आहेतच; पण मिरची, आंब्याच्या लोणच्याच्या कैऱ्या, भाजी हे सर्व आमच्या शेतातीलच आहे. आम्ही आमच्या शेतात रासायनिक खते अजिबात वापरत नाही. त्यामुळे आपल्याला या जेवणाची वेगळीच चव जाणवेल.'' आम्ही म्हणालो.

"वाऽऽवा! असं जेवण जास्त पैसे देऊनसुद्धा मुंबईत मिळणार नाही.'' डॉ. भालेराव मान डोलवत म्हणाले.

"बासुंदी आमच्या घरातल्या गाईच्या दुधाची आहे. तीसुद्धा गाय देशी आहे बरं का?'' शालिनीदेवी म्हणाल्या.

"आपला देशी पदार्थांवर विशेष जोर दिसतो आहे.'' डॉ. मोहिते म्हणाले.

"आम्हाला खरोखरच भारतीय संस्कृतीचा अभिमान वाटतो. आपल्याकडे वेदनिर्मिती झाली. ह्या वेदांमध्ये सगळ्या विषयांचे भरपूर ज्ञान आहे. सिद्धमहाराज नेहमी सांगत असत, या वेदांचा जर आपण सखोल अभ्यास केला असता, तर सर्व प्रकारचे ज्ञान आपण जगाला पुरवले असते. ते वेद म्हणजे ज्ञानाचे भांडार आहे. पण येथे इंग्रज आले आणि आपण त्यांच्याकडच्या तोकड्या ज्ञानावर हुरळून गेलो आणि त्यांच्या पुस्तकांचा अभ्यास करू लागलो.'' शालिनीदेवी म्हणाल्या.

"आणि येथे येऊन डॉ. स्टँगलेसारखा माणूस आपल्याकडील ज्ञानाचा अभ्यास करून पुस्तक लिहितो!" आम्ही म्हणालो.

"पुरे झाले भारतीयांचे कौतुक. जेवणाकडे लक्ष द्या." आशाराणी म्हणाल्या. गप्पांत जेवणं झाली.

"आता थोडी विश्रांती घेऊन आपण हुरडा पार्टीकरिता फार्महाउसवर जाणार आहोत." आम्ही पुढील बेत सांगितला.

"बाबासाहेब, आम्हाला पुण्याला जाण्याची गडबड आहे. एक पार्टी अटेंड करायची आहे." डॉ. भालेराव म्हणाले.

"आम्ही आपल्याला वेळेवर पुण्याला घेऊन जाऊ. काळजी करू नका." डॉ. मोहिते म्हणाले.

डॉ. भालेरावांचा नाइलाज झाला.

थोड्या वेळाने आम्ही फार्महाउसवर पोचलो.

तेथील वातावरणाने भालेराव खूश झाले. विहिरीच्या पाराजवळ बसण्यासाठी कांबळी अंथरलेली होती. शेतातून ज्वारीची कोवळी कणसं आणली होती. हरभरा आणला होता. शेणाच्या गोवऱ्यांचा विस्तव पेटवला होता. कणसं भाजली जात होती. हुरडा पाहुण्यांच्यापुढे आणला जात होता. चवीला कवड्याचं दही, लसणाची चटणी, नारळाचं खोबरं, गुळाचे खडे ठेवलेले होते.

वातावरण प्रसन्न होते. विहिरीच्या पाण्याच्या पाटातून पाणी खळाळून वाहत होते. हवेत गारवा आला होता. मंद वाऱ्याच्या झुळकांनी शेकोटीचा धूर वातावरणात पसरत होता.

"अशी हुरडा पार्टी आम्ही प्रथमच अनुभवत आहोत." कोवळ्या हुरड्याचा घास तोंडात टाकत डॉ. भालेराव म्हणाले.

"हे शेतातले वातावरण आणि हा गोड हुरडा खरोखरीच अप्रतिम!" डॉ. मोहिते म्हणाले, "असा हुरडा शहरात मिळणार नाही. हे खेड्यातलंच वैभव आहे."

"ही कणसं अस्सल गावरान ज्वारीची आहेत. हल्ली जास्त उत्पन्न घेण्यासाठी सगळीकडे संकरित ज्वारीच पेरली जाते." आम्ही म्हणालो.

"संशोधनातून असं सिद्ध झालं आहे, की रासायनिक खतं आणि संकरित बियाणं यामुळे उत्पादन जरी वाढत असलं, तरी त्याबरोबर नवीन रोगराई पसरत चालली आहे."

"पण त्याला इलाज नाही. कितीही इच्छा असली तरी असं शुद्ध धान्य

कोठेही सहज मिळणार नाही.''

''दुधाबद्दलही हेच म्हणावं लागलं. भारतीय गाईचं दूध आणि संकरित गाईचं दूध यांत फरक आहे. भारतीय गाईचं दूध म्हणजे अमृत असतं. शुद्ध असतं. सगळ्यात चांगलं.'' आम्ही म्हणालो, ''आता आपली भारतीय संस्कृती तरी कोठे शुद्ध राहिली आहे? तिच्यात पाश्चात्त्य संस्कृती मिसळल्याने तीसुद्धा हायब्रीड झाली आहे.''

''आपले विचार ऑपरेशननंतर खरंच बदललेले दिसतात.'' डॉ. भालेराव पटकन म्हणाले.

''आमचा पूर्वीचा स्वभाव असता, तर आमच्यावर चाकूने हल्ला करणाऱ्या मारत्याला शिक्षा मिळण्याकरिता आम्ही सर्वतोपरी प्रयत्न केले असते. पण आम्ही पोलिसांत तक्रार केली नाही. पण 'त्याला आम्हाला मारायचे नव्हते त्याचा उद्देश आम्हाला थोडे जखमी करावयाचा होता', असा जबाब आम्ही पोलिसांत दिला आहे.''

''काय म्हणता!'' आश्चर्याने डॉ. भालेराव म्हणाले.

''म्हणूनच तर आशाराणींना काळजी वाटायला लागली.'' डॉ. मोहिते म्हणाले.

''पण इतका स्वभावबदलाचं जगातील हे एकमेव उदाहरण असावं.''

''याचं कारण डॉ. जोन्सच सांगू शकतील.'' डॉ. भालेराव म्हणाले.

''डॉक्टर, या ऑपरेशनने आम्हाला नवचैतन्य मिळाले. वाईटातून चांगली गोष्ट घडते असं म्हणतात. आमच्यावरच्या वाईट चाकू हल्ल्यानंतर आम्हाला नवीन उत्साह आला आहे. म्हणून तर आम्ही मंत्रांच्या कंपनांचा अभ्यास सुरू केला आणि आमचं आयुष्यच बदलून गेलं.''

''बाबासाहेब, आपल्या आदरातिथ्याबद्दल विशेषत: या हुरडा पार्टीबद्दल धन्यवाद!'' डॉ. मोहिते म्हणाले.

''इनामदार घराणं पूर्वीपासून आदरातिथ्याबद्दल प्रसिद्ध आहे.'' -आम्ही.

''बाबासाहेब, या आदरातिथ्यात एक गोष्ट आम्हाला जाणवली. आपले हे आदरातिथ्य निर्व्याज होते. त्याच्यामागे कोणताही हेतू नव्हता.''

''पूर्वी जेव्हा आम्ही अशा पार्ट्या द्यायचो, तेव्हा त्यात आमचे वैभव दाखविण्याचा छुपा हेतू असायचा. पण आता असं वाटू लागले आहे, की हे वैभव आपले नाहीच. ते परमेश्वराचे आहे. ही संपत्ती गरिबांना वाटून टाकावी, असा विचार आमच्या मनात येऊ लागला आहे.''

"गप्पांमुळे या हुरडा पार्टीत वेगळीच रंगत आली. सहा वाजायला आले. आता आम्हाला निघालेच पाहिजे." डॉ. भालेराव घड्याळाकडे पाहत म्हणाले, "आता आपली भेट डॉ. जोन्स आल्यानंतरच!" गाडीत बसत डॉ. भालेराव म्हणाले. त्यांनी आणि डॉ. मोहित्यांनी हात उचलून आमचा निरोप घेतला.

●●

सर्वांना निरोप देऊन आम्ही बंगल्यावर आलो. आज थोडी जास्तच दगदग झाली होती. विश्रांतीसाठी आमच्या खोलीत आरामखुर्चीत डोळे मिटून बसलो.

"बरं वाटत नाही का?" शालिनीदेवींनी विचारलं.

"थोडी दगदग जास्त झाली. पण आताच्या विश्रांतीमुळे आम्ही ताजेतवाने झालो आहोत."

"आपल्याला निवांत बसायचे असेल तर बसा. आम्ही बागेत झाडांना पाणी देतो."

"नाही. बसा ना. आमचा थकवा गेला आहे."

"आम्ही मुद्दाम आलो होतो."

"का? काही विशेष."

"आम्ही आमच्या संग्रहातील पुस्तके नीट लावून ठेवत होतो. त्यात आम्हाला हे पुस्तक मिळाले." आमच्या हातात पुस्तक देत त्या म्हणाल्या.

पुस्तक बरेच जुने होते. पाने पिवळी पडलेली होती. पण बांधणी व्यवस्थित होती. आम्ही नाव वाचले- मनाची अतींद्रिय शक्ती.

"हे पुस्तक महाराजांनीच आम्हाला दिले होते. आम्ही ते बरेच वेळा वाचले आहे."

"आम्हीसुद्धा वाचू."

"आपण वाचावे म्हणूनच पुस्तक सापडल्या सापडल्या आम्ही घेऊन आलो. ह्या पुस्तकात मनाच्या शक्तीचे वर्णन उदाहरणे देऊन केले आहे." शालिनीदेवी म्हणाल्या.

"मन हे विचार, आचार, विकार, चेतना, क्षुधा, वासना, संरक्षण यांचे मिश्रण असते. मन प्रत्येक प्राणिमात्रात असते. प्रत्येक प्राणिमात्राकरिता त्याच्या योनीप्रमाणे यांचे प्रमाण कमीजास्त असते. त्यानुसार त्याची वागण्याची प्रवृत्ती बदलते. पशूंमध्ये विचार, आचार, चेतना अत्यंत अल्प असतात; तर विकार, वासना, क्षुधा, संरक्षण यांचे प्रमाण जास्त असते. त्यामुळे त्यांची प्रवृत्ती हिंसक,

वासना-विकारी असते. याउलट, माणसात विचारांचे, चेतनेचे प्रमाण जास्त असते. त्यामुळे तो संयमी असतो. पण माणसातसुद्धा विकारांचे प्रमाण वाढले आणि विचार कमी झाले तर तो पशूप्रमाणे वागतो. तो अधोगतीला जातो. पण ज्या माणसात विचार, चेतना यांचे प्रमाण जास्त असते. त्याची विचारसरणी उच्च दर्जाची असते. त्याची उन्नती होते व तो मोक्षाप्रत जातो. हे मनातल्या मिश्रणाचे प्रमाण माणूसच बदलू शकतो. त्यामुळे वाल्मीकी ऋषींसारखी उदाहरणे घडतात. हे प्रकृतिबदल फक्त मनुष्ययोनीतच होऊ शकतात. त्यामुळे सर्व संत-महंत सांगतात, की मनुष्यजन्मामुळेच मोक्षाचा मार्ग सुकर होतो. मनुष्यजन्माचे सार्थक करा.'' आम्ही त्या पुस्तकाची प्रस्तावना वाचली.

''मनाबद्दल महाराजांनी एकदा प्रवचनात सांगितलं होतं, 'मन असतं पण कोठे ते आपल्याला माहीत नाही. मनाच्या वेगाची तर आपण कल्पनाच करू शकत नाही.''' शालिनीदेवी सांगू लागल्या. '''विचार हे मनाच्या रथाचे घोडे आहेत. ते मनाला क्षणात कोठेही फिरवून आणतात. आता तुम्ही आमचे प्रवचन ऐकता आहात. पण एखाद्याच्या मनात आपल्या दिल्लीतल्या मुलाचा विचार आला, तर त्याचे मन त्याला दिल्लीला घेऊन जाईल. पुढच्या क्षणी त्याच्या मनात अमेरिकेतल्या मित्राचा विचार आला, तर ते त्याला क्षणात अमेरिकेला घेऊन जाईल. परंतु आम्हाला वाटेल की तुम्ही आमचे प्रवचन ऐकता आहात.'''

पुस्तकात काही हाताने लिहिलेले कागद होते. आम्ही ते वाचू लागलो.

''मनाचे दोन भाग आहेत, बाह्यमन आणि अंतर्मन. बाह्यमन आपल्या आजूबाजूच्या परिस्थितीचा विचार करून कसे वागावे ते सांगते. जी गोष्ट शक्य आहे त्याचाच ते विचार करते. याउलट अंतर्मन अशक्य गोष्टींचासुद्धा विचार करून ती घडवून आणते.''

''हे कागद आम्ही लिहिलेले आहेत. या पुस्तकातले महत्त्वाचे मुद्दे आम्ही लिहून काढले आहेत.'' शालिनीदेवी म्हणाल्या.

आम्ही ते कागद पुढे वाचू लागलो. ''समजा, बाह्यमनाने पहिला नंबर मिळविण्याचा निर्णय घेतला, तर ते त्यातील अशक्यतेचाच विचार करून हा निर्णय कसा चुकीचा आहे, हे सिद्ध करायचा प्रयत्न करते. मला अभ्यासाला वेळ मिळणार का? केलेला अभ्यास परीक्षेत आठवणार का? असल्या मुद्द्यांचा ते विचार करते. त्यामुळे आपल्याला पहिला नंबर मिळत नाही. पण पहिल्या नंबराचा निर्णय जर अंतर्मनाने घेतला, तर तो कसा मिळवायचा याचाच विचार ते करते. सकारात्मक विचारांच्या लहरी ते वातावरणात पसरविते. वातावरणात

अनेक लहरी असतात. त्यांतल्या समान विचारांच्या लहरींशी त्या संयोग पावतात. त्या लहरींना आपले मन परत खेचून घेते. त्या सकारात्मक लहरींमुळे मार्गातल्या अडथळ्यांना दूर करण्याचा विचार निर्माण होतो आणि त्या विचारांप्रमाणे हालचाली आपण करतो. अशा अनेक सकारात्मक लहरींमुळे आपले ध्येय साध्य होते."

"आपण मनाचा बराच अभ्यास केलेला दिसतो आहे." आम्ही वाचन थांबवून म्हणालो.

"हो. आम्हाला या विषयाची आवड आहे." त्या म्हणाल्या.

"पण हे समजायला थोडे किचकट आहे." आम्ही म्हणालो.

"हो. ते थोडे समजायला अवघड आहे असं वाटतं, पण एखादे उदाहरण घेतले तर ते लगेच समजेल. आम्ही हे पुस्तक बऱ्याच वेळा वाचलेले आहे आणि महाराजांची या विषयावरची प्रवचने ऐकली आहेत. त्यामुळे हा विषय खोलवर आमच्या मनात रुजला आहे.

"आपल्याला त्रास होणार नसेल तर आम्ही हे समजावून सांगू. त्रास होत असेल तर पुन्हा कधीतरी सांगू."

"नाही, नाही. त्रास होणार नाही. उलट, हा विषय आम्हाला खूप इंटरेस्टिंग वाटू लागला आहे. आपण आपले प्रवचन आम्हाला ऐकवा." आम्ही म्हणालो.

"आम्ही आपल्याला काय प्रवचन देणार? आपल्या मनात हे सर्व विचार आहेत. आम्ही फक्त ते जागे करू शकतो."

"बरं बरं. त्या पहिल्या नंबरच्या मुलाच्या उदाहरणानेच हे आम्हाला समजावून सांगा." आम्ही म्हणालो.

"ठीक आहे. तर त्या मुलाच्या अंतर्मनात पहिला नंबर मिळविण्याची इच्छा गेली. अंतर्मन कामाला लागले. पहाटे उठून अभ्यास करायचा का रात्री जागून करायचा? वाचून, मनन करून अभ्यास करायचा का नोट्स काढून लिहून अभ्यास करायचा? हे सर्व अंर्तमन ठरवते. ह्या सर्व कॉमन गोष्टी झाल्या. पण त्याला २-४ गणिते सुटत नाहीत, त्याच्या अंर्तमनात तीव्र इच्छा असते, की ही गणिते कोणीतरी सोडवून द्यावीत, नीट समजावून द्यावीत. त्याच वेळेला वडिलांकडे त्यांचे एक मित्र येतात. ते गणिताचे शिक्षक असतात. ते त्याला ती गणिते समजावून सांगतात. याला आपण योगायोग म्हणतो. आपल्या मनातल्या गोष्टी अचानक घडल्या, की त्याला आपण योगायोग म्हणतो. पण योगायोगाने कोणतीही घटना घडत नाही. आपल्या अंतर्मनातील इच्छा अंतर्मन निरनिराळे मार्ग वापरून पूर्ण करून घेते. त्यांतला एक मार्ग म्हणजे लहरींचा. अंतर्मन

आपल्या मनातील विचारांच्या लहरी वातावरणात पाठवते. वातावरणात अनेक विचारांच्या लहरी असतात. आपल्या अंतर्मनाची लहर त्या समान विचारांच्या लहरी एकत्र करून परत आपल्यापर्यंत येतात. त्या लहरींच्या विचाराप्रमाणे आपल्याला अडचणींत मार्ग सापडतो. आता गणित समजावून पाहिजे या विचाराची लहर आपल्या मनातून बाहेर पडते. ती वडिलांच्या मित्रापर्यंत जाते. त्या मित्राला वडिलांना भेटण्याची इच्छा होते. ते आमच्या घरी येतात आणि माझी गणित समजून घेण्याची इच्छा पूर्ण होते. आपण मात्र म्हणतो, की, योगायोगाने वडिलांचे मित्र आले आणि त्यांनी गणिते समजावून सांगितली. पण हा योगायोग नसतो. ते विचारांच्या लहरींचे विज्ञान आहे. अशा तऱ्हेने अंतर्मन त्याच्या इच्छेप्रमाणे घटना घडवून आणते आणि त्याला पहिला नंबर मिळतो. अशी अंतर्मनात विलक्षण शक्ती असते.'' शालिनीदेवी आम्हाला समजावून सांगतात.

''आम्हाला अंतर्मनाची थोडी माहिती होती. पण आता त्याच्या शक्तीची बरीच कल्पना आली. आम्ही ह्या पुस्तकाचा अभ्यास करू.'' आम्ही म्हणालो.

''हे पुस्तक आम्ही वाचले आणि त्यातले महत्त्वाचे मुद्दे मनात रुजवण्याकरिता आम्ही ह्या नोट्स काढल्या होत्या.''

''त्या आता आम्हाला समजावताना उपयोगी पडल्या.''

''तुमच्या निवांत गप्पा मारणे संपले असेल तर जेवायला चला.'' आशाराणी आत येत म्हणाल्या.

''चला. पण खरं म्हणजे आता भूकच नाही.''

●●

''गप्पांनी पोट भरले असेल.'' आशाराणींनी टोमणा मारला.

''चला, चला जेवून घेऊ.'' असं म्हणत आम्ही उठलो.

कृष्णावर ट्रीटमेंट चालू करून आता महिना होत आला. आम्ही त्याच्या डाव्या पायाचे निरनिराळ्या अँगल्समधून X-Ray काढले, पण कोठेच दोष आढळला नाही. आम्ही डॉ. मोहित्यांनाही फोटो दाखवले. त्यांनी त्यांच्या हॉस्पिटलमधील स्पेशॅलिस्टना दाखवले. पण त्यांनाही काही वेगळे असे काही दिसले नाही.

''बाबासाहेब, आपण डॉ. फडक्यांना दाखवू.'' डॉ. मोहित्यांनी सुचवले. ''ते तर ऑर्थोपीडिक तज्ज्ञ आहेत.''

''चांगली सूचना आहे. माणसाच्या शरीरातले हाड-न्-हाड, त्याचा आकार,

त्याची जोडणी या सर्वांचे त्यांना सखोल ज्ञान आहे. गुंतागुंतीच्या केसकरिता अनेक ऑर्थोपीडिक डॉक्टर त्यांचा सल्ला घेतात. आपणही त्यांचा सल्ला घ्यायला काहीच हरकत नाही.''

कृष्णाला आम्ही त्यांच्याकडे घेऊन गेलो. त्यांनी त्याला तपासले. त्याचे एक्स-रे पाहिले पण त्यांनाही कशात काही दोष सापडला नाही. आम्ही दिलेल्या जुजबी औषधांचा थोडासा परिणाम होत असेल; पण दृश्य परिणाम म्हणावा असा दिसत नव्हता. आमचे मन अस्वस्थ झाले होते. आम्हाला अजून काहीच उपाय सापडत नव्हता.

●●

त्या दिवशी रविवार होता. दुपारचा चहा झाला. आम्ही रविवारच्या पुरवण्या वाचण्याचा प्रयत्न करत होतो. पण कशातच लक्ष लागेना. कृष्णाचं काय करायचं ते आम्हाला सुचत नव्हते. अस्वस्थपणे आम्ही बागेत चक्कर मारली. पण अस्वस्थता कमी झाली नाही. परत खोलीत येऊन बसलो.

''हल्ली आपण खूप अस्वस्थ असता. आमच्या ते लक्षात आले आहे.'' शालिनीदेवी म्हणाल्या.

''आमचे मन कशातच रमत नाही. एखाद्या गोष्टीत यश मिळत नसले, की मन कसे निराश होते, तसं आम्ही निराश झालो आहोत.''

''निराशा वाटण्याचे कारण काय?''

''कृष्णावर आम्ही काही ठोस उपाय करू शकलेलो नाही. मुळात त्याला व्यंग कशामुळे आले आहे, हेच अजून समजलेले नाही. डॉ. फडकेसुद्धा काही सांगू शकलेले नाहीत.''

''आम्हाला जेव्हा नैराश्य वाटायचे, तेव्हा आम्ही सिद्धमहाराजांच्या दर्शनाला जायचो. आपल्या आजारपणात आम्ही खूपच अस्वस्थ झालो होतो. पण तेव्हा तर महाराज आपल्या जवळच्याच खोलीत ॲडमिट झाले होते. त्यामुळे त्यांच्या दर्शनाने आम्हाला दिलासा मिळाला होता.''

''मग आपण आश्रमात जाऊन दर्शन घेऊन यायचं का?''

''आपली इच्छा असेल तर जाऊ. आम्हाला आनंदच वाटेल.''

''मग जाऊ या.''

अर्ध्या तासात आम्ही तयार झालो.

''बाबासाहेब, आम्हीसुद्धा आपल्याबरोबर बाहेर येतो. आम्हीही कंटाळलो

आहोत.'' आशाराणी म्हणाल्या.

"आम्ही आश्रमात जात आहोत.''

"आश्रमात? आम्ही नाही येत.''

"आपण आत येऊ नका. गाडीतच बसून राहा.'' शालिनीदेवींनी सुचवलं.

"आपण आम्हालासुद्धा बाबासाहेबांसारखं कह्यात घेण्याचा प्रयत्न करताय वाटतं!'' आशाराणी कडवटपणानं म्हणाल्या.

"त्या कशाला असा प्रयत्न करतील? तुम्हाला बाहेर बरं वाटेल म्हणून त्यांनी सुचवलं.'' आम्ही म्हणालो.

"मग येतो. आम्ही गाडीतच बसून राहू.'' आशाराणी म्हणाल्या.

आम्ही समाधीचं दर्शन घेतलं. ध्यानमंदिरात थोडा वेळ बसलो. मन शांत झाले. बाहेर ॲड. चितळे भेटले. त्यांनी आम्हाला हात जोडून नमस्कार केला.

"कशी आहे तब्येत?'' त्यांनी चौकशी केली, ''अवधूतमहाराजांच्या प्रसंगानंतर आम्हीच आपल्याकडे येणार होतो.''

"मग यायचं. आमची तब्येत चांगली आहे.''

"अवधूतमहाराजांच्या प्रसंगाने आपण खूप अस्वस्थ झाला होतात. आम्ही त्यांना खूप शोधलं, पण आम्हाला ते सापडले नाहीत.''

"जाऊ द्या. असे प्रसंग घडतात. त्यांचा शोध घ्यायचा नसतो. त्यातून मिळणारा संदेश घ्यायचा असतो.'' शालिनीदेवी म्हणाल्या.

"ते अवधूतमहाराज आम्हाला भेटले आणि त्यांनी अहंकार सोडून दे, असा संदेश दिला. आमचा मनुष्यस्वभाव आहे. त्यात दोष असणार. ते घालवण्याकरिता कोणीतरी प्रयत्न केला असेल. आम्ही तसा प्रयत्न करू; पण आमच्या मनात नेहमी एक प्रश्न येतो. आजपर्यंत असे गूढ प्रसंग आमच्या आयुष्यात आले नाहीत. आताच का येऊ लागले आहेत?'' आम्ही म्हणालो.

"यापूर्वीच्या आयुष्यातसुद्धा असे प्रसंग येऊन गेले असतील; पण आपल्याला ते समजले नसतील. त्या वेळी त्यांच्याकडे पाहण्याची दृष्टी वेगळी असेल. त्यांच्याकडे आपण जास्त लक्षही दिले नसेल.'' ॲड. चितळे म्हणाले.

"आपल्या आयुष्यातला महत्त्वाचा प्रसंग आपण विसरलात? आपणच सांगता ना आपल्या जन्माच्या वेळचा प्रसंग म्हणजे एक चमत्कारच होता म्हणून!'' शालिनीदेवींनी आम्हाला आठवण करून दिली.

"हो खरं आहे. तो प्रसंग गूढ होता खरा.'' आम्ही कबुली दिली.

"मग केव्हा येता आहात आमच्या बंगल्यावर?'' शालिनीदेवींनी हसत

हसत ॲड. चितळ्यांना विचारले.

त्यांनी विषय बदलला हे आमच्या लक्षातच आले नाही.

"आता नक्की येऊ." चितळ्यांनी आश्वासन दिले.

"आपण गुरुबंधू. आपल्याला महाराजांचा निकट सहवास मिळाला आहे."

"आम्हाला महाराजांचा सहवास जास्त मिळाला आहे हे खरं; पण आमच्यापेक्षा आपल्यावर महाराजांची विशेष कृपा झालेली आहे."

"पण या कृपेला आपणच मध्यस्थ आहात." शालिनीदेवी म्हणाल्या.

"कृपेकरिता कोणी मध्यस्थ लागतो?" ॲड. चितळ्यांनी विचारले.

"आपल्याला माहीत नसेल; पण यांच्या सांगण्यावरून आम्ही महाराजांचे शिष्यत्व पत्करले आणि त्यांच्या पुण्याईने आपण आम्हाला अर्धांगिनी म्हणून स्वीकारलेत." शालिनीदेवी आमच्याकडे पाहत म्हणाल्या.

"तो इतिहास झाला. पण आता आम्हाला असं वाटतं, की आश्रमातल्या समाधीचं दर्शन घेतलं, की आपल्याकडं येऊन आपलं दर्शन घ्यावं; इतकी महाराजांनी आपल्यावर कृपा केलेली आहे."

"इतक्या मोठ्या आजारातून साहेबांना बरं केलं, ही मोठीच कृपा महाराजांनी आमच्यावर केली आहे." शालिनीदेवी म्हणाल्या. त्यांच्या आवाजातील कंप आम्हाला जाणवला.

"मग येत जा ना आमच्याकडे. आम्हालाही आनंद वाटेल." आम्ही म्हणालो.

"येणारच आहोत." चितळ्यांनी आश्वासन दिले. "आणि हो, परवाच्या अवधूतमहाराजांचा शोध अजून आम्हाला लागलेला नाही."

"आम्ही त्याबद्दल काही तर्क केले आहेत. आपण बंगल्यावर या म्हणजे निवांत बोलता येईल." शालिनीदेवी म्हणाल्या.

"चला. तिकडे आशाराणी गाडीत बसून कंटाळल्या असतील." आम्ही म्हणालो.

आम्ही चितळ्यांचा निरोप घेतला आणि घाईघाईने गाडीपाशी आलो. गाडीत आशाराणी नव्हत्या.

"आशाराणी कोठे गेल्या आहेत?" आम्ही लक्ष्मणला विचारले.

"त्या गाडीत बसून कंटाळल्या, म्हणून त्या आश्रमातच गेल्या आहेत."

१०-१५ मिनिटांनंतर त्या आल्या.

"आम्ही आपली वाट पाहून कंटाळलो. मग म्हटलं, जाऊन पहावा तरी महाराजांचा आश्रम. या आश्रमात इतके काय आहे, की आपण सारखे येथे

येता?'' त्या म्हणाल्या.

''मग पाहिलात का?'' आम्ही विचारलं.

''हो. पाहिला. निसर्गरम्य आहे. आम्ही ते समाधिस्थळ पण पाहिले. पण नमस्कार वगैरे केला नाही. आम्हाला गेलेल्या माणसाला नमस्कार करणे हे पटतच नाही.''

''आपण जिवंत माणसाला तरी नमस्कार कोठे करता? पण इतके मात्र खरे, की आपल्याला आश्रमात येण्याची उपरती झाली हेसुद्धा चांगलं लक्षण आहे.'' आम्ही मुद्दाम म्हणालो.

''पण आम्ही आपल्यासारखं भक्तिभावानं आत गेलो नव्हतो. आपण त्यांच्या नादी लागला आहात, तेवढे पुरे आहे.''

''चल लक्ष्मण'', आम्ही ड्रायव्हरला म्हणालो आणि विषय थांबवला.

●●

आश्रमात जाऊन आल्यापासून आमची अस्वस्थता कमी झाली. थोडी प्रसन्नता वाटू लागली. मनाला थोडी उभारी आली. मुख्य म्हणजे आम्ही जे संशोधन चालू केलं होतं त्यातून चांगले परिणाम मिळतील, आम्ही देत असलेल्या तीर्थाचा चांगला उपयोग होईल, आम्हाला यश मिळेल असा विश्वास वाटू लागला.

दर दोन दिवसांनी गोविंदा बाटलीतून तीर्थ घेऊन जात होता. तेलाने मालिश चालूच होतं. गरम पाण्याने तो पाय मांड्यापासून शेकतच होता. पण या उपायांनी कृष्णावर फार परिणाम दिसत नसला, तरी थोडा थोडा परिणाम होत होता, असं गोविंदाच्या सांगण्यात येत होतं. पण त्याच्या म्हणण्यानं कृष्णाला लगेच चालता यायला पाहिजे होते. त्याच्यात भराभर प्रगती दिसायला पाहिजे होती.

एक दिवस तो आम्हाला म्हणाला, ''डागदर, कृष्णा अजून नीट हुबा बी रहात नाय. आता पघा औषधाला म्हैना झाला असंल.''

''अरे, आपले हे प्राथमिक उपचार चालू आहेत. अजून दोष कोठे आहे ते कळलेले नाही. ते समजले की मग खरे उपचार चालू होतील.'' आम्ही म्हणालो.

''डागदर, कृष्णा येकदा उभा राह्यला पाहिजे. मंग त्यो लहान्यागत पावलं टाकील.'' गोविंदाला कृष्णाला चालवण्याची घाई झाली होती. आम्हालाही त्यानं लवकर चालावं असंच वाटतं होतं; पण अजून अडचणींवर मात करता येत नव्हती. त्याच्या X-Ray वरून दोष सापडत नव्हता.

''कृष्णा चालेल. आम्ही त्याला बरे केल्याशिवाय राहणार नाही.'' आम्ही

गोविंदाला म्हणालो, "थोडा वेळ लागेल इतकेच."

आमचं आश्वासन घेऊन गोविंदा गेला. पण परत आम्ही अस्वस्थ झालो. त्याला बरं करण्याचा मार्ग आम्हाला सापडत नव्हता.

●●

त्या रात्री आम्ही दचकून जागे झालो. आम्हाला एका लहान मुलाची किंकाळी ऐकू आली होती. आम्ही डोळे उघडले. आवाजाचा कानोसा घेतला. पण सगळीकडे नीरव शांतता पसरलेली होती. मग आम्ही ऐकलेला आवाज कोठून आला?

आम्ही दिवा लावला. पहाटेचे तीन वाजले होते. उशाजवळील तांब्यातून घोटभर पाणी प्यायलो.

"काय झालं?" शालिनीदेवी जाग्या झाल्या.

"काही नाही. आम्हाला लहान मुलाची किंकाळी ऐकू आली म्हणून आम्ही दचकून जागे झालो."

"स्वप्न पडलं होतं का?"

"असेल, काही समजत नाही."

आम्ही उशाजवळच्या नॅपकीनने घाम पुसला.

"स्वप्नच पडले असेल. तुमच्या मनात सारखे कृष्णाचेच विचार आहेत ना? म्हणून स्वप्नातसुद्धा लहान मुलाची किंकाळी ऐकू आली असेल. पहाटेचे तीन वाजत आहेत. शांतपणे झोप लागली म्हणजे अस्वस्थता कमी होईल." शालिनीदेवी म्हणाल्या.

आम्ही दिवा बंद केला. डोळे मिटून घेतले. पण झोप येईना. आम्हाला आठवू लागले. स्वप्नात आम्ही एक घर पाहिले होते. त्या घरात एक बाई एका मुलाला काठीने मारत होती. त्या बाईच्या एका तडाख्याने त्या मुलाने किंकाळी फोडली आणि आम्हाला जाग आली.

कोण होती ती बाई? त्या मुलाला का मारत होती? आम्हाला काहीच अर्थबोध होत नव्हता. आम्ही बराच वेळ विचार करत होतो. परत झोप लागेल म्हणून वाट पाहत होतो.

पण झोप येण्याची चिन्हे दिसेनात. नुसते पडून राहण्याचा कंटाळा आला. आम्ही उठलो आणि आमच्या नेहमीच्या आन्हिकांना सुरुवात केली. अंघोळ करून आम्ही पाणी मंतरण्याकरिता बसलो. आज त्याकरिता जास्त वेळ

मिळाला. आम्ही स्वप्न विसरून गेलो. सर्व आन्हिकं आटोपल्यावर आम्ही नाश्त्याकरिता टेबलवर आलो, तेव्हा सकाळचे ८ वाजले होते.

फोन वाजला. आशाराणींनी उचलला.

"हो हो. डॉ. इनामदारांचा बंगला."

"आम्ही आशाराणी बोलतो आहोत. डॉक्टर ना? आहेत. थांबा हं त्यांना फोन देते. पण डॉक्टर, आम्ही तुमच्यावर नाराज आहोत. आम्ही आपल्याला येथे बोलावले होते. आम्हाला बाबासाहेबांच्या मानसिक बदलाचे कारण पाहिजे होते. पण त्याबद्दल काहीच न बोलता आपण निघून गेलात. आम्हाला नाही आवडले ----------

"आपण इतके नावाजलेले डॉक्टर आणि आपण काही सांगू शकत नाही?

"डॉक्टर, आपण इतक्या केसेस हाताळल्यात, आपल्याला सगळी माहिती असायला पाहिजे. आपले निरीक्षण कमी पडते. आपण नावाजलेले डॉक्टर आहात. थांबा बाबासाहेबांना देते."

आशादेवींनी फोन आम्हाला दिला.

"नमस्कार, आम्ही बाबासाहेब इनामदार बोलतो आहोत."

"अहो आभार कसले मानता? पाहुण्यांचे स्वागत करणे ही आपली संस्कृती आहे. आवडला ना?"

"हुरड्याचे आपल्यासारख्या शहरातल्या लोकांना अप्रूप. आम्हाला काय ते नेहमीचेच आहे."

"हो. या या. पण गडबडीने जाण्याची घाई करू नका. मुक्कामालाच या. आणि हो, एकटे येऊ नका. फॅमिलीला घेऊन या."

"आशाराणींचे बोलणे मनात ठेवू नका. त्या मनातले सर्व बोलून टाकतात; पण मनात राग ठेवत नाहीत."

"आमच्या बदललेल्या स्वभावाचे त्यांना फार वाईट वाटते."

हृदयपालट / १२१

"आम्हाला पूर्वीपेक्षा छान वाटते.''

"आभार मानू नका. लवकरात लवकर जोन्सना घेऊन या, म्हणजे त्यांचे समाधान होईल.''

"ठीक आहे. गुड डे!''

आम्ही फोन ठेवला.

"डॉ. भालेराव यांचा फोन होता. आदरातिथ्याबद्दल आभार मानत होते. येथून गेल्यापासून आज त्यांना थोडा निवांतपणा मिळाला म्हणून लगेच फोन केला.'' आम्ही बाळासाहेबांना म्हणालो.

"इतक्या मोठ्या डॉक्टरांनी आठवणीने फोन केला, हे विशेष आहे.'' शालिनीदेवी म्हणाल्या.

"आपला पाहुणचार घेऊन गेले आणि पंधरा दिवसांनी फोन केला. आतापर्यंत फोन करायला वेळ मिळाला नाही? कमाल आहे!'' आशाराणी ठसक्यात म्हणाल्या.

"आत्यासाहेब, आपण त्यांना असं बोलायला नको होते. कसलं निरीक्षण कमी पडले आहे?'' बाळासाहेब थोड्या रागानेच म्हणाले.

"आम्ही त्यांना येथे बोलावले होते. पण त्यांना ऑपरेशन झालेल्या पेशंटकडे लक्ष द्यायला वेळ कुठे आहे? एकदा पैसे घेतले की त्यांचे काम झालं. हृदयासारख्या महत्त्वाच्या अवयवाचे ऑपरेशन करता आणि नंतर त्याच्याकडे दुर्लक्ष करता, हे बरोबरच नाही. त्यांनी बदलाची सगळी निरीक्षणे नोंदवायला पाहिजेत. पण आपला उद्देश पैसा कमवणे. तिकडे पेशंटचे काहीही होओ.'' आशाराणी उद्वेगाने म्हणाल्या.

"अहो, त्यांचा व्याप केवढा मोठा आहे. निरीक्षणे कसली करणार? त्यांना तेवढा निवांतपणा आहे का? पेशंट काही तक्रारी घेऊन आला तर त्यांना समजणार. त्यांना ऑपरेशनचे केवढे टेंशन असते.'' बाळासाहेब म्हणाले.

"हृदयाचे ऑपरेशन म्हणजे काही एकाच तऱ्हेचे ऑपरेशन नसते. काही बायपास सर्जरीची असतात, काही अँजिओप्लास्टीची असतात. काही झडपांची असतात. काही साहेबांसारखी हृदयाला टाके घालण्याची असतात. स्वभाव बदलण्याच्या केसेस नसतीलच किंवा परत कोणी डॉक्टरांना आपल्यासारखे

विचारायला गेले नसेल; त्यामुळे त्यांना स्वभाव बदलण्याबद्दल माहिती नसेल. साहेबांचा स्वभाव बदलला आहे. म्हणजे शांत झाला आहे. सतत रागावून आपण आपलंच नुकसान करत असतो. आशावन्स, आपणही रागावून आपले नुकसान करू नका. भारतीय संस्कृतीचा अभिमान आपल्यापेक्षा पाश्चात्त्यांनाच जास्त आहे.'' शालिनीदेवी म्हणाल्या.

आम्हाला वाटले, आशाराणी काहीतरी रागाने बोलतील; पण त्या काही बोलल्या नाहीत. त्या वर्तमानपत्र चाळू लागल्या. आणि चर्चेला विराम मिळाला.

●●

दुसऱ्या रात्री आम्ही झोपेतून परत जागे झालो. आमचे अंग थरथरत होते. आम्हाला पाणी प्यायचे होते. पण उठता येत नव्हते. आमचा श्वासही जोरात चालू होता.

''दिवा लावा.'' आम्ही ओरडलो.

आम्हाला वाटले, आमच्या घशातून आवाज फुटणार नाही. म्हणून आम्ही जोरात ओरडलो होतो. आमचा आवाज अंधारातून चिरत वातावरणात पसरला.

कोणीतरी दिवा लावला.

''काय झालं?'' शालिनीदेवींचा आवाज आम्ही ऐकला.

त्या उठल्या. त्यांनी आमची घाबरलेली अवस्था पाहिली. फुलपात्रात पाणी ओतून दिले.

''हे घ्या. स्वप्न पडलं का? किती घाबरलेले आहात.''

आम्ही उठून बसलो. थोडे पाणी प्यायलो. शालिनीदेवींनी टॉवेलने आमचे तोंड पुसले.

''भयानक, फारच भयानक!'' आम्ही म्हणालो.

''परत स्वप्न पडले का?''

''हो, असं वाटतंय.''

''शांत व्हा. घाबरू नका. नीट आठवण्याचा प्रयत्न करा.'' शालिनीदेवी आमच्या पाठीवरून हात फिरवत म्हणाल्या.

आम्ही थोडा वेळ स्वस्थ बसलो. थोडं पाणी प्यायलो. आता आम्ही पुरते जागे झालो होता.

''कालचंच स्वप्न आज पुन्हा पडलं होतं. तीच खोली. तीच मुलाला

काठीने मारणारी बाई. अगदी सिनेमा पहावा तसं स्पष्ट दिसलं.''

''पण आपण इतके घाबरलात का?''

''तसंच भयानक दृश्य आम्ही पाहिले. कालची खोली स्पष्ट दिसली नव्हती. पण आज स्पष्ट दिसली. ती खोली नव्हती, दिवाणखाना होता. जुन्या काळच्या वाड्यातल्या खिडक्यांना लाकडी महिरपी होत्या. छताला हंड्या-झुंबरं लावलेली होती. जमिनीवर जाजम पसरलेलं होतं. बैठकीकरता गाद्या अंथरलेल्या होत्या. लोड-तक्के ठेवलेले होते. भिंतीवर हरणांची, सांबरांची तोंडे लावलेली होती. जुन्या काळातले सागवानी टेबल, आराम खुर्च्या ठेवलेल्या होत्या.

आम्ही एका खुर्चीवर बसलेले होतो. सगळीकडे शांतता होती.

इतक्यात एक म्हातारी बाई एका लहान मुलाला ओढत ओढत घेऊन आली. तिच्या हातात काठी होती. तिचा रागावलेला चेहरा आम्हाला स्पष्ट दिसला.

तिने काठी वर उगारली आणि जोरात त्या मुलाच्या पाठीवर आपटली. तो मुलगा किंचाळला. तिने परत एक तडाखा त्याच्या कमरेवर मारला.

''ए, त्याला मारू नकोस.'' आम्ही म्हणालो आणि खुर्चीतून उठू लागलो.

ती बाई गर्रकन आमच्याकडे वळली.

''तू कोण मला सांगणार?'' ती रागाने ओरडली.

''मी? सांगू का कोण ते?'' आम्ही ओरडलो.

त्या बाईच्या आणखी एका फटक्याने तो मुलगा खाली पडला. आम्ही खुर्चीतून उठायचा प्रयत्न केला. पण आम्हाला उठता येईना.

ती बाई आमच्याकडं पाहून हसली. तिचा भयाण पण विजयी चेहरा आम्हाला दिसला.

''मला माहीत आहे. तू वैद्य आहेस. या मुलाला औषध द्यायला आला आहेस. पण तू हालचाल करू शकणार नाहीस. तुला मी जखडून ठेवले आहे.''

आमच्या जिवाची तगमग सुरू झाली. पण आम्हाला काही करता येत नव्हते.

''घाबरू नकोस. आम्ही आहोत तुझ्या मदतीला.'' आमच्या मागून आवाज आला.

आम्हाला मागे वळून पाहताही येत नव्हते.

एक भगवी वस्त्रं नेसलेला, गंध लावलेला साधू आमच्यासमोर येऊन उभा राहिला. त्याचा चेहरा तेज:पुंज होता. आम्हाला तो स्पष्टपणे दिसला.

"घाबरू नकोस. आम्ही तुझ्या पाठीशी आहोत." तो म्हणाला.

"तू परत आमच्या वाटेला जाऊ नकोस." ती बाई त्याला म्हणाली.

तिने आपला हात आमच्याकडे केला. आम्हाला श्र्वास घ्यायचा त्रास होऊ लागला. त्या साधूनं झोळीतून अंगारा काढून आमच्यावर फुंकला. आम्ही बांधले गेलो होतो, ती बंधने नाहीशी झाली. आम्ही खुर्चीतून उठलो. तो मुलगा जमिनीवर निपचित पडला होता. आम्ही त्याच्याजवळ गेलो. त्याचा हात धरला. त्याला उठवू लालो. पण तो सरळ उभा राहू शकत नव्हता. त्याची कंबर लुळी पडली होती.

त्या बाईने तिचा हात परत आमच्याकडे केला. परत आमची हालचाल बंद झाली. तो मुलगा आमच्या हातातून निसटून खाली पडला.

ती बाई जोरात हसली.

त्या साधूने परत आमच्यावर अंगारा फुंकला. आम्ही परत त्या मुलाला उठवू लागलो. त्याच्या हाताची नाडी तपासण्याचा प्रयत्न करू लागलो, पण ती लागेना.

"थांब, तुझा पुरता बंदोबस्त करतो." तो साधू गरजला. त्याने झोळीतून अंगारा काढून मंतरला आणि तो तिच्या अंगावर उधळला. ती बाई किंचाळत नाहीशी झाली.

"त्या मुलाला तू बरा कर. आम्ही तुला मदत करू. आमचा आशीर्वाद आहे." तो साधू आम्हाला म्हणाला. त्याने हात उंचावला आणि तो नाहीसा झाला.

आम्ही आमचं स्वप्न तपशीलवार सांगितलं. जणू ते आम्हाला परत दिसत होतं.

"आपण 'दिवा लावा' म्हणून ओरडलात म्हणून जाग आली." शालिनीदेवी म्हणाल्या.

"आम्हाला समजत नाही आजपर्यंतच्या आयुष्यात आम्हाला कसलीच स्वप्ने पडली नाहीत आणि आतातर सारखीच दिसू लागली आहेत. हे का होतंय?" आम्ही म्हणालो.

"यापूर्वीसुद्धा स्वप्ने पडत असतील; पण ती आपण विसरून जात असाल."

"पण आताचं हे स्वप्न आम्हाला इतके स्पष्टपणे आठवतंय. त्या मुलाचा, त्या बाईचा, साधूचा सर्वांचे चेहरे अगदी स्पष्टपणे आठवत आहेत. हे कसं

काय?''

"ते आम्ही सांगू शकत नाही; पण या स्वप्नाला काहीतरी विशिष्ट अर्थ असला पाहिजे. त्या मुलाचा चेहरा कृष्णासारखा होता?''

"नाही.''

"ती बाई म्हातारी होती. कदाचित त्या मुलाची आजी असेल. त्या काठीच्या फटक्याने कमरेच्या हाडाला इजा होऊ शकेल.''

"होऊ शकेल. पण हे स्वप्न होते. याचा कृष्णाशी काय संबंध?''

"कृष्णाशी संबंध नाही. पण कृष्णाही सरपटत चालतो आणि त्या स्वप्नातल्या मुलालाही कमरेवर मारले गेले आहे. याचा काही संबंध असेल?'' शालिनीदेवी म्हणाल्या.

"असा विचार आम्ही करू शकत नाही. याचा आम्हाला काही अनुभव नाही.'' आम्ही म्हणालो.

"आपल्याला आजपर्यंत स्वप्ने पडत नव्हती. आता पडतात. ती पूर्ण बारकाव्याने आठवतात. कृष्णाचा विचार आपल्या डोक्यात आहे आणि या स्वप्नात लहान मुलगाच आहे. या साधर्म्यावरून आम्हाला असा संबंध सुचला.'' शालिनीदेवींनी तर्क मांडला.

"आणि मग त्या साधूचे काय?'' आम्ही शंका काढली.

"तो साधू म्हणजे कोणीतरी सत्पुरुष आपल्याला मदत करतो आहे.'' आम्ही काही बोललो नाही. आम्हाला काही समजत नव्हते.

"काही गोष्टी सूचक असतात. सर्वच गोष्टी स्पष्ट नसतात. त्याचा अर्थ लावावा लागतो. बरं, ते जाऊ द्या. पावणेतीन वाजले आहेत. आपण आता झोपा. या गोष्टीचा नंतर शांतपणे विचार करू.'' शालिनीदेवी म्हणाल्या.

त्यांनी दिवा बंद केला. आम्हीही अंथरुणावर पडलो. आम्हाला झोप कधी लागली ते समजलेच नाही.

नेहमी पहाटे जाग यायची; पण आज उठायला सहा वाजले. आमचे सर्व आवरून दवाखान्यात यायला थोडा उशीरच झाला. दवाखान्यात गोविंदा कृष्णाला घेऊन आलेला होता.

आम्ही त्याला तपासले. आमचे लक्ष त्याच्या कमरेवर स्थिरावले. आम्हाला असे वाटले, की डाव्या बाजूचा भाग थोडा वेगळा दिसतो आहे. आजपर्यंत ही गोष्ट आमच्या लक्षात आली नव्हती. कदाचित रात्रीच्या शालिनीदेवींच्या बोलण्यामुळे आम्हाला तसे वाटले असण्याचीसुद्धा शक्यता होती.

"गोविंदा, कृष्णाला लहानपणी कधी काठीने मारले आहेस?" आम्ही विचारले.

"अवं साहेब, ह्यो येकुलता येक हाये. यास्नी कशापायी मारेन?"

"आजीबाईंनी, कारभारणीनं कधी मारलं आहे?"

"त्यांचा तर ह्यो लई लाडका हाये. त्येनं काय मागितलं त्ये त्या द्येत असत्यात. एकवेळ म्या त्येस्नी दटावतो पण त्या कधी बी रागवत न्हाईत."

आम्ही कृष्णाला टेबलाला धरून सरळ उभे राहण्यास सांगितले. ते त्याला जमले, पण त्याच्या पायातून कळ निघाली. तो जोराने ओरडला. कळा त्याला सहन होत नव्हत्या.

आम्ही त्याला औषधे आणि तीर्थाची बाटली दिली. गोविंदा गेल्यावर आम्ही कृष्णाचे X-Ray काढले. परत सगळे काळजीपूर्वक तपासू लागलो.

गुडघ्याचे X-Ray काढले. ते बारकाईने पाहिले. त्यात काही दोष दिसत नव्हता. कृष्णाचा पाय गुडघ्यामध्ये वाकत होता. पण सरळ करताना एका पोझिशनला पायातून कळ निघायची. तेव्हा मात्र तो कळवळून ओरडायचा. पुढे बराच वेळ तो अक्षरशः गडाबडा लोळायचा. इतका त्याला त्रास व्हायचा. असे का होते? हे मात्र डॉ. फडक्यांनासुद्धा समजत नव्हते.

कृष्णाच्या मांडीचे, खुब्याचे X-Ray तपासले. आम्ही ते कित्येक वेळा पाहिले होते, पण त्यांतही काही दोष आढळत नव्हता. आम्हाला सारखं वाटत होतं की, त्याच्या खुब्यातच काहीतरी दोष आहे. एक X-Ray बारकाईने पाहत असता उजव्या बाजूच्या X-Ray मध्ये आम्हाला एक बारीक ठिपका दिसला. त्या ठिपक्यात काही तरी गूढ रहस्य असावं, असा विचार आमच्या मनात आला.

आम्ही डॉ. फडक्यांना फोन लावला.

"डॉक्टर फडके आहेत? आम्ही डॉ. इनामदार बोलतो आहोत."

"हो, आहेत. थांबा त्यांना फोन जोडून देते." त्यांची रिसेप्शनिस्ट म्हणाली.

"डॉ. फडके बोलतोय."

"आम्ही डॉ. इनामदार बोलतो आहोत."

"बोला बाबासाहेब, काय विशेष."

"डॉक्टर कृष्णाचे X-Ray आम्ही परत परत तपासत होतो. आम्हाला त्याच्या खुब्याच्या X-Ray मध्ये काही संशयास्पद दिसते आहे. आपल्याला वेळ आहे का? आम्ही आत्ता आलो तर?"

"डॉक्टर असं काय विचारता? आपल्याकरिता वेळ नाही असं आम्ही त्या

म्हणूच शकत नाही. आपण केव्हाही या.''

''आम्ही पाऊण एक तासात येतो.''

''या. आम्ही वाट पाहत आहोत.''

आम्ही तयार झालो. लक्ष्मणने गाडी पोर्चमध्ये आणली. आम्ही निघालो. डॉ. फडके आमचे चांगले मित्र होते. साधारण आमच्याच वयाचे. मेहनती आणि हुशार. आम्ही आमच्या ऑर्थोपिडिक केसेसकरिता त्यांचा सल्ला घेत असू. जरी अशा केसेस कमी असत, तरी निरनिराळ्या प्रसंगांनी आमची भेट व्हायची. त्यांनी हॉस्पिटल बांधले. त्याकरिता जागा आमच्या मध्यस्थीने आम्ही त्यांना मिळवून दिली होती.

डॉ. फडके आमचीच वाट पाहत होते. एवढा मोठा डॉक्टर आमची वाट पाहतो आहे, या विचाराने आमचे मन आत कोठेतरी सुखावले.

आम्ही त्यांच्या केबिनमध्ये गेलो.

''या, या!'' डॉक्टरांनी आमचे स्वागत केले. इंटरकॉमवरून चहा, बिस्किटे पाठवण्याची सूचना दिली

आम्ही X-Ray काढले व आम्हाला संशयास्पद वाटणारा डाग दाखवला.

''हा ठिपका कसला असेल?''

डॉक्टरांनी निरखून पाहिले.

''ह्याच X-Ray मध्ये दिसतो आहे. इतर X-RAY मध्ये दिसत नाही.''

''तो मणक्याजवळ आहे. पण नीट क्लीअर होत नाही. MRI ने समजलं असतं. पण ते तंत्रज्ञान अजून मुंबईतच आहे आणि खूप खर्चिक आहे. त्यापेक्षा त्या भागाची शस्त्रक्रिया करणे कमी खर्चिक होईल. काही दोष आढळला तर लगेच तो काढून टाकता येईल.'' डॉ. फडके म्हणाले.

''आपल्याला तसे वाटत असेल तर शस्त्रक्रियासुद्धा करू. या केसने आम्ही खूप अस्वस्थ झालेलो आहोत. कृष्णा बरा झाल्याशिवाय आम्हाला शांत झोप लागणार नाही.''

चहा आला.

''डॉक्टर, आम्ही एक मजेशीर गोष्ट सांगतो. ह्या केसचा विचार करायला लागल्यापासून आम्हाला एक स्वप्न वारंवार दिसू लागले आहे. त्यात एक म्हातारी बाई एका लहान मुलाला काठीने मारते आहे, तिच्या काठीचे दोन फटके त्याच्या कमरेवर बसतात, तो खाली पडतो. असे दिसते.''

''खरोखरीच या केसने तुम्ही फार अस्वस्थ झालेले दिसता. त्याचाच हा

परिणाम असेल''

"तो मुलगा कृष्णाच्याच वयाचा असावा. ती बाई त्याला कमरेवरच मारते आणि कृष्णालासुद्धा चालता येत नाही. त्याचे दुखणे कमरेत आहे, असं सूचित करण्याकरिता तर हे स्वप्न वारंवार दिसत नसेल ना?''

"बाबासाहेब, आपण विज्ञानवादी. अशा स्वप्नांना काही अर्थ नसतो असं आपणच आम्हाला सांगायचात; पण या केसमध्ये आपले हे मत बदलण्याइतके भावनिक कसे झालात? आता हेच बघा. हा ठिपका आपल्याला दिसतो आहे ना तो डाग प्लेटवरचा आहे. एक गोष्ट मात्र खरी, की त्याच्या पायामध्ये दोष आढळत नाही. अशा केसमध्ये पाय जरी वाकवता येत नसेल, तरी दोष मज्जारज्जू आणि मज्जातंतू यांमध्ये असू शकतो. तो भाग ओपन केल्यावरच कळेल.''

"मग ऑपरेशन करायचं?''

"करू या. त्याखेरीज केसमध्ये प्रगती होणार नाही. येत्या १६ तारखेला गुरुवार आहे. तेव्हा करायचं?''

"आमची तयारी आहे. आम्ही गोविंदाला— कृष्णाच्या वडिलांना— तयार करू. सकाळीच ठरवू. मी त्याच्याशी बोललो की फोन करेन. बरं होईल. ही केस तरी लवकर संपेल.''

"बाबासाहेब, आता जेवूनच जा.'' डॉ. फडक्यांनी आग्रह केला.

"नको डॉक्टर. आम्हाला वेळ दिलात त्याबद्दल आभारी आहे.'' आम्ही म्हणालो. आमच्या बोलण्यावरून आणि डॉक्टरांचे जेवणाचे आमंत्रण नाकारण्यावरून आमचा स्वभाव बदलला आहे, हे आम्हालासुद्धा जाणवले.

परत येताना आम्ही सिद्धमहाराजांच्या आश्रमासमोर गाडी थांबवली. महाराजांच्या समाधीचे दर्शन घेतले. आम्ही कोणत्या तरी प्रेरणेने भारावून गेलो होतो.

"मध्यान्हाला कोठे गेला होतात? आम्हाला सांगूनही गेला नाहीत.'' बंगल्यावर पोचल्यावर शालिनीदेवी म्हणाल्या. आम्ही डॉ. फडक्यांशी झालेले सर्व बोलणे सांगितले.

"ठीक आहे. आपण शांतपणे जेवण घ्या. आपण स्वत: होऊन महाराजांच्या आश्रमात जाऊन आलात. आम्हाला खूप बरं वाटलं.''

वामकुक्षी घेऊन आम्ही संध्याकाळी क्लिनिकवर गेलो. गोविंदाला निरोप पाठवला. तेव्हा आमच्या मनाला थोडी शांती मिळाली.

आमचे पेशंट संपेपर्यंत गोविंदा आला.

"आम्ही ठरवलं आहे कृष्णाचं ऑपरेशन करावयाचं म्हणून.''आम्ही आमचा निर्णय गोविंदाला सांगितला.

"आपरेशन?" गोविंदा दचकून म्हणाला.

"हो. खुब्याचं ऑपरेशन. त्याचा दोष कमरेत आहे. पायात नाही, हे आमच्या लक्षात आलेलं आहे. त्याबद्दल आम्ही डॉ. फडके यांच्याशी बोलून आलो. त्यांचेही तसेच मत पडले."

"डागदर, आपरेशन नगा करू. सुई टोचा. पन त्यास्नी तरास व्हईल असं करू नगा." गोविंदा गयावया करत म्हणाला.

"अरे, ऑपरेशनशिवाय तो बरा होणार नाही. ऑपरेशन डॉ. फडके करणार आहेत. ते चांगले डॉक्टर आहेत. आणि आम्ही आहोत ना त्यांच्याबरोबर."

"डागदर लई भ्या वाटतीया."

"घाबरू नकोस."

"मंग त्यो चालाया लागंल?"

"हो हो! ऑपरेशननंतर तो बरा होईल. चालायला लागेल."

"डागदर, पर त्येस्नी बक्कळ पैसा लागंल न्हवं?"

"तू पैशाची काळजी करू नकोस. खर्च आम्ही करणार आहोत."

"डागदर ऽऽऽ!" गोविंदाला बोलवेना. त्याचे डोळे भरून आले. तो वाकून आमच्या पाया पडला.

"आम्हाला ऑपरेशनकरिता तुझी परवानगी पाहिजे."

"अवं डागदर, परवानगी कशापायी मागता? आपन करनार त्ये बरूबरच करनार. पर भ्या वाटतं."

"घाबरू नकोस. सर्व व्यवस्थित होईल. आम्ही मारत्याच्या पोराला मुद्दाम नाही मारलं. तो सीरियसच होता." आम्ही पटकन बोलून गेलो. आम्हाला नकळत मारत्याच्या पोराची आठवण झाली.

"डागदर, त्यामधी तुमची काय बी चूक नव्हती. आम्हास्नी ठावं हाय."

"येत्या १६ तारखेला गुरुवारी ऑपरेशन ठरविले आहे."

"डागदर आम्हास्नी भ्या वाटतीया."

"तू घाबरू नकोस. सोमवारी १३ तारखेला कृष्णाला घेऊन ये. आपण डॉ. फडके यांच्या हॉस्पिटलमध्ये जाऊ."

गोविंदा नाराजीनेच गेला.

●●

डॉ. फडक्यांच्या हॉस्पिटमध्ये सोमवारी कृष्णाला ॲडमिट केले. त्यांनी सगळ्या तपासण्या केल्या. रिपोर्ट्सचा अभ्यास केला. खुब्यातच दोष आहे ना हे परत

परत पडताळून पाहिले. आम्हाला बरीच धावपळ करावी लागली.

आशाराणींना ही गोष्ट समजली. त्या खूप चिडल्या. त्यांनी जेवणाच्या टेबलवर हा विषय काढला.

"बाबासाहेब, कृष्णाचं ऑपरेशन ठरवलं आहे?"

"हो. गुरुवारी आहे. डॉ. फडके करणार आहेत."

"बघा बाळासाहेब, सगळा खर्च बाबासाहेब करणार आहेत."

"करू द्यात. त्यांची इच्छा आहे कृष्णाला बरे करण्याची." बाळासाहेब म्हणाले.

"करू द्या? किती खर्च येईल?"

"येऊ द्या ना. त्याने आपणाला काही कमी पडणार आहे का?"

"म्हणून काय झालं? असा पैसा उधळायचा?"

"एखाद्याला मदत करणे म्हणजे पैसा उधळणे नाही. खर्चाच्या कितीतरी पटीने मानसिक समाधान मिळेल. ते पैशात मोजता येत नाही. आणि सर्व गोष्टी पैशात मोजायच्या नसतात." शालिनीदेवी म्हणाल्या.

"मानसिक समाधान म्हणे! कसले मानसिक समाधान? हे मानसिक संतुलन बिघडल्याचे लक्षण आहे."

"आत्यासाहेब, हे आपलं मत आहे. आपण जरा जगाकडे पाहा, म्हणजे बाबासाहेब योग्य करत आहेत ते समजेल."

"अतिस्वार्थ हे पापाचं लक्षण आहे. दुसऱ्याला मदत करणे हे पुण्याचं लक्षण आहे."

"कसलं पाप-पुण्य? या जगात मजेत जगायचं. कशाला पुढचा विचार करायचा? पुण्य-पुण्य म्हणून मिळणारं सुख सोडायचं आणि दु:खाच्या खाईत जाऊन पडायचं. पाप-पुण्यावर आमचा विश्वास नाही.

"कोणतीही गोष्ट फुकट करू नये. प्रत्येक गोष्टीचा मोबदला घ्यायलाच पाहिजे."

"श्रीकृष्णाने सांगितले आहे की, आपण आपलं कर्म करत जावे. मोबदल्याची अपेक्षा करू नये. तरी प्रत्येक कर्माचे फळ आपल्याला मिळतच असते. परमेश्वर त्याचे फळ तुमच्या नकळत देतच असतो. आपण एखाद्या गोष्टीचा मोबदला मागतो; कारण आपल्याला जगण्याकरिता पैसे पाहिजे असतात. पण अनेकजण मोबदल्याची अपेक्षा न करता सामाजिक कार्य करत असतात. त्यात त्यांचा हेतू फक्त मानवतेची सेवा असा असतो. परमेश्वर त्यांना त्यांचा चांगला-वाईट मोबदला देत असतो." शालिनीदेवी म्हणाल्या.

"आमचा पाप-पुण्य, देव-परमेश्वर यांवर विश्वास नाही. त्यामुळे पुनर्जन्मावर

आमचा विश्वास नाही. तरीसुद्धा आम्ही आपल्याला असं विचारतो, की बाबासाहेबांच्या हातून काय पाप घडलं, म्हणून त्यांचं मानसिक संतुलन बिघडलं?''

''मानसिक संतुलन बिघडलं असं आपलं एकट्याचं मत आहे. इतक्या अवघड आजारातून ते बाहेर पडले. डॉ. भालेराव जागतिक कीर्तीच्या हार्ट स्पेशालिस्ट आपल्याबरोबर आणतात. ते ऑपरेशन करतात. हे काय पापामुळे घडलं? ज्या जोन्ससाहेबांना भेटण्याकरिता महिनेच्या महिने थांबावं लागतं, ते आपण होऊन येथे येतात. ऑपरेशन करतात. सिद्धमहाराजांसारखे पुण्यपुरुष हॉस्पिटलचे वातावरण गायत्रीमंत्राच्या जपाने भारून टाकतात. आपण स्वत: समाधी अवस्थेत जात असताना साहेबांना जीवदान देतात. हे कशामुळे घडलं? हे पुण्याचेच फळ आहे. आपण जरी हे मानलं नाही, तरी ते खरं आहे.'' शालिनीदेवी प्रत्येक शब्दावर जोर देत म्हणाल्या.

''आत्यासाहेब, बाबासाहेबांचा पुण्याचा हिशेब ऐकलात ना? आता तरी परमेश्वराचे स्मरण करा.''

''बाळासाहेब, आम्हाला हे पटणारच नाही. आम्ही मानसिक संतुलन बिघडलं आहे असंच म्हणणार.''

''आशाराणी, आताच्या चर्चेतून पापाचे फळ वाईट मिळतं इतकं जरी आपल्याला पटलं, हे चांगलं लक्षण आहे.'' आम्ही चर्चेचा शेवट करत म्हणालो.

आशाराणी आपला मुद्दा न सोडता सगळ्यांशी एकट्या लढत होत्या.

आमची विचारसरणी पूर्वीचीच असती, तर आम्हीच त्यांच्या मदतीला गेलो असतो. पण आमचे विचार बदलले होते.

●●

गुरुवार उजाडला. आम्ही सकाळीच डॉ. फडके यांच्या हॉस्पिटलमध्ये दाखल झालो. डॉ. फडकेसुद्धा त्यांच्या केबिनमध्ये तयार होऊन बसले होते.

''बाबासाहेब, चहा-कॉफी काही घ्यायचे का?'' त्यांनी विचारले.

''नको. आपण ऑपरेशन झाल्यावर शांतपणे घेऊ.'' आम्ही म्हणालो.

''ठीक आहे. कृष्णाला ऑपरेशन थिएटरमध्ये नेलेलेच आहे. आपणही जाऊ या.''

आम्ही केबिनबाहेर पडलो. ऑपरेशन थिएटरबाहेर गोविंदा, त्याची बायको, एक-दोन नातेवाईक बसलेले होते. कृष्णाच्या आईने डोळ्याला पदर लावला होता. गोविंदा खाली मान घालून बसला होता. आम्हाला पाहून तो ताडकन उठला.

''डागदर---- ऽ----ऽ----ऽ----'' तो रडवलेल्या आवाजात म्हणाला.

"घाबरू नकोस. कृष्णा बरा होणार आहे." आम्ही त्याला धीर दिला आणि ऑपरेशन थिएटरमध्ये गेलो. सिस्टरने थिएटरबाहेर तांबडा दिवा लावला. ऑपरेशन टेबलवर कृष्णा झोपला होता. त्याला भूल दिलेली होती. त्याचा निरागस चेहरा शांत झोपल्यासारखा दिसत होता.

ऑपरेशन सुरू झाले.

डॉक्टर फडक्यांनी खुब्याचा भाग ओपन केला. आम्ही पाहत होतो.

"This is vertebral foramen. Each verterbral foramen forms a short segment of the vertebral canal. A spinal cord passess through this canal."

डॉ. फडके आम्हाला सांगत होते. आम्ही आमच्या M. B. B. S च्या वेळी हे सगळे शिकलो होतो. पण डॉ. फडके उत्साहाने आम्हाला सर्व सांगत होते आणि दाखवत होते.

आम्हीही सर्व बघत होतो. तोंडाला पट्टी बांधलेली असल्यामुळे त्यांची बोबडी रनिंग कॉमेंट्री ऐकत होतो.

"See, this is Intervertebral foramina. This is a passage to spinal nerves. This is Intervertebral disc. This is lumbar vertebra."

डॉ. फडक्यांना सर्व हाडे त्यांच्या नावासुद्धा पाठ होती.

"Doctor above lumbar, see the nerves" आम्ही म्हणालो. "ह्या ठिकाणी बघा. Nerves ह्या intervertebral disc च्या खाली गेल्यासारख्या वाटतात."

"करेक्ट करेक्ट." डॉक्टर म्हणाले, "ह्या नर्व्हज या ठिकाणी दाबल्या गेल्या आहेत. ह्या नर्व्हज मांडीतून पायात गेलेल्या असतात. त्यांच्यात दोष निर्माण झाला तर त्याचा पायाच्या हालचालींवर परिणाम होतो. See this disc. It is not properly fit हा दोष त्याच्या जन्मापासून असल्यामुळे त्याच्या पायात जोर नाही." डॉक्टर म्हणाले.

"ही सरकलेली Disc आपल्या कोणत्याच X-Ray मध्ये दिसली नाही." आम्ही म्हणालो.

"हा दोष MRI Report वरून समजून येतो. पण त्याला खर्च बराच येतो. आणि नंतर परत Operation चा खर्च आहेच."

डॉक्टरांनी Disc बरोबर केली. तिच्याखाली सापडलेल्या नर्व्हज, रक्तवाहिन्या

त्यामुळे मोकळ्या झाल्या.

"Now he will be all right." डॉक्टर म्हणाले.

"म्हणजे Open करण्याचा आपला निर्णय अगदी योग्य होता.'' आम्ही म्हणालो.

डॉक्टरांनी जखम शिवली. सर्व व्यवस्थित करून डॉक्टरांनी ऑपरेशन संपवलं.

आम्ही ऑपरेशन थिएटरच्या बाहेर आलो. गोविंदा ताडकन उभा राहिला.

"गोविंदा, ऑपरेशन चांगले झाले आहे. आता तो अजून गुंगीत आहे थोड्या वेळाने तो शुद्धीत येईल.'' डॉ. फडके म्हणाले.

त्याने आम्हा दोघांना वाकून नमस्कार केला.

आम्ही डॉक्टरांच्या केबिनमध्ये गेलो. हात, तोंड धुऊन फ्रेश झालो.

"डॉक्टर, आता कॉफी घेणार ना?'' त्यांनी आम्हाला विचारले

"हो. हो. नक्कीच. आता आमच्या मनावरचे ओझे उतरले. गेले कित्येक दिवस आम्ही अस्वस्थ होतो. कृष्णाच्या संपूर्ण पायात जीव नव्हता. पायातल्या कोणत्या भागात नेमका दोष आहे हे आम्हाला समजत नव्हते.'' आम्ही म्हणालो.

"बरोबर आहे. तसा हा Defect कळायला अवघडच होता. ह्या नर्व्हज मांडीतून जाताना दुखावल्या असत्या, तरी पायात हा दोष निर्माण झाला असता.'' डॉक्टर म्हणाले.

"कोणत्याही कारणांनी का होईना, पण योग्य ठिकाणी ऑपरेशन झाले याला महत्त्व आहे.'' आम्ही म्हणालो.

"हे आताच झाले ते बरे झाले. जर आणखी काही वर्षे उशीर झाला असता, तर ऑपरेशनला त्रास झाला असता. ऑपरेशन अवघड झाले असते.'' डॉक्टर म्हणाले.

आम्ही कॉफी संपवली. "आम्ही आता निघतो.''

"आता जेवूनच जा.'' डॉक्टर म्हणाले. त्यांनी खूप आग्रह केला.

पण आम्ही त्यांचा निरोप घेऊन निघालो.

गोविंदा बाहेरच बसला होता.

"गोविंदा, ऑपरेशन चांगले झाले आहे. कृष्णा आता काही दिवसांतच चालायला लागेल. अजून ४-५ दिवस त्याला येथे राहावे लागेल. टाके काढले की त्याला घरी सोडतील.''

"डागदर लई उपकार झाल्याती!'' गोविंदाचे डोळे भरून आले. तुळसाच्याही

डोळ्यांतून पाणी वाहू लागले.

त्या दोघांनी आम्हाला पुन्हा नमस्कार केला.

"काळजीचे कारण नाही. आम्ही जातो आता."

आम्ही घाईघाईने बाहेर पडलो. आमची मन:स्थिती विचित्र झाली होती. डॉ. फडक्यांचे काहीही मत असले, तरी आम्हाला मात्र स्वप्नाचा आणि कृष्णाच्या अपंगत्वाचा काहीतरी संबंध आहे, असेच वाटत होते. स्वप्नातल्या म्हातारीने कमरेवर मारणे आणि कृष्णाच्या मणक्यात दोष निर्माण होणे याचा अर्थ शालिनीच सांगेल, असा विचार आमच्या मनात आला आणि आम्ही थेट बंगल्यावरच आलो.

आम्ही प्रसन्न चित्ताने बंगल्यावर परतलो तेव्हा दुपारचा एक वाजला होता.

"कसं झालं ऑपरेशन?" शालिनीदेवींनी विचारले.

"चांगले झाले. यशस्वी झाले. नेमका दोष लवकर सापडला. त्यामुळे लवकर झाले."

"आम्हाला वाटले, आपण जेवूनच याल."

"साडेदहा वाजताच ऑपरेशन झाले. मग आलो बंगल्यावरच. डॉक्टरांबरोबर कॉफी घेतली. थोडी चर्चा केली. गोविंदाशी बोललो आणि निघालो.

"आम्ही जेवणाची तयारी करतो. आपण फ्रेश होऊन या."

आम्ही अंघोळ करून फ्रेश होऊन जेवणाच्या टेबलावर आलो. आशाराणीही आल्या. पण त्या काही बोलल्या नाहीत.

"कृष्णाच्या माकडहाडाजवळच्या शेवटच्या मणक्यामधली Disc सरकली होती. त्यामुळे मज्जारज्जूतून पायात जाणाऱ्या नसा दाबल्या गेल्या होत्या. त्यामुळे त्याच्या पायात शक्तीच नव्हती. आम्ही ऑपरेशनच्या आधीच डॉक्टरांना आमच्या स्वप्नाबद्दल सांगितले होते आणि माकडहाडात काही तरी दोष असेल, असे म्हणालो होतो. पण डॉक्टर स्वप्नाला तसा काही अर्थ नाही, असे म्हणाले."

"डॉक्टर बरोबरच म्हणाले. तुम्ही कशाचाही अर्थ कशालाही लावता. असं विज्ञानात चालत नाही." आशाराणी म्हणाल्या.

"विज्ञानाप्रमाणे अशा दुखण्याचा परिणाम म्हणजे पाठदुखी किंवा पायाला मुंग्या येणं. पण यांतले कोणतेच लक्षण कृष्णामध्ये दिसले नाही. पाय हलवता न येणे हे त्याचे लक्षण नाही. पण त्याला पाय हलवता येत नव्हता. या सगळ्या विचित्र परिस्थितीमुळे नेमके ऑपरेशन कोठे करायचे, ते समजत नव्हते. पण आमच्या स्वप्नाचा गाईडलाईन म्हणून उपयोग करून त्याच्या कमरेतच दुखणं आहे, असं आम्ही सांगत होतो. विचारांती त्यांनीही तोच निष्कर्ष काढला आणि ऑपरेशन केले.

बरोबर दोष लगेचच सापडला.'' आम्ही म्हणालो.

"आपण म्हणता ना की स्वप्न ऑपरेशनचे गाईडलाईन होते. मग आता ऑपरेशन झाल्यावर ते स्वप्न दिसणे बंद झाले पाहिजे.'' आशाराणी म्हणाल्या.

"हाही विचार बरोबर आहे. आपण पाहू या परत स्वप्न पडते का?'' आम्ही म्हणालो.

"आता थोडा जास्त खोलात जाऊन विचार केला तर असं सूचक स्वप्न का पडलं, ह्याचेसुद्धा उत्तर सापडेल. आपल्याला मागे आम्ही अंतर्मनाच्या शक्तीबद्दल बोललो होतो. आपल्या मनात कृष्णाला बरी करण्याची तीव्र इच्छा होती. पण कोणत्याच Report मध्ये काही दोष दिसत नव्हते. त्यामुळे आपल्या अंतर्मनाने मार्ग दाखवला. त्याने आपल्याला स्वप्न पाडले आणि आपण ते डॉ. फडक्यांना सांगितले. डॉक्टर स्वप्नावर विश्वास ठेवून नाही, तर एक शक्यता म्हणून त्या दिशेने विचार करू लागले. त्यांनाही वाटले, कमरेतच दोष आहे, आणि त्यांनी ऑपरेशन केले. आपल्याला अंतर्मनाच्या शक्तीचा अनुभव आला ना?'' शालिनीदेवी म्हणाल्या.

"आतापर्यंत विज्ञानावर बोलत होतात आणि परत अंधश्रद्धेच्या गोष्टीत शिरलात.'' आशाराणी म्हणाल्या, "बाबासाहेब, ह्या अशा गप्पा नंतर मारा. आमचं जेवण संपत आलं तरी आपण अजून सुरुवातही केली नाहीत.''

"आपण जेवून घ्या. नंतर गप्पा मारू.'' शालिनीदेवी म्हणाल्या.

●●

चार दिवसांनी कृष्णाच्या जखमेचे टाके काढले. त्याला घरी जाण्याची परवानगी मिळाली. आम्ही आमच्या गाडीतून त्याला घरी पोचवले.

"८-१० दिवस झोपवूनच ठेवा. जखम वाळली की मग कुबड्यांच्या साहाय्याने चालण्याची परवानगी देईन.'' आम्ही गोविंदाला सांगितले.

आम्हीच त्याला तपासायला जाणार होतो. पण ४-५ दिवसांतच गोविंदा त्याला बैलगाडीतून घेऊन आला.

"तू कशाला आणलंस? आम्ही येणारच होतो २-३ दिवसांत.''

"डागदर, म्हातारा लई आठवण काढतुया कृष्णाची. त्यास्नी म्या सांगितलं, डागडरनी परमेशन दिली की म्या घ्येऊन येतो, पन म्हातारा ऐकतच न्हायी.''

"कोण? ते आजोबा? तुळसाचे वडील? कोठे असतात?''

"बांदलवाडीला न्हवं का? काळदरीच्या म्होरं हाय ४-५ कोसांवर.''

"बाबा सारखं नाव घेतात. लई लळा हाये त्येस्नी.'' तुळसा म्हणाली.

आम्ही त्याला तपासलं. जखम ओली होती. त्याला अजून कुबड्यांनी- सुद्धा

चालता येणार नव्हते.

"गोविंदा, त्याला अजून झोपवून ठेवायला पाहिजे. त्याची काळजी घेणार का?"

"डागदर, त्येची काळजी करू नका. झोपून राहील. म्हाताऱ्याने लई धोसरा घ्येतला है."

"काळजी घेणार असाल तर घेऊन जा." आम्ही परवानगी दिली.

"म्या हाये त्येच्या संगती. म्या घीन त्येची काळजी." तुळसा म्हणाली.

"सांभाळून न्या. कमरेला जपा. धक्का लागून देऊ नका."

"अगदी अलगद न्येतो." ते कृष्णाला घेऊन गेले.

या गोष्टीला आठ दिवस झाले.

"गोविंदा कृष्णाला घेऊन आला नाही पाय दाखवायला?" शालिनीदेवींना एकदम आठवण झाली. "मागच्याच आठवड्यात आला होता. आता १५ दिवसांनी येईल. आजोळी गेला आहे. आजोबांनी खूप आठवण काढली होती."

"कोणतं गाव?" चहाचा कप आमच्या हातात देत त्यांनी विचारलं.

"बांदलवाडी. अर्ध्या पाऊण तासाच्या रस्त्यावर आहे."

"आज रविवार. आपण जाऊन यायचं का?"

"जाऊ या. आपल्याला अचानक आठवण झाली?"

"झाली. काही कारण नाही."

"आम्ही गोविंदाला बोलावून घेतो. चारच्या सुमारास निघू. ७-७॥ ला परत येऊ." आम्ही चहाचा घोट घेत म्हणालो.

निरोप दिल्याप्रमाणे गोविंदा आला.

"गोविंदा, कृष्णाला बघायला जायचं आहे. बाईसाहेबांना खूप आठवण येते आहे."

"जाऊ की, जवळच तर हाये की बांदलवाडी. काळदरीच्या म्होरं १०-१५ मैल." गोविंदा म्हणाला

शालिनीदेवी तयार होऊन आल्या. लक्ष्मणने गाडी आणली. आम्ही निघालो. रस्ता तसा बेताचाच होता. डांबर नावालाच टाकलं होतं. म्हणून त्याला डांबरी रस्ता म्हणायचं इतकंच. रस्त्याच्या कडेला असलेल्या शेतांमुळे बरं वाटत होतं. तसं आमच्या गावात सृष्टिसौंदर्य भरपूर होतं. आमचं फार्म हाउस तर जंगलात असल्यासारखं होतं. इतकी झाडं आजूबाजूला होती. त्यामुळं सृष्टिसौंदर्याचं आम्हाला काही अप्रूप वाटत नव्हतं. पण शेतांमुळे रस्ता रखरखीत वाटत नव्हता.

८-१० मैलांचं अंतर आम्ही गेलो. लक्ष्मणने गाडी थांबवली.

"काय झालं रे?" आम्ही विचारलं.

"मालक, गाडी पंक्चर झाली वाटतं." लक्ष्मण खाली उतरला. मागच्या चाकातील हवा गेली होती.

"मालक, आम्ही चाक बदलून घेतो."

आम्ही खाली उतरलो.

"अजून किती लांब जायचं आहे?" शालिनीदेवींनी विचारलं.

"आता आपन आलो न्हवं, तितकंच." गोविंदा म्हणाला.

आपण डॉक्टरांना इकडे आणले आणि गाडी पंक्चर झाली त्यामुळे गोविंदाला अपराध्यासारखं वाटत असावं.

"ह्ये काळदरी हाये, डागदर. ह्यो कडंचा वाडा हाये ना त्यो देसाईंचा हाये."

"देसाई?"

"त्येंच्याकडं जायाचं का? पानी घेऊ." गोविंदा म्हणाला.

"नको. १०-१५ मिनिटांचाच तर प्रश्न आहे."

"डागदर, देसाई लई चांगलं हायेत. चला जाऊ वाड्यावर."

"चला जाऊ. इतकं म्हणतो आहे तर जाऊ या." शालिनीदेवी म्हणाल्या.

देसाईंच्या म्हातारीच्या फोटोबद्दल गोविंदानं सांगितलेले आम्हाला एकदम आठवलं. आम्ही वाड्यावर गेलो.

"देसाईसाहेब, डागदर आल्याती." गोविंदानं पुढे होऊन देसाईंना सांगितलं.

देसाईंनी आमचं स्वागत केलं.

"या डॉक्टर, या."

आम्ही वाड्यात गेलो. वाडा खूप मोठा असावा. आम्ही दिवाणखान्यात बसलो. दिवाणखाना हंड्या-झुंबरांनी सजवला होता. भिंतीवर तसबिरी लावलेल्या होत्या.

देसाई पाणी घेऊन आले. "घ्या", फुलपात्रात पाणी ओतत ते म्हणाले.

"आम्ही डॉ. इनामदार." आम्ही आमची ओळख करून देत म्हणालो.

"आम्ही आपलं नाव ऐकून होतो. शिंदाचेच ना? आज भेट आली."

"हो. शिंदाचेच आम्ही. बांदलवाडीला चाललो होतो. गाडी पंक्चर झाली. गोविंदानं आग्रह केला. म्हटलं, आपली ओळख होईल. आलो."

"बरं झालं आलात. आम्ही महादेव देसाई. हा वाडा आमचा पिढीजात. इतके दिवस पुण्याला होतो. नुकतेच येथे राहायला आलो आहोत."

"वाडा खूप जुना दिसतोय."

"खूप जुना. म्हणजे आमच्या खापरपणजोबांनी बांधला. ते पेशव्यांच्या लष्करात

होते.''

कुतूहलाने आम्ही दिवाणखान्यातल्या खांबांचे नक्षीकाम पाहू लागलो. खिडक्यांना लाकडी महिरपी होत्या. त्या न्याहाळू लागलो. भिंतीवर खूप पेंटिंग्ज होती. अप्रतिम चित्रे होती. हातांनी काढलेले फोटो होते. बहुतेक देसाईघराण्यातील पूर्वजांचे असावेत. पेंटिंग्ज मात्र राजा रविवर्मा यांनी काढलेली होती. तसबिरी पाहत आम्ही एका बाईच्या फोटोपुढे येऊन उभे राहिलो. तो एका बाईचा फोटो होता. याच बाईच्या फोटोबद्दल गोविंदाने सांगितले असेल. आमच्या मनात विचार आला. फोटोतला चेहरा गंभीर होता. डोळे रोखून पाहत असल्यासारखे भीतिदायक होते. आमच्याही अंगातून एक शहारा निघाला.

''ती आमची चुलती. आम्ही त्यांना काकी म्हणायचो. इतके दिवस त्याच येथे राहत होत्या. त्या गेल्या. वास्तू ओस पडली म्हणून आम्ही परत वाड्यावर आलो. खरं म्हणजे आमचे चुलते आणि आमचे वडील दोघेही यांच्यामुळेच वाडा सोडून गेले होते आणि यांनी संपूर्ण वाड्याचा ताबा घेतला होता.'' महादेवराव सांगत होते.

पण त्याकडे आमचे लक्ष नव्हते. हा दिवाणखाना, या बाई यांना आम्ही कधीतरी पाहिले असावे, असे वाटत होते. आम्ही ते आठवण्याचा प्रयत्न करत होतो.

''डागदर, गाडी तयार झाली.'' गोविंदाने येऊन सांगितले.

''बरं, आम्ही निघतो.'' आम्ही म्हणालो.

''लगेच निघता? चहा, सरबत न घेताच?'' देसाई म्हणाले.

''मोटारीच्या पंक्चरमुळे आम्ही आलो आणि आपली ओळख झाली. चहाकरिता आम्ही पुन्हा कधीतरी येऊ.'' आम्ही म्हणालो.

''जरी अनपेक्षितपणे आपण आलात, तरी आम्हाला खूप बरं वाटलं.'' देसाई म्हणाले.

''कोणत्याही घटनेचा जोपर्यंत आपल्याला अर्थ समजत नाही, तोपर्यंत ती अनपेक्षित घटना असते. पण प्रत्येक घटनेला अर्थ असतो. तो अर्थ लगेच समजतो असे नाही.'' शालिनीदेवी म्हणाल्या.

''खरं आहे आपलं म्हणणं.'' देसाई म्हणाले.

देसाईंचा निरोप घेऊन आम्ही पुढे निघालो.

पुढे बांदलवाडीचा रस्ता फक्त १५-२० मिनिटांचाच होता.

आम्ही गोविंदाच्या सासऱ्यांच्या घरी गेलो. अचानक आम्ही आलेले पाहून सर्वांना आश्चर्य वाटलं. आजोबांनी घाईघाईने कांबळी अंथरली.

''बसा.'' आजोबा म्हणाले.

आम्ही भिंतीला टेकून कांबळ्यावर बसलो.

गोविंदाने पाण्याची चरवी, २-३ फुलपात्रे आणली.

तसं घर मोठं होतं. बाजूला गोठ्यात दोन गाई दिसत होत्या.

गोविंदा लगबगीनं आत गेला. कृष्णाला गोविंदाने धरून बाहेर आणले. त्यांच्या पाठोपाठ तुळसा, आजी-आजोबा सगळे ओसरीवर आले. सर्वांनी आम्हाला वाकून नमस्कार केले.

"कृष्णाचं लई भलं केलं तुमी." कृष्णाचे आजोबा कांबळ्याच्या टोकावर बसत म्हणाले.

"आम्ही काय भलं करणार? भलं करणारा तो आहे बघा."

समोरच्या भिंतीवर विठ्ठलाचं मोठं चित्र लावलं होतं, त्याच्याकडं बोट दाखवत आम्ही म्हणालो.

"इतकं करून बी द्येवाकडं बोट दावताय! आपन लई देवमानूस हैसा." कृष्णाचे आजोबा नामदेवराव म्हणाले, "अवं, काय बी न करता म्या केलं म्हननारं लई सापडत्यात. पन करून म्या क्येलं न्हाय म्हननारं तुमच्यावानी कोनी सापडनार न्हायी."

"कसा आहे कृष्णा?" शालिनीदेवींनी विचारलं.

"त्यो बघा आपनहून आला हाये." तुळसा म्हणाली.

कृष्णाला आम्हाला वाकून नमस्कार करायचा होता. पण त्याला ते जमत नव्हते. तो एका खुर्चीवर टेकला होता. त्याने हात जोडले.

"अवं लय प्रगती हाय. त्यो खुरडत चालायचा. त्येच्याकडं पहून लय वाईट वाटायचं. आमी काय पाप क्येलं म्हून आमच्या नातवाला असं खुरडायला लावलं, असं वाटायचं. आमी लय मांत्रिकाला दावलं, पन काय बी परिनाम झाला नाय. डागदर, तुमी त्येला चालवलं."

आजोबा गळ्यातली तुळशीची माळ कुडत्याच्या आतून काढून ती डोळ्याला लावत म्हणाले. ते परत खाली वाकले.

"आजोबा, सारखं आमच्या पाया पडू नका. आम्ही काही केलं नाही. त्या विठ्ठलाच्या पाया पडा." शालिनीदेवी म्हणाल्या.

"त्यो तर हायेच आमचा पाठीराखा. म्या सांगतो, आमी ह्या कृष्णाइतका होतो तवापासनं येक बी वारी चुकवली न्हाय."

"त्यानंच तुमचं भलं केलंय." आम्ही म्हणालो.

"त्यानं तर आमचं भलं क्येलंय. काळी आय दिली. चांगला जवळचा जावय

दिला. कृष्णापरीस नातू दिला. लय चांगलं क्येलं. तुमी आमचा नातू बरा क्येला. आता तुमीच आमचं इठल-रखुमाई. आता आमची काय बी इच्छा राह्यली नाही. इठलाने आमच्या घरी येऊन आमाला दर्शन दिलं. आता आमचं डोळं मिटलं तरी चालंल.''

नामदेवआजोबांना काय करावं, किती बोलावं, असं झालं होतं. गोविंदानं दोन पेले दूध आणलं.

''डागदर, निरसं दूध हाये घरच्या गाईचं. घ्या.'' असं म्हणत पेले आमच्या हातात दिले.

''दूध घ्या. अन् गरम भाकर खाऊनच जावा.'' तुळसा म्हणाली.

''आम्ही दूध घेतो. पण जेवायचा आग्रह करू नका. कृष्णाला बघायला आलो. परत जेवायला कधीतरी येऊ.'' शालिनीदेवी म्हणाल्या.

फेसाळलेलं दूध आम्ही घेतलं. कृष्णाचा पाय बघितला. ''अजून महिन्याभरात चालू लागेल.'' आम्ही म्हणालो.

''लय उपकार झालं डागदर.'' म्हाताऱ्याचे डोळे भरून आले. धोतराच्या सोग्याने डोळे पुसत आजोबा म्हणाले. ''कृष्णाला चालताना बघून आमाला तुमची आठवण येनार.''

''मग केव्हाही या आम्हाला भेटायला. आम्हालाही आनंद वाटेल. बरं आम्ही निघतो. आम्ही तीर्थाची बाटली दिली. पुन्हा एकदा पाया पडण्याचा कार्यक्रम झाला. आम्ही निघालो.

गाडीत आम्ही गोविंदाला म्हणालो, ''कृष्णावर आजोबांचा खूप जीव दिसतो आहे.''

''डागदर, मुंबैच्या डागदरनं सांगितलं व्हतं, की कृष्णा चालणार न्हायी. तवा त्यांनी दोन दिस काय बी खाल्लं नव्हतं. सारखं इट्टल-इट्टल जप करत व्हते. कोनीतरी त्येस्नी सांगितलं, महाराजांकडं जावा, त्ये त्यास्नी बरं करतील. तवा त्ये त्या आश्रमात ग्येले. कृष्णाला त्येंच्या पायावर ठिवले. 'ह्यो बरा हुईल.' असं महाराज म्हनाले. ह्ये त्येंचे शिष्य झाले. आश्रमात जात्यात, राहत्यात. शेवा करत्यात. पैसं, दानं देत्यात; पर आता त्येबी राह्यलं न्हाईत.''

''तो पुण्याच्या वाटेवर त्यांचा आश्रम आहे ते सिद्धमहाराज का?'' शालिनीदेवींनी विचारलं.

''त्येच महाराज. पर त्येबी महाराज ग्येले. नामदेवआजोबा लई रडले.''

आम्हालाही गलबल्यासारखं झालं. आम्ही काचेतून बाहेर बघितलं. आम्ही

देसाईंच्या वाड्याजवळून चाललो होते. आम्हाला त्या फोटोतल्या बाईंची आठवण झाली. त्या बाईंना कोठे पाहिले, ते आम्ही आठवू लागलो.

आम्ही बंगल्यावर पोचलो तेव्हा रात्रीचे आठ वाजून गेले होते. हॉलमध्ये आशाराणी एकट्याच बसल्या होत्या.

"कोठे जाऊन आलात?" त्यांनी विचारलं.

"गोविंदाच्या सासरेबुवांचा पाहुणचार घेऊन आलो, बांदलवाडीला जाऊन."

"तिकडं गेला होतात?"

"हो. कृष्णा सध्या आजोळीच आहे. मनात आलं, त्याला पाहून यावं. गोविंदाला बोलावून घेतलं आणि गेलो."

"वाटेत काळदरीजवळ गाडी पंक्चर झाली. मंग देसायांच्या वाड्यावर बी जाऊन आलो." गोविंदा म्हणाला.

"काळदरीच्या देसायांकडं?" आशाराणींनी चमकून विचारलं.

"का? अशा चमकलात का?" आम्ही विचारलं.

"आमचं आडनाव देसाईच आहे की! आणि सासूबाई म्हणायच्या की, एकदा काळदरीला आपल्या घरी जाऊन यायला पाहिजे. म्हणजे आमचं गावही काळदरीच."

"आम्हाला वाटत होतं, आपण पुण्याचेच देसाई आहात. आम्हालाही माहीत नव्हतं, आपलं गाव काळदरी आहे ते."

"आम्ही कधी काळदरीला गेलो नाही. पण काळदरीतल्या वाड्यावर सासऱ्यांची चुलती 'सुमाकाकी' म्हणून कोणी राहात होत्या. त्यांनी त्यांच्या सर्व दिरांना वाड्यावरून हाकलून लावले होते." आशाराणी म्हणाल्या.

"हां हां. महादेव देसाई हेच सांगत होते. पण आता त्या काकी आणि त्यांच्यापैकी कोणीच जिवंत नाहीत. वाडा ओस पडला होता, म्हणून महादेव देसाई वाड्यावर राहायला आले आहेत." आम्ही म्हणालो.

"आम्ही लग्नानंतर जेमतेम ४-५ वर्षे देसाई-कुटुंबात राहिलो. पण गजाननराव गेले. एक दिवस सासूबाई आम्हाला म्हणाल्या की, आम्हाला नातू दिला नाहीस. माझ्या पोराला लवकर घालवलंस. पांढऱ्या पायाची आहेस. स्वतःचं कपाळसुद्धा पांढरं करून घेतलंस. आम्ही संतापलो. थरथर कापत होतो. सासरेसुद्धा म्हणाले होते, की देसाईंचा वंश संपवलास वांझोटी कुठली. आम्ही ठरवलं देसाईंच्या घरात पाणीसुद्धा प्यायचे नाही. आम्ही बॅग भरली आणि थेट येथे आलो. तेव्हापासून बाबांनी आम्हाला मानाने सांभाळलं. दुःखाची सावलीसुद्धा आमच्यावर पडू दिली नाही.

त्यामुळे हे घर आम्ही आमचेच मानत आलो.''

"आशाराणी, हे घर आपलंच आहे. आम्ही आपल्याला सांभाळू म्हणून आम्ही बाबांना वचन दिलं आहे. खरं म्हणजे आपण देसाई आहात हेच आम्ही विसरून गेलो आहोत. आम्ही आपल्याला इनामदारच मानत आलो आहोत.'' आम्ही म्हणालो.

"आई-बाबांना आमच्या परत येण्याचा जबरदस्त धक्का बसला होता. त्या धक्क्यानेच ते एकापाठोपाठ एक लवकर गेले.'' आशाराणींचे डोळे भरून आले. आम्हीही गहिवरलो.

"आशाराणी, हे घर आपलंच आहे. आपण पाहिल्यासारखं निर्धास्तपणाने राह्यचं.'' शालिनीदेवी आशाराणींना जवळ घेत म्हणाल्या.

गोविंदा हे सर्व पाहत होता. पण त्याला यातलं काही उमजत नव्हतं. भावनेचा आवेग कमी झाल्यावर आशाराणी ताडकन आपल्या खोलीत निघून गेल्या.

त्या दिवसापासून आम्हाला त्या देसाईंच्या वाड्यातल्या फोटोतल्या बाईंना आठवण्याचा चाळाच लागला. आमच्या मनात त्या बाईंचा विषय घोळू लागला. पण सारखा विचार करूनही आम्हाला आठवेना.

आणि ते स्वप्न आम्हाला परत पडले. तो दिवाणखाना, त्या काठीने मारणाऱ्या बाई, तो कळवळणारा मुलगा, सगळं पहिल्यासारखं, जसंच्या तसं दिसलं. त्या बाईंचा रागावलेला चेहरा, त्या मुलाचा निरागस चेहरा आम्हाला परत एकदा दिसला. आम्ही परत एकदा त्या बाईंच्या हातातून त्या मुलाला सोडवण्याचा प्रयत्न केला.

"ए, तू मध्ये पडू नकोस. तुझा काय संबंध? चल चालता हो.'' असं ती आमच्या अंगावर खेकसली. तिने तिचे लाल डोळे आमच्यावर रोखले. त्यातला अंगार आम्हाला जाणवला. तिने काठीचा आणखी एक तडाखा त्याच्या कमरेवर लगावला.

तो खाली पडला.

"नका मारू त्याला.'' आम्ही जोरात ओरडलो. पण ते फक्त स्वप्नात नाही, तर आम्ही खरंच ओरडलो होतो.

शालिनीदेवींनी दिवा लावला. आम्हाला हाक मारून जागं केलं.

"पुन्हा तेच स्वप्न.'' आम्ही म्हणालो, "त्या बाईने आमच्यावर तिचे डोळे रोखले होते.''

आणि एकदम आम्ही ओरडलो, "आमचं कोडं सुटलं!''

"कोणतं कोडं?'' शालिनीदेवी पाण्याचा पेला आम्हाला देत म्हणाल्या.

“त्या स्वप्नातल्या बाईचं— त्या देसाईंच्या दिवाणखान्यातल्या फोटोतल्या बाईच मुलाला मारत होत्या.”

“काय?” शालिनीदेवींना धक्का बसला.

“होय. त्या फोटोतल्या बाई आणि स्वप्नातल्या बाई एकच आहेत. आम्ही म्हणालो, “पण आम्हाला समजत नाही, ते स्वप्न आम्हालाच का पडतं?”

“आमच्याही मनात तोच विचार आला. त्या स्वप्नातल्या बाईंचा आणि आपला काय संबंध आहे? आणि त्या बाई आपल्यावर का ओरडतात?” शालिनीदेवी म्हणाल्या.

“आम्हाला असं वाटतं, त्या स्वप्नाचा आशाराणींशी संबंध असेल. म्हणून ते आम्हाला दिसत असेल आणि म्हणूनच त्या आमच्यावर रागवत असतील.”

“पण त्या मुलाचा काय संदर्भ?” शालिनीदेवींनी शंका विचारली.

“हो. तेही खरंच आहे. आपलं एक कोडं उलडलं, तर त्यापासून आणखी कोडी निर्माण होऊ लागली आहेत.” आम्ही म्हणालो.

“इतकं मात्र खरं, की ते स्वप्न निरर्थक नाही. सूचक आहे. हळूहळू ही पण कोडी उलगडतील. कदाचित आपण त्या मुलाला सोडवण्याचा प्रयत्न करत आहात, म्हणूनसुद्धा त्या आपल्यावर चिडत असतील.”

“तो मुलगा ६-७ वर्षांचा आहे. कृष्णाला बरं करण्याचा आपण निर्णय घेतला आणि स्वप्न पडायला लागले. त्याच्याशी या स्वप्नातल्या बाईंचा काही संबंध नसेल ना?”

“तर्क करून काही फायदा नाही. पुढं बघू काय घडतं आहे ते. आता शांत झोपा. उजाडायला अजून बराच अवधी आहे.” शालिनीदेवी आमच्या अंगावर शाल पांघरून म्हणाल्या.

“परत स्वप्न पडलं म्हणजे संबंध फक्त कृष्णाच्या ऑपरेशनशीच नाही, तर आणखी कशाशी तरी असावा.” आम्ही म्हणालो.

आम्ही दिवा बंद केला. दिवा जरी बंद केला, तरी आमच्या मनातले विचार बंद झाले नाहीत. इतक्या वर्षांनी आशाराणींच्या घराण्याशी असा संबंध प्रस्थापित होईल, असं आम्हाला कधी वाटलं नाही.

आम्हाला मागचे प्रसंग आठवू लागले.

आशाराणी परत कायमच्या माहेरी आल्या त्या वेळी आम्ही एम. बी. बी. एस. च्या शेवटच्या वर्षाला होतो.

“आम्ही परत सासरी देसायांकडे जाणार नाही.” त्यांनी आईला सांगितलं.

आईने त्यांची खूप समजूत काढली. पण वडील खूप चिडले. "तुला पांढऱ्या पायाची म्हणून परत पाठवले. परत जाऊ नकोस. एक दिवस त्यांना चूक कळेल व ते मानाने परत बोलावतील. आता बंगल्यावरच राहा.'' पण देसाईंनी आशाराणीला परत कधी बोलावलंच नाही. त्या बंगल्यावरच राहू लागल्या.

आधीच जावई गेलेले आणि आता आशाराणी परत आलेल्या. इनामदारांचं प्रतिष्ठेचं घराणं, 'पांढऱ्या पायाची' म्हणून मुलगी घरी येणं ही घराण्याला केवढी नामुष्की! वडील वरवर जरी धीराचे वाटत असले, तरी मनातून ते खचले होते. हा अपमान ते पचवू शकले नाहीत. ते तापाने आजारी पडले. तापाचे निदान झाले नाही. रक्तातल्या प्लेटलेट्सचा काउंट कमी झाला होता. त्यातच ते गेले.

आयुष्यात आई त्यांच्याबरोबर सावलीसारखी राहिली होती. वडील गेल्यावर तिने हाय खाल्ली. वर्षभरात तीसुद्धा गेली. संकटे येऊ लागली, की ती एका पाठोपाठ येतात. आमच्यावरचं आई-वडिलांचं छत्र एकाएकी कोसळलं. सर्व जबाबदाऱ्यांबरोबर आशाराणींची जबाबदारीही आमच्यावर पडली. संकटांच्या झुंडीमुळे आम्हाला बरंवाईट विचार करायलासुद्धा वेळ मिळाला नाही.

आमच्या घराण्याची शान धुळीला मिळाली. आम्ही डॉक्टर झालो. बंगल्यावरच दवाखाना सुरू केला आणि बहीण-भाऊ राहू लागलो.

आशाराणींवरच्या प्रसंगांनी आमच्या मनात त्यांच्याबद्दल अनुकंपा निर्माण झाली. त्यामुळे आम्ही त्यांना प्रत्येक गोष्टीत समजावून घेऊ लागलो. सगळे निर्णय त्यांच्या सल्ल्याने घेऊ लागलो. त्यामुळे घरात त्यांना मानाचं स्थान मिळालं.

आमचं लग्न आशाराणींनी शालिनीदेवींना पसंत केल्यावरच आम्ही ठरवलं. लग्नानंतर आम्ही शालिनीदेवींना आशाराणींबद्दल सर्व काही सांगितलं. त्यांच्या घरातल्या स्थानाची कल्पना दिली. त्यांना कोणत्याही प्रकारे दुखवायचं नाही, आम्हाला ते सहन होणार नाही, अशी ताकीद दिली. आशाराणींचा मूळचा हट्टी स्वभाव परिस्थितीमुळे थोडा मवाळ झाला होता. पण आमचं लग्न झालं आणि शालिनीदेवींचा शांत स्वभाव आणि आम्ही दिलेली ताकीद यामुळे आशाराणींचा हट्टी आणि महत्त्वाकांक्षी स्वभाव परत उफाळून आला. शालिनीदेवींना टोचून बोलण्याची एकही संधी त्या सोडत नसत.

त्यांना कळले, की शालिनीदेवी आस्तिक आहेत. त्या देवघरात जाऊन देवाची स्तोत्रे म्हणतात. अध्यात्माची पुस्तके वाचतात. त्याच्यावरून त्या त्यांना बोलत. देवाबद्दल अनुद्गार काढीत. शालिनीदेवी त्यांच्याकडे दुर्लक्ष करत. आम्हीसुद्धा नास्तिक होतो; पण आम्हाला शालिनीदेवींच्या धार्मिक भावना दुखवाव्यात असं कधी

वाटलं नाही. आशाराणी शालिनीदेवींबद्दल बऱ्याच तक्रारी करत. पण आम्ही त्या कधी मनावर घेतल्या नाहीत.

सुरुवातीला आम्हीही शालिनीदेवींना देवावरून मुद्दाम चिडवायचो. त्यांच्याशी वाद घालायचो. त्यांचा अध्यात्मिक दृष्टिकोन सक्तीने नाही, पण चर्चा करून बदलण्याचा प्रयत्न करायचो. पण त्यासुद्धा आम्हाला न चिडता समर्पक उदाहरणांनी उत्तरे देत. त्यामुळे नंतर आम्ही त्यांना त्यांच्या मनाप्रमाणे वागण्याची परवानगी दिली होती.

स्वप्नातल्या बाई आशाराणींच्या घरातल्या काकी आहेत, हे समजल्यावर विचारांची गाडी जी सुरू झाली, ती आशाराणी आणि शालिनीदेवी यांचे स्वभाव, त्यांचे संबंध येथपर्यंत आली. ह्या विचारांच्या लाटांमुळे झोप उडाली. नुसते विचार करत पडून राहण्यापेक्षा उठून आपले जप-जाप्य चालू करावे म्हणून आम्ही उठलो. नेहमीच्या वेळेपेक्षा पाऊण एक तास लवकर उठलो होतो.

आमच्या तीर्थाचा परिणाम पेशंटच्या मानसिक ताणावर आणि शारीरिक आजारावरही होत होता. आतापर्यंत आम्ही तीर्थ आणि औषधांच्या गोळ्या दोन्ही देत होतो. आता मंत्राची जपसंख्या वाढवून तीर्थ जास्त संपृक्त करून नुसते तीर्थ काही केसेसमध्ये औषध म्हणून द्यायला आम्ही सुरुवात केली होती. त्यांच्या परिणामांचे आम्ही सूक्ष्म, चिकित्सक निरीक्षण करीत होतो.

पहाटे पाणी मंतरवून तीर्थ करावयाचे आणि दुपारी नवीन नवीन मंत्रांची ध्वनिकंपनसंख्या मोजायची, असे आमचे दुहेरी संशोधन चालले होते.

●●

कृष्णा आणि तुळसा बांदलवाडीला गेल्यापासून गोविंदाचा मुक्काम बहुतेक आमच्याकडेच होता. तो आम्हाला मदत करायला नेहमी तत्पर असायचा.

एक दिवस दुपारी आम्ही ''ॐ नमो भगवते वासुदेवाय' या बाराक्षरी मंत्राच्या ध्वनिकंपनांचा अभ्यास करत होतो. गोविंदा कोपऱ्यात बसला होता. आम्हाला काही मदत लागेल याची वाट पाहत होता.

''काय गोविंदा, आता किती वेळा दारू पितोस?'' आम्ही मुद्दाम त्याला चिडवण्याकरिता म्हणालो.

''डागदर, म्या दारू सोडली. कृष्णाचं ऑपरेशन व्हतं नां तवा येकदा घेतली व्हती. त्यानंतर आजाबात नाय घेतली.''

''म्हणजे दारू खरंच सोडलीस?''

''व्हय की. देवाशप्पथ!''

“देसायांकडं नंतर गेला होतास का?”

“न्हाय ग्येलो. पर येकदा जायचं है. म्हातारा-म्हातारी दोघंच हैती. हवं नको पहायला पाहिजे.”

“तुझी अन् त्यांची पहिली ओळख होती?”

“लय जुनी वळख हाये. म्या कृष्णाइतका व्हतो तवा वाड्यावर जायाचो.”

“खरंच? ते कसं काय?”

“आमची आय वाड्यावर कामाला जायाची. मलाबी संग घ्येऊन जायाची. ती काम करायची. म्या खेळायचो.”

“कोणाबरोबर?”

“वाड्यावर माज्याइतकाच येक पोरगा व्हता. त्येच्यासंग खेळायचो.”

“आता कोठे आहे तो दोस्त?”

“न्हाय ठाव.”

“पुढं त्याचं काय झालं काय माहीत नाही?” आम्ही त्याला खोदून खोदून विचारू लागलो.

“आमच्या आयनं त्ये काम सोडलं. आमी परत वाड्यावर ग्येलो न्हायी.”

खरं म्हणजे रात्रीच्या स्वप्नापासून देसाई-वाड्याबद्दल आम्हाला कुतूहल वाटू लागलं होतं. गोविंदाकडून काही माहिती मिळेल, असं आम्हाला वाटलं होतं. पण तेव्हा गोविंदा लहान होता. म्हणजे आता महादेव देसाईंकडूनच माहिती मिळवावी लागणार होती.

वाड्यावर जाऊन देसाईंशी बोलावं, असं आम्ही ठरवलं.

●●

“आम्ही काळदरीतल्या देसाईंच्या वाड्यावर जाणार आहोत. आपल्याला यायला आवडेल का?” आम्ही आशाराणींना विचारलं.

“आपण वाड्यावर याआधी गेला होतात?”

“हो. आम्ही बांदलवाडीला कृष्णाच्या आजोबांकडे गेलो होतो, तेव्हा नेमकी वाड्याजवळच गाडी पंक्चर झाली. तेव्हा गेलो होतो. तेथे सध्या महादेव देसाई राहतात. त्यांच्याशी बोललो तर देसाईंबद्दल माहिती मिळू शकेल. आपल्या सासुरवाडीचा या देसाईंशी काही संबंध आहे का, ते समजेल.”

“खरं म्हणजे आम्हालाही वाडा पाहायला आवडेल. या देसाईंशी काही संबंध आहे का, हे समजून घ्यायलासुद्धा आवडेल. पण आम्ही आपल्याला बजावून सांगतो, की आमचा त्या देसाईंशी संबंध निघाला तर आम्ही परत देसाईंकडे जाणार

नाही.'' आशाराणी निक्षून म्हणाल्या.

''जरी देसाई आपली सासुरवाडी असली, तरी आपण परत देसाईंच्या वाड्यावर परत जा, असं आम्ही चुकूनही म्हणणार नाही. फक्त आपल्याला कुतूहलामुळे वाडा पाहायचा असला, तर आमच्याबरोबर यायला हरकत नाही. आम्ही आपली ओळख 'देसाई' म्हणूनसुद्धा करून देणार नाही. आपण काळजी करू नका.''

''आम्ही येऊ.'' आशाराणी म्हणाल्या.

संध्याकाळी आम्ही, गोविंदा, आशाराणींना घेऊन काळदरीला देसाईंच्या वाड्यावर गेलो. शालिनीदेवींना दुसरं काहीतरी काम होतं म्हणून त्या आमच्या बरोबर आल्या नाहीत.

महादेवरावांनी आमचे स्वागत केले.

''बसा'', म्हणून आम्हाला दिवाणखान्यात बसवले.

''आम्ही शिन्द गावचे डॉ. इनामदार.'' आम्ही म्हणालो.

''आम्ही आपल्याला ओळखले. मोटारचे चाक पंक्चर झाले होते, तेव्हा ह्या गोविंदानेच आपल्याला आमच्याकडे आणले होते.'' देसाई म्हणाले.

''त्या वेळेस आपले जास्त बोलणे झाले नव्हते. आम्हाला घाई होती.''

''हो हो. आम्हाला चांगले आठवते.'' देसाई म्हणाले.

त्यांनी हाक मारून रामूला पाणी आणि फुलपात्र आणायला सांगितले. रामूनं पाणी आणून ठेवलं.

''झकास चहा कर आणि चहा-बिस्किटं घेऊन ये.''

''व्हय'', म्हणून रामू आत गेला.

''तसं आम्हीसुद्धा काळदरीचे वतनदार, पण इतके दिवस पुण्यात होतो. आता नुकतंच परत आलो आहोत.''

''मग येथे कोण राहत होतं?''

''येथे आमच्या काकी रहात होत्या. त्या नुकत्याच वारल्या. वाड्यात कोणीच राहत नव्हतं. येथे शेतीवाडी खूप आहे. ती सांभाळण्याकरिता येथे यावेच लागले.''

रामू चहा-बिस्किटांचा ट्रे घेऊन आला. त्याच्याबरोबर बाईपण आल्या.

''ह्या आमच्या पत्नी, सुशीला.'' महादेवरावांनी ओळख करून दिली.

''मागे आपण आला होतात, त्या वेळी ह्या पुण्याला गेल्या होत्या.''

''ह्या आमच्या भगिनी आशाराणी.'' आम्ही आशाराणींची ओळख करून दिली.

''बरं झालं ओळख झाली ते. अहो, पुण्यात मैत्रिणी खूप. पण येथे बोलायला

कोणी नाही. फार पंचाईत होते.'' सुशीलाबाई म्हणाल्या, ''आमचा मुलगा असतो पुण्याला. पण येथली शेतीवाडी सांभाळायची, तर येथे रहायलाच पाहिजे. इतके दिवस काकी होत्या. म्हाताऱ्या झाल्या होत्या तरी वचक होता. एकट्या राहत होत्या.''

सुशीलाबाईंना किती बोलू आणि किती नको, असं झालं होतं. बरेच दिवस उपाशी असलेला माणूस अन्न मिळाल्यावर अन्नावर कसा तुटून पडतो, तशी त्यांची अवस्था झाली होती. बरेच दिवस त्यांना बोलायला कोणी मिळालेलं नव्हतं.

''आमच्या काकी अत्यंत स्वार्थी. त्यांच्या जवानीत त्यांनी भांडण करून दोघा दिरांना वाड्यावरून घालवून दिलं. सगळं उत्पन्न स्वत:ला मिळावं म्हणून. उत्पन्न खूप येत होतं. सगळ्यांनी मिळून खाल्लं असतं, तरी संपलं नसतं.''

''खूप उत्पन्न येत होतं?'' आम्ही सुशीलाबाईंना थांबवण्याकरिता महादेवरावांना विचारलं.

''अहो, आम्हाला वतनाची खूप जमीन आहे. आमचे आजोबा वाड्यावर राहून ती सांभाळायचे.'' महादेवराव हळूहळू सांगत होते. सांगण्याचा वेग सुशीलाबाईंना मानवला नाही.

''त्यांना तीन मुलगे. आजोबा गेल्यावर ते तिघेही जण वाड्यावर वेगळे राहू लागले. पण हे त्या स्वार्थी काकीला पटलं नाही. तिने दोघा दिरांना येथून घालवून देण्याचा कट केला. त्याला आम्ही बळी पडलो.''

सुशीलाबाईंचा उत्साह अचानक कमी झाला. त्या गप्प बसल्या.

''म्हणजे?'' आम्ही विचारलं.

''म्हणजे त्या काकीने काहीतरी कारण काढून आमच्या लहान मुलाला खूप मारलं.'' महादेवराव म्हणाले.

''खूप म्हणजे तुम्ही कल्पना करणार नाही इतकं. काय अपराध होता त्या लेकराचा? लहान होता ५-६ वर्षांचा. खेळायला गेला होता काकींकडे. चार आण्याचे नाणे पडले होते. ते त्याने उचलले. ते त्या काकीने पाहिले.

''पैसे चोरले म्हणून तिने त्याला मारले. हातात धुणं वाळत घालण्याची काठी होती. त्या काठीने मारले. पाठीवर, कमरेवर, पायावर जेथे जागा सापडली तेथे तिने मारले. अगदी बेशुद्ध पडेपर्यंत.'' सुशीलाबाई म्हणाल्या. त्यांच्या डोळ्यांसमोर अजून तो प्रसंग दिसत होता.

''तो नुसता बेशुद्ध पडला नाही, तर त्या माराने तो मेला.'' महादेवराव म्हणाले. त्यांचे डोळे भरून आले.

"काय म्हणता? चार आण्याच्या पैशाकरिता मुलाला मारलं?" आम्ही आश्चर्याने म्हणालो.

आपण आपल्या घरातल्या खासगी गोष्टी तिऱ्हाईत माणसांना सांगतो आहोत, याचे भान त्या दोघांनाही राहिले नाही.

आम्ही गोविंदाकडं पाहिलं. पूर्वीची काही ओळख पटते का, याकरिता तो महादेवरावांकडे टक लावून पहात होता.

"मग आमचे वडील आणि चुलते तो वाडा सोडून पुण्याला गेले.

"ते दुसरे चुलते कोठे असतात?" आम्ही विचारले.

"ते पण पुण्याला गेले. पण त्यांचा आणि आमचा काहीच संबंध राहिला नाही. चुलती आहे. चुलते मात्र गेले. पण आम्ही इतकेच ऐकले, की चुलतीने त्या घराची पण वाताहत केली. तिला एकुलता एक मुलगा होता, धनंजय नावाचा. तो पण गेला."

आम्ही आशाराणीकडे पाहिले.

"डॉक्टर, आपला व आमचा जास्त परिचय नाही. पण आजपर्यंतच्या अनुभवावरून आम्हाला एक गोष्ट पटली आहे. माणसं जोडणं हे मनुष्यजन्मातलं सर्वात अवघड काम आहे आणि माणसं तोडणं सर्वात सोपं काम आहे. राग, द्वेष, अहंकार यामुळे आपण आपल्या जवळची माणसं गमावतो आणि एक वेळ अशी येते, की त्यावेळी आपल्याजवळ मित्र, नातेवाईक कोणी नसतात. म्हणून आपण भ्रमिष्ट होतो. आपण जन्माला येतो कशाला? एकमेकांशी भांडायला? आपल्या हक्काचे आपण भांडून मिळवले तरी शेवटी ते तेथे सोडून जावं लागतं ना?"

"आपण म्हणताहात ते अगदी खरं आहे." आम्ही म्हणालो.

"पण जीवनात न्याय्य हक्क मिळत नसतील, तर ते भांडून मिळवायला नकोत? दुसरे काय तुमचे लुबाडलेले आपण होऊन परत देणार आहेत का? आशाराणी एकदम म्हणाल्या.

"आम्हालाही पूर्वी वाटायचं, आपल्या हक्काचं भांडून मिळवावे. पण आता कळले, या भांडणात आयुष्य खर्ची पडले आणि त्याचा उपभोग घेण्याकरिता शक्तीच राहिली नाही." महादेवराव म्हणाले.

"म्हणून काय आपल्या हक्कासाठी भांडायचे नाही?" आशाराणी म्हणाल्या.

"भांडणे हा हक्क मिळवण्याचा एक मार्ग झाला. त्याने मने दुखावली जातात. अशा भांडून मिळवलेल्या हक्काबरोबर शिव्याशापांचं गाठोडंही मिळतं. त्यामुळे मिळालेल्या हक्कांचा उपभोग घेताना त्यांचा आनंदही मिळत नाही.

याउलट, प्रेम-भावनेने मिळालेल्या हक्कांचा उपभोग आपण आनंदाने घेऊ शकतो. हा आमचा स्वानुभव आहे. आम्ही या वाड्याच्या, जमीनजुमल्याच्या हक्कांकरिता भांडलो आणि आता उतारवयात या वाड्यात आलो. काय उपयोग झाला भांडून?'' महादेवराव गहिवरून म्हणाले, ''यापेक्षा समेटाने थोरल्या चुलत्यांशी वागलो असतो, तर आम्ही आमच्या मुलाला तरी गमावले नसते आणि असं निरर्थक जीवन जगण्याची वेळ या वयात आली नसती.''

''तुमचे विचार अगदी बरोबर आहेत.'' आम्ही म्हणालो.

''पण हे शहाणपण यायला फार उशीर झाला. आम्ही असे विचार करायला महाराजांमुळे शिकलो; पण त्यांचेही मार्गदर्शन फार दिवस मिळाले नाही. २-३ वर्षांतच त्यांचेही निर्वाण झाले. आम्ही परत एकाकी झालो.''

''आपण कोणत्या महाराजांचे शिष्य आहात?'' आम्ही विचारले.

''सिद्धमहाराज आमचे गुरू आहेत. पण आतापर्यंत त्यांनी केलेल्या उपदेशावरून आम्हाला उर्वरित आयुष्य काढावे लागणार.''

''आपण खूप भाग्यवान आहात. आपल्याला त्यांचा सत्संग २-३ वर्षे तरी मिळाला. पण आम्हाला त्यांचे शिष्यत्व घ्यावे असे त्यांच्या निर्वाणानंतर वाटू लागले. समाधान इतकेच की आमच्या पत्नी त्यांच्या शिष्या आहेत. त्यामुळे त्यांच्या रूपाने महाराजच आम्हाला मार्गदर्शन करत आहेत, असे वाटते.''

''कोण? शालिनीदेवी इनामदार का? महाराजांच्या शिष्यांमध्ये त्यांच्याबद्दल बरीच चर्चा चालते.''

''हो. त्या आमच्या पत्नी आहेत.''

''आपली परवानगी असेल, तर आम्ही आमच्या गुरुभगिनींना भेटू शकतो का?''

''केव्हाही! त्यात परवानगी मागण्याची काही जरुरी नाही.''

''मग आम्ही आपल्या बंगल्यावर येत जाऊ. गुरुभगिनींशी संवाद साधल्यावर मनाला समाधान मिळेल.''

''आम्हीही येऊ. आम्हाला एक मैत्रीण मिळेल.'' सुशीलाबाई म्हणाल्या.

''जरूर या. आम्ही आता निघतो. आपल्याशी ओळख झाली. आम्हाला बरं वाटलं.''

''बरं झालं आपण आलात. गुरुभगिनींमुळे आमच्या वैराण आयुष्यात हिरवळ निर्माण होईल.'' आम्ही त्यांचा निरोप घेतला.

''एकूण देसाई-घराण्याची वाताहतच झालेली दिसते.'' गाडीत बसल्यावर आशाराणी म्हणाल्या.

"आपल्या धनंजयरावांचा उल्लेख त्यांनी केला; पण आपल्या सासूबाईंबद्दल ते काही बोलले नाहीत."

"आमचे आणि त्यांचे कोठे सख्य होते? वास्तविक आम्ही आणि ते दोघंही पुण्यात राहत होतो. पण आम्हाला आमच्या सासूबाई कधी त्यांच्याकडे घेऊन गेल्या नाहीत."

"अहंकारामुळे घराण्याची वाताहत झाली हे महादेवरावांचे बोलणं आम्हाला पटलं. थोरल्या काकींच्या अहंकारी आणि स्वार्थीपणामुळे देसाईकुटुंब विखुरले गेले, हे मात्र नक्की."

"महादेवरावही तसेच अहंकारी होते." आशाराणी म्हणाल्या, "ते स्वतःच म्हणाले, की आम्ही भांडून हक्क मिळवले. त्यांनी भांडून हक्क मिळवले असतील, ते आम्हाला माहिती नाही. पण आमच्या सासूबाई मात्र धाकट्या दिरांनी काकींना बेड्या घालून पोलिस स्टेशनमध्ये नेले होते, असं काही सांगायच्या. त्या वेळी आम्हाला त्याचा संदर्भ लागत नसे. कारण त्यांनी सलगपणे कोणतीच गोष्ट कधी सांगितली नव्हती. पण आता आम्हाला त्याचा संदर्भ लागला. मुलाला मारल्याबद्दल या महादेवरावांनी काकींना बेड्या घालून पोलिस स्टेशनात नेले असले पाहिजे." आशाराणी म्हणाल्या.

आम्ही ऐकत होतो. आम्हाला देसाईंच्या इतर व्यवहारांबद्दल कुतूहल नव्हते. आम्हाला फक्त आमच्या स्वप्नाचा आणि देसाईंच्या घराचा काही संदर्भ लागतो आहे का? याचेच कुतूहल होते. त्याचाच आम्ही विचार करत होतो.

"पण काहीही म्हणा बाबासाहेब, महादेवरावांनी काकींना जशास तसे उत्तर दिले असेल, तर ते योग्यच वागले असे आम्हाला वाटते." आशाराणी म्हणाल्या.

"आत्ता ज्या परिस्थितीत त्यांना राहावे लागत आहे, त्यामुळे त्यांना त्या वागण्याचा पश्चात्तापच होतो आहे. तसं त्यांनी बोलून दाखवलं. त्या पोलीस कंप्लेंटचे काय झाले, ते आपल्याला माहीत नाही. भले काकींना शिक्षा झाली असेल. पण आता महादेवरावांना जसे राहावे लागत आहे, त्यात ते दुःखीच आहेत."

आमच्या या उत्तरावर आशाराणी काही बोलल्या नाहीत.

●●

रात्री आम्ही बेडरूममध्ये पुस्तक वाचत बसलो होतो. शालिनीदेवी दुधाचे ग्लास घेऊन आल्या. झोपण्यापूर्वी दूध घेण्याची आमची सवय लग्नानंतर इतकी वर्षे त्यांनी सांभाळली होती. आम्ही पुस्तक मिटले.

"आज आम्ही महादेवराव देसाईंकडे जाऊन आलो. तेसुद्धा सिद्धमहाराजांचे

शिष्य आहेत.'' आम्ही म्हणालो.

''हो का? सुरुवातीला आपण त्यांच्याकडे गेलो होतो, तेव्हा ते काही बोलले नव्हते.'' शालिनीदेवी म्हणाल्या, ''अर्थात पहिल्या भेटीत अनोळखी माणसांना आपण सर्व काही सांगत नाही.''

''त्यांनी आशाराणींच्या धनंजयरावांचा उल्लेख केला. तो त्यांचा पुतण्या असावा. या कौटुंबिक गोष्टींमुळे त्यांची मानसिक स्थिती खूप बिघडली होती. मानसिक आधाराकरिता त्यांनी सिद्धमहाराजांचा अनुग्रह घेतला. ते नेहमी आश्रमात येतात. पण अनुग्रहानंतर २-३ वर्षांतच महाराजांचे निर्वाण झाले. त्यामुळे ते खूप अस्वस्थ झाले आहेत. आम्ही आपल्याबद्दल सांगितल्यावर त्यांना खूप बरं वाटलं. ते आपल्याला भेटायला येणार आहेत.''

''चांगली गोष्ट आहे. आम्हालाही त्यांना भेटून आनंद होईल.'' त्यांनी दुधाचा ग्लास आमच्या हातात देत विचारलं, ''इतक्या रात्री काय वाचता आहात?''

आम्ही त्यांना पुस्तक दाखविले. ''पुनर्जन्म. आपणच हे आम्हाला वाचायला दिलं होतंत. पण इतक्या दिवसांत अशा काही घटना घडल्या, की आम्हाला निवांतपणे ते वाचायलाच जमले नाही.''

''खूप चांगले पुस्तक आहे. पुनर्जन्माचे अनेक अनुभव त्यात दिले आहेत.''

''आम्ही आता ते वाचतो.''

''पाश्चात्त्य पुनर्जन्म मानत नाहीत. पण एका इंग्रज बाईने त्यावर एक पुस्तक लिहिले आहे. त्यात तिने पुर्नजन्माच्या शेकडो केसेस दिल्या आहेत.''

त्यांनी त्यांच्या पुस्तकाच्या कपाटातून एक पुस्तक काढून आमच्या हातात दिले. आम्ही त्याचे नाव वाचले- "How To Be Happy?"

''जेनी स्मेडले या लेखिकेने असे सिद्ध केले आहे, की आपल्या या जन्मातील समस्यांचे कारण बऱ्याच वेळेला मागच्या जन्मात असते. ते कारण जर आपण दूर केले, तर आताचे जीवन हे आनंदात जगता येईल. त्याकरिता ती Regression ने मागच्या जन्मात आपल्याला घेऊन जाते आणि समस्येचे कारण शोधते.''

''म्हणजे प्रत्येकजणाचा पुनर्जन्मच झालेला असतो.''

''आपल्याला एखाद्याला पाहिल्याबरोबर त्याच्याबद्दल प्रेम किंवा राग येतो. याचे कारण मागच्या जन्मात असते.''

''म्हणजे आपल्या विचारांवर पाश्चात्त्य लोक संशोधन करत आहेत की! आणि आपण आपल्या या विचारांना थोतांड मानतो.'' आम्ही म्हणालो.

“आहेतच ह्या गोष्टी थोतांड. पाश्चात्त्य लोक खूप काल्पनिक गोष्टी लिहितात. त्यांचे ज्युरेसिक पार्क, स्पायडर मॅन हे पिक्चर्स याची उदाहरणं आहेत.”

दरवाजात आमचे बोलणे ऐकत उभ्या असलेल्या आशाराणी अचानक पुढे येत म्हणाल्या, “आम्ही आपले बोलणे प्रायव्हेट नव्हते म्हणून ऐकले.”

“या, या. आम्ही आता या वयात प्रायव्हेट काय बोलणार? आम्ही पुनर्जन्मावर बोलत होतो.” शालिनीदेवी म्हणाल्या.

“ते आम्ही ऐकले म्हणूनच आम्ही म्हणतो, की पाश्चात्त्यांच्या प्रत्येक गोष्टीवर विश्वास ठेवायचा नसतो. ते संशोधक आहेत, पण कल्पनांच्या भराऱ्या मारणारेसुद्धा आहेत. ते असे मानतात, की एकाच दिवशी सर्व आत्म्यांचे पुनरुत्थान होते. तोपर्यंत ते निद्रिस्त असतात. ते पुनर्जन्मावर विश्वास ठेवत नाहीत.” आशाराणी म्हणाल्या.

“ह्याच लेखिकेने याआधी "Souls Don't Lie" हे पुस्तक लिहिले आहे. ते तिने स्वत:च्या अनुभवांवर लिहिले आहे. तिला वयाच्या ४५ व्या वर्षी खूप नैराश्य आले. जीव द्यावा असे वाटू लागले. पण Regression ने तिला पूर्वीच्या जन्मातले समजले आणि तिचे जीवनच बदलून गेले. आता ती प्रसिद्ध पत्रकार आहे. एका T.V. वाहिनीची सूत्रसंचालक आहे. अगदी आनंदात आहे. तिच्या जीवनात उत्साह आला आहे. त्यांनी या Regression ने अनेकांच्या जीवनांत उत्साह आणला आहे. अनेकांच्या समस्या सोडवल्या आहेत. त्यांच्या समस्या ह्या आताची औषधे देऊन सोडवता आल्या नसत्या. त्याची कारणे मागच्या जन्मात होती. हे सर्व तिने त्या माणसांची नावे देऊन या पुस्तकात लिहिले आहे.”

“खरं म्हणजे आमचा विश्वास बसत नाही. पण एका इंग्रज बाईंनी ते लिहिलेले असेल, तर मात्र वाचलेच पाहिजे.” असं म्हणून आशाराणींनी ते पुस्तक आमच्या हातातून काढून घेतले. “आम्हाला झोप येत नव्हती म्हणून काहीतरी वाचायला पाहिजे होते. आपल्याला त्रास दिल्याबद्दल क्षमस्व.” असं म्हणून आशाराणी निघून गेल्या.

“ह्यांच्या हट्टी स्वभावात थोडा फरक पडल्यासारखा वाटतो.” आम्ही म्हणालो.

“झोपा आता. उशीर झाला आहे.” असं म्हणत शालिनीदेवींनी दिवा मालवला.

●●

आशाराणी, डॉ. मोहिते आणि डॉ. भालेराव यांच्या प्रयत्नांना अखेर यश आले. डॉ. जोन्सना परत भारतात येण्याचा योग आला. त्यांना भारतभर अनेक डॉक्टर्स बोलावत असत. त्यामुळे चेन्नई, बेंगलोर, कोलकता या ठिकाणी मध्यंतरी

ते येऊन गेले. पण त्यांना मुंबई-पुण्यात यायला जमले नव्हते. डॉ. भालेराव यांनी एका केसकरिता बोलावले. त्याकरिता २१ डिसेंबरला मुंबईत येणार होते. त्या वेळी ते पुण्याला येऊन बाबासाहेबांनाही तपासणार होते. आशाराणींच्या प्रश्नांना उत्तरं देणार होते. २१ डिसेंबरला अजून १५ दिवस अवकाश होता. यामुळे आशाराणींना जग जिंकण्याचा आनंद झाला. आता त्यांना त्यांच्या गूढ प्रश्नांची उत्तरे मिळतील, शंका-समाधान होईल, असं वाटू लागलं.

सकाळच्या चहाच्या वेळी त्यांनी हा विषय काढला.

"बाबासाहेब, २१ डिसेंबरला डॉ. जोन्स येणार आहेत. तेव्हा आपल्या स्वभावातील बदलाचे रहस्य उलगडेल." आशाराणी आनंदाने म्हणाल्या.

"तो रहस्यभेद आपण जाणून घ्या. पण त्या दिवशी आमच्या हातातून How to be happy? पुस्तक घेऊन गेला होतात. ते वाचून झाले का?" आम्ही विचारले.

"ते आम्ही जवळजवळ पूर्ण करत आणले आहे. फारच सुंदर आहे. त्यांनी नावानिशी किती लोकांना त्यांच्या पूर्वीच्या जन्माचा अभ्यास करून बरं केलं, ते दिलं आहे."

"यावर आपला विश्वास बसला?" शालिनीदेवींनी विचारले.

"न बसायला काय झाले? त्यांनी त्यात शेकडो केसेस दिल्या आहेत."

"म्हणजे आपण पुनर्जन्म मानू लागलात तर?" आम्ही विचारले.

"पुनर्जन्म असावा, असं आम्हाला वाटू लागले आहे."

"पण आम्ही आपल्याला यापूर्वी पुनर्जन्मावरचे एक मराठी पुस्तक दिले होते. ते वाचून आपण काहीतरी खोटं लिहिलं आहे, असं म्हणाला होतात." आम्ही आशाराणींना विचारलं, "म्हणजे आपल्या मनात अजूनही पाश्चात्त्यांबद्दल आदर आणि भारतीयांबद्दल अनादर आहे?"

आशाराणी गप्प बसल्या.

"आपल्या हिंदू संस्कृतीत आपण दशावतार मानतो. पृथ्वीवर ज्याप्रमाणे हवामान होते त्याप्रमाणे परमेश्वराने अवतार घेतले आहेत. पृथ्वीवर पाणी खूप होतं तेव्हा मत्स्यावतार, कूर्मावतार झाले. त्यातून पृथ्वीला वाचवण्याकरिता वराह अवतार झाला. मग असंस्कृत माणसांना मारण्याकरिता नृसिंह, वामन अवतार झाले. सुसंस्कृत राजाच्या रूपाने रामाचा अवतार झाला. सामान्य माणसाला दिलासा देण्याकरता व दुष्टांना मारण्याकरिता कृष्णाचा अवतार झाला. हे परमेश्वराचे पुनर्जन्मच म्हणावे लागतील."

"आमचा थोडा थोडा पुनर्जन्मावर विश्वास बसायला लागला आहे. पण आम्ही परमेश्वरच मानत नाही. त्यामुळे त्याचे अवतार मानण्याचा प्रश्नच येत नाही."

"आपण येशू ख्रिस्ताला मानता?" आम्ही विचारले.

"हो. तो एक सामान्य माणूस होता. जेरुसलेमसारखी त्याच्या चरित्रातली स्थळे अस्तित्वात आहेत."

"आपली संस्कृती खूप जुनी आहे. आपले वेद, उपनिषदे, भगवद्‌गीता, भागवत असे अनेक धर्मग्रंथ अनेक वर्षांपूर्वी लिहिले गेले आहेत. राम, कृष्ण या भारतभूमीत होऊन गेले आहेत. खूप वर्षांपूर्वी ते होऊन गेल्यामुळे त्यांच्या वेळचे ठोस पुरावे मिळत नाहीत. गावांची, ठिकाणांची नावे बदलली जातात. आता आपण मद्रासचे नाव चेन्नई केले. काही वर्षांनंतर मद्रास म्हणजेच चेन्नई हे शोधून काढावे लागेल. पण त्याचा लेखी पुरावा म्हणून कागदपत्रे तरी उपलब्ध होतील. पण राम, कृष्णांच्या वेळची कागदपत्रे उपलब्ध नाहीत. गीता हा धर्मग्रंथ उपलब्ध आहे. तो संपूर्ण जगात आदरणीय आहे. पण ती गीता श्रीकृष्णाने सांगितली याचा पुरावा मागितला, तर तो देता येणार नाही. आपल्यावर झालेल्या अनेक आक्रमणांनी आपल्या विचारांत विकृती निर्माण झालेली आहे. रामायण, महाभारत खरेच घडले का? की ती महाकाव्येच आहेत, अशा शंका आपणच काढतो." शालिनीदेवी न थांबता बोलत होत्या.

एरवी शालिनीदेवींचे ऐकून न घेता त्यांना तिरकसपणाने बोलणाऱ्या आशाराणी त्यांचे म्हणणे शांतपणे ऐकून घेत होत्या. पण शालिनीदेवींकडे दुर्लक्ष करत आशाराणींनी आम्हाला विचारले,

"पुनर्जन्माबद्दल आपले काय मत आहे?"

"आम्ही पुर्नजन्माबद्दलचे पुस्तक आपल्याला दिले आहे. ते वाचल्यावर सांगेन." आम्ही म्हणालो.

आशाराणी त्यांच्या खोलीत गेल्या. ते पुस्तक आणून आम्हाला देत म्हणाल्या, "वाचा. मग आम्हाला सांगा."

"आज महादेवराव येणार आहेत ना?" आम्ही शालिनीदेवींना विचारले.

"हो. दुपारी येणार आहेत."

"ते आले असताना आम्ही येथे बसलो तर चालेल का?" आशाराणींनी विचारले.

"जरूर बसा. फक्त त्यांना वेडेवाकडे बोलू नका. नाहीतर आम्हाला सासरा-सुनेचे भांडण सोडवायला लागायचे!" आम्ही मुद्दाम म्हणालो.

●●

दुपारच्या वामकुक्षीनंतर आम्ही स्मेडलेबाईंचे पुस्तक वाचत बसलो होतो. त्या पुस्तकाच्या प्रस्तावनेतच त्यांनी स्पष्टपणे म्हटले होते की, तुमच्या जीवनातील निरनिराळ्या समस्या म्हणजे करिअर प्रॉब्लेम्स, हेल्थ इशूज, डिप्रेशन, फोबिया, वेट प्रॉब्लेम, नाईटमेअर्स ह्या औषधांनी बऱ्या होत नाहीत. त्यांची कारणे मागच्या जन्मात असतात. ती Regression ने समजावून घेऊन त्या समस्या सोडवता येतात. आमच्या मनात पुस्तकाबद्दल उत्सुकता निर्माण झाली होती. आम्ही ते वाचण्यात गढून गेलो.

ठरल्या वेळी महादेवराव आणि सुशीलाबाई आले. आम्ही थोड्याशा नाराजीनेच पुस्तक बाजूला ठेवले. आल्याबरोबर त्यांनी शालिनीदेवींना वाकून नमस्कार केला.

"असा नमस्कार केला, की आम्हाला कसंतरीच वाटतं." शालिनीदेवी म्हणाल्या.

"आपण ज्येष्ठ गुरुभगिनी आहात. महाराजांचा बराच सहवास आपल्याला लाभलेला आहे. आपला आदर करायलाच पाहिजे." महादेवराव म्हणाले.

"आम्ही आश्रमात जाऊन कधीच राहिलेलो नाही. पण महाराजांची प्रवचने ऐकण्याचे भाग्य मात्र आम्हाला भरपूर लाभलेले आहे."

"आम्ही काळदरीला आल्यानंतर सिद्धमहाराजांच्या आश्रमात जाऊ लागलो. पुण्याला असताना आम्ही कधी त्यांच्याकडे गेलो नव्हतो." सुशीलाबाई म्हणाल्या, "पुण्यात असताना आम्हाला वेळ कोठे होता? हे त्यांच्या नोकरीच्या गडबडीत."

आशाराणींनी चहा आणला. "साखर किती घालू?" त्यांनी विचारले.

"साखर नकोच. मधुमेह आहे." महादेवराव म्हणाले.

"ही घ्या तुमची गोळ्यांची बाटली. आम्हाला माहीत होते, ती लागणार म्हणून." सुशीलाबाईंनी पर्समधून शुगर फ्री च्या गोळ्यांची बाटली काढली.

"आमच्याकडे असते ही गोळ्यांची बाटली. हा डॉक्टरांचा बंगला आहे." आशाराणींनी सुनावले.

गोळी टाकून त्यांनी चहाचा कप महादेवरावांच्या हातात दिला. 'असाच चहाचा कप लग्नापूर्वी देसाईकुटुंब त्यांना पाहण्याकरिता आले असताना दिला असेल.' आमच्या मनात विचार आला. त्या वेळेला गरज म्हणून त्या तशा वागल्या असतील. पण आम्हाला त्यांच्या आजच्या वागण्याचे नवल वाटले.

"आपण केव्हापासून महाराजांकडे यायला लागलात?" शालिनीदेवींनी विचारले.

"२-२॥ वर्षांपूर्वीपासून. खरं म्हणजे आमचा कोणत्याही महाराजांवर विश्वास

नव्हता, पण आमच्यावर संकटे आली म्हणून आम्ही आश्रमात येऊ लागलो.''

"मनुष्यस्वभावच आहे. अडचण निर्माण झाल्यावर ती दूर करण्याचा प्रयत्न करण्याचा. मग काही फायदा झाला?''

"आश्रमात आल्यावर संकटे थांबली नाहीत; पण त्यांचा भार महाराजांनी आपल्या खांद्यावर घेतला आहे, या विचारांनी मनाची सहनशक्ती वाढली. महाराज आपल्या पाठीशी आहेत या कल्पनेने संकटांची भीती कमी झाली.''

"भीती ही श्रद्धेने कमी होते.'' शालिनीदेवी म्हणाल्या.

"पूर्वी आम्ही एकाकी होतो. आम्हाला कोणाचा आधार नाही, ही भावना संकटापेक्षा मन थरारून टाकायची. एकदा आमचा मुलगा सहकुटुंब काळदरीला येणार होता. पण काही कारणाने त्याला येणे जमले नाही. वाट पाहत काळजीने रात्र तर कशीबशी घालवली. का आला नाही? अपघात झाला असेल का? नातवाला काही झाले नसेल ना, या विचारांनी अस्वस्थ झालो. त्या वेळी मोबाईल नव्हते. पहिल्या गाडीने पुण्याला जायला निघालो. आश्रमासमोरच मुलाची गाडी येताना दिसली. त्याला थांबवून त्याच्या गाडीतून आम्ही काळदरीला आलो.'' सुशीलाबाई म्हणाल्या.

"हे सगळे कमकुवत मनामुळे होते. अशा मनाला आधार पाहिजे असतो.''

"तो आधार महाराजांनी दिला. पण आमचे दुर्दैव! महाराजच अनंतात विलीन झाले. परत आमचे मन खचले. पण अचानकपणे डॉक्टरसाहेब आमच्या वाड्यावर आले. आम्हाला आपल्याबद्दल सांगितले. मनानं परत उभारी घेतली. आणि आम्ही आपल्या दर्शनाकरिता आलो.'' महादेवराव गहिवरून म्हणाले.

"आमचे दर्शन घ्यायला आम्ही महाराज थोडेच आहोत? महाराज आमचे गुरू होते. ते वेळोवेळी आम्हाला मार्गदर्शन करीत असत. आता हे आम्हाला मार्गदर्शन करतात.'' शालिनीदेवी आमच्याकडे निर्देश करत म्हणाल्या.

"आम्ही? आम्ही कसले मार्गदर्शन करणार? महाराज जिवंत असताना आम्ही कधी त्यांच्याकडे गेलो नाही. ती बुद्धीच आम्हाला झाली नाही. ह्या मात्र खूप वर्षांपासून त्यांच्याकडे जात आहेत. ह्याच आपल्याला मार्गदर्शन करतील.'' आम्ही शालिनीदेवींकडे पाहत म्हणालो.

"खरं सांगू का? आता आम्ही येथे आलो. आमच्या मनाला शांती मिळाली. आम्हाला अडचण आली की आम्ही येथे येत जाऊ. नुसत्या येथे येण्याने, आपल्या भेटीने आम्हाला आधार मिळत जाईल. आपण आमच्याशी केलेल्या संभाषणानेच आमची अडचण सुटेल. आम्ही आपल्याकडे आलो तर चालेल ना?'' महादेवरावांनी

विचारले.

"जरूर येत जा. बाबासाहेबांना आनंदच वाटेल." आशाराणी म्हणाल्या.

"एका प्रवचनात सिद्धमहाराजांनी गुरूचे महत्त्व सांगितले होते. आपल्यासमोर खरा देव उभा राहिला, तरी आपण त्याला न ओळखता महाराज म्हणून गुरूंनाच हाक मारतो." महादेवराव म्हणाले.

"परमेश्वरापेक्षा गुरूचे महत्त्व जास्त आहे. परमेश्वर आपल्याला आपल्या कर्माची फळे भोगायला लावतो. पण गुरूमुळे वाईट कर्माच्या फळाची तीव्रता कमी होऊन मुक्ती मिळते." महादेवरावांनी गुरूचा महिमा सांगितला.

"गुरू भक्ताची संकटे आपल्यावर ओढवून घेतो असे आम्हाला वाटत नाही. पण गुरूंना भक्तावरच्या संकटांची पूर्वसूचना मिळत असली पाहिजे. त्यामुळे ते भक्ताला संकटातून बाहेर पडण्याचा मार्ग लगेच सुचवू शकत असले पाहिजेत." शालिनीदेवी म्हणाल्या.

"हे बरोबर आहे. गुरूवर ज्यांची पूर्ण श्रद्धा आहे, त्यांच्या बाबतीत असं घडतं. आम्ही महाराजांकडे आलो ते आमच्या अनंत चितळे या मित्रामुळे, त्यांनी सांगितलेल्या स्वानुभवामुळे. चितळेचे वडील पूर्वीपासून सिद्धमहाराजांचे शिष्य होते. एकदा ते आश्रमातच सत्संगाकरिता ३-४ दिवस राहिले होते. दुपारच्या वेळी महाराज त्यांच्याकडे आले. आणि त्यांनी चितळ्यांना विचारले "अनंता कोठे आहे?"

"घरीच आहे. का?" महाराज काही बोलले नाहीत. ते घाईघाईने निघून गेले. सत्संग संपवून चितळे घरी आले. त्यांनी अनंताला सांगितले की, तुझी महाराजांनी ह्या दिवशी ह्या वेळेला आठवण काढली होता. अनंता म्हणाला, की बाबा, त्या वेळी मी टँकवर पोहायला गेलो होतो. माझ्या हातापायांतली शक्ती अचानक गेली. मला हातपाय हलवता येईनात. मी बुडू लागलो. इतक्यात मला सिद्धमहाराज दिसले. ते म्हणत होते की, पाय मार, पाय मार. त्यांच्या दर्शनाने मला जोर आला आणि मी बुडता बुडता वाचलो. चितळ्यांनी अनंताला गळा मिठी मारली. त्यांच्या डोळ्यांतून अश्रुधारा सुरू झाल्या.

"ही गोष्ट अनंताने आम्हाला सांगितली. आम्ही संकटांनी जर्जर झालो होतो. त्याच क्षणी मनाने आम्ही सिद्धमहाराजांचे शिष्यत्व पत्करले. त्यांच्या दर्शनाला आम्ही नेहमी जाऊ लागलो आणि नंतर आम्ही त्यांचे औपचारिकपणे शिष्य झालो." महादेवराव म्हणाले.

"सिद्धमहाराज हे अध्यात्मात फार पुढे होते. समाधी-अवस्थेत ते कित्येक तास असत. या अध्यात्मसाधनेचा सामान्य माणसाला उपयोग व्हावा, असे त्यांना

वाटे. जास्तीत जास्त माणसे सन्मार्गाला लागावीत, म्हणून त्यांनी हा आश्रम स्थापन केला. सामान्य माणूस ह्या जन्ममरणाच्या फेऱ्यातून मुक्त व्हावा, अशी त्यांची इच्छा होती. त्याकरिता ते प्रयत्नशील होते. ते नेहमी प्रवचनांतून हेच सांगत. त्यांनी ठरवले होते, की हे कार्य वयाच्या ८० वर्षांपर्यंत करायचे. पण त्यांचे शरीर लवकर थकले. जर त्यांचे लवकर निर्वाण झाले, तर याच इच्छापूर्तीकरिता त्यांना पुनर्जन्म घ्यावा लागला असता. त्यामुळे ते दुसरा काही मार्ग आहे का. हे शोधत होते.''

शालिनीदेवींनी महाराजांबद्दलची मुख्य माहिती सांगितली.

''सामान्यांकरिता केवढा मोठा विचार ते करत होते! पण अखेरीस त्यांचे लवकरच निर्वाण झाले. आता त्यांच्या इच्छापूर्तीकरिता त्यांना पुनर्जन्म घ्यावा लागणार.'' महादेवराव भारावलेल्या आवाजात म्हणाले.

शालिनीदेवी काहीच बोलल्या नाहीत. त्यांचा चेहरा गंभीर झाला. डोळे भरून आले. त्यांनी डोळ्यांना पदर लावला.

आम्ही सर्वजण त्यांच्यातील हा बदल पहात होतो.

''महाराजांची आठवण झाली का?'' आम्ही विचारले.

शालिनीदेवींनी डोळे कोरडे केले. स्वतःला सावरले. त्या म्हणाल्या, ''महाराजांचे निर्वाण झालेलेच नाही. त्यांचे कार्य चालू आहे.''

त्यांच्या या बोलण्याचा अर्थ कोणालाच समजला नाही. विषय बदलण्याच्या हेतूने महादेवरावांनी आम्हाला विचारले, ''डॉक्टरकीबरोबर आपण अध्यात्माचा अभ्यास करता का?''

''अध्यात्माचा आम्हाला अर्थ समजत नाही. शालिनीदेवींच्या सहवासाने आम्हाला इतकेच समजू लागले आहे की, ''परोपकाराय पुण्याय पापाय परपीडनम्. आता आमचा डॉक्टरकीचा व्यवसाय. व्याधींनी पिडलेले अनेक लोक आमच्याकडे येतात. त्यांना मदत करायची, गोरगरिबांना औषधे फुकट द्यायची, असा थोडा थोडा परोपकार करायला आम्ही सुरुवात केली आहे.''

''नुसती औषधेच मोफत देत नाहीत; तर त्यांचा ऑपरेशनचा खर्चसुद्धा करतात. त्या गोविंदाच्या मुलाचे खब्याचे मोठे ऑपरेशनसुद्धा यांनी स्वखर्चाने केले आहे.'' इतका वेळ नुसते ऐकत बसलेल्या आशाराणी एकदम म्हणाल्या, ''हल्लीच ते परोपकार करायला लागले आहेत आणि दिवसेंदिवस तो वाढतोच आहे. पूर्वी यांच्या शब्दकोशात 'परोपकार' हा शब्द नव्हता. फक्त 'व्यवहार' शब्द होता. आता व्यवहार गेला आणि त्याच्या जागी 'परोपकार' आला.''

महादेवरावांनी आशाराणींकडे पाहिले.

“आपण म्हणता तशी परोपकाराची भावना जर डॉक्टरांच्यामध्ये निर्माण झाली असेल, तर बाईसाहेबांचे कौतुकच करायला पाहिजे. त्यांच्या विचारांनीच हा बदल झाला असेल.” महादेवराव म्हणाले.

“आमचे कौतुक करू नका. आम्ही आमच्या विचारांची सक्ती कोणावरच करत नाही. साहेबांमधला हा बदल परिस्थितीने झाला असेल. ते आमचे श्रेय नाही. आम्हाला इतकेच वाटते, की हा बदल चांगला आहे. साहेबांच्या विचारातल्या बदलाचा आणखी एक परिणाम म्हणजे त्यांचे संशोधन.” शालिनीदेवी नम्रपणाने म्हणाल्या.

“कसलं संशोधन?” महादेवरावांनी विचारले.

“जगात अनेक गोष्टी कंपनांनी घडतात. आपण बोलतो तेव्हा हवेत ध्वनि कंपने निर्माण होतात. ती आपल्या कानापाशी पोचली की आपल्याला ऐकू येते. प्रकाशलहरी डोळ्यांत गेल्या की वस्तू आपल्याला दिसतात. आपल्या मनातल्या विचारांची कंपने हवेत जात असतात. ती दुसऱ्यापर्यंत गेली की आपला विचार त्याला समजतो. अनेक जणांची मनात निर्माण झालेली सकारात्मक, नकारात्मक, सत्प्रवृती, दुष्टप्रवृत्ती, प्रेम, द्वेष अशा अनेक विचार-विकारांच्या भावनांची कंपने हवेत परावर्तित होत असतात. अनेकांच्या एकाच भावनेची कंपने एकत्र येतात. त्यांची लाट तयार होते, ती लाट आपल्या भावनांसहित परत आपल्याकडे येते व आपल्या मनात ती भावना पक्की होते आणि त्याप्रमाणे आपण कृती करतो. अर्थात ज्या भावना आपल्या मनात पक्क्या आहेत, त्यांची कृती या लाटेकरिता न थांबता आपोआप होते. पण जे विचार मनात पक्के झालेले नसतात, ते या लाटेने पक्के होतात व त्यावरील कृती करिता ही लाट खूप महत्त्वाचे काम करते. या सिद्धान्ताचा उपयोग करून आम्ही लोकांच्या मनांतील उदासीनता घालवण्याचा प्रयत्न करत आहोत. आम्ही आमचा दवाखाना आनंदाच्या सकारात्मक विचारांच्या लाटांनी भारून टाकत आहोत. त्यामुळे आमच्या दवाखान्यात जो माणूस येईल त्याच्या मन:स्थितीत फरक पडेल. आमच्या ॲलोपथीतले तज्ज्ञ सांगतात की पेशंटचे ६०-७० टक्के दुखणे हे मानसिक असते. त्यांना जर सकारात्मक विचारांचा सल्ला दिला तर त्यांची दुखणी कमी झाली पाहिजेत, असे आम्हाला वाटते. म्हणजे एखादा दारू पिणारा पेशंट आला आणि आम्ही त्याला दारू पिण्याचे दुष्परिणाम सांगितले, तर त्या सकारात्मक विचारांनी भारलेल्या वातावरणाने त्याला ते पटेल आणि त्याची दारू सुटण्यास मदत होईल. किती जणांवर किती काळाने परिणाम होतो, हे आम्ही नोंद करून ठेवत आहोत. असे करण्याने समाज सुधारण्यास मदत होईल; असा विश्वास आम्हाला वाटू लागला आहे.”

"आपले हे विचार खरंच असामान्य आहेत. अशा प्रकारचे प्रयत्न कोणी करत असेल, असं आम्हाला वाटत नाही." महादेवराव म्हणाले.

"अशा तऱ्हेचा अनुभव महाराजांच्या आश्रमांत येतो. तिथलं वातावरण इतकं पवित्र असतं, की तेथे येणाऱ्यांच्या मनात दुष्ट, अमंगल विचार येतच नाहीत आणि जे वारंवार आश्रमात जातात त्यांचे विचार सकारात्मक, आनंदी झाल्याची अनेक उदाहरणे आम्हाला माहीत आहेत. या विचारांनी प्रापंचिक समस्यांना धीराने तोंड दिलेल्या अनेक शिष्यांना आम्ही ओळखतो." शालिनीदेवी म्हणाल्या.

"पण आपण हा विचार कसा करू लागलात?" महादेवरावांनी विचारले.

"कंपनांचा अभ्यास करायला लागल्यापासून आमच्या मनात समाज सुधारण्याचे विचार येऊ लागले व त्यातून आम्हाला मार्ग सापडला." आम्ही म्हणालो.

"महाराज, त्यांच्या प्रवचनांतून एक उदाहरण नेहमी देत असत. पूर्वी जी माणसं देवळांत जात ती नेहमी सात्त्विकतेने विचार करत असत. याचे कारण काय? तर पूर्वी मंदिरातले वातावरण पवित्र असायचे. तेथे भजन, कीर्तन, प्रवचन असे कार्यक्रम असायचे. त्यामुळे तेथे जाणाऱ्या माणसाच्या विचारांत प्रसन्नता येत असे आणि त्याच्या या विचारांनी त्याच्या अडचणी दूर होत असत. पण त्याला असे वाटायचे की, हा देव जागृत आहे व तो आपल्या अडचणी दूर करतो. खरं म्हटलं तर देवाची मूर्ती काहीच करत नाही. तिथल्या वातावरणामुळे तुमच्या विचारात झालेल्या बदलाने तुमच्या अडचणी तुम्हीच सोडवल्या. म्हणजे तुमच्या अंत:करणात जो देव आहे, त्यानेच त्या सोडवल्या. त्यामुळे तुमच्या मनात नेहमी चांगले विचार ठेवा म्हणजे तुमचे प्रश्न सुटतील. हल्ली देवळांमध्ये पूर्वीसारखे वातावरण राहिलेले नाही. तेथे जाऊनही तुमच्या विचारात बदल होत नाही. त्यामुळे देव तुम्हांला पावत नाही. पण यालाही अपवाद आहेत. जेथे अजूनही पवित्र वातावरण आहे, श्रद्धेने जेथले वातावरण भरून गेले आहे, तेथले देव पावतात असा आपल्याला अनुभव येतो." शालिनीदेवींनी महाराजांचे विचार सांगितले.

"महाराजांनी देव पावण्याचे बरोबर विश्लेषण केले." महादेवराव म्हणाले.

आमच्या गप्पा चालू असताना आशाराणींनी सुशीलाबाईंना बंगला दाखवून आणला. त्या परत येऊन बसल्या, तरी आमच्या गप्पा चालूच होत्या.

"अहो, बाहेर अंधार पडू लागला आहे. चला आता. आपल्याला गाडी मिळायची नाही." त्या म्हणाल्या.

"रात्रीचे जेवण करूनच जा." शालिनीदेवी म्हणाल्या.

"जेवायला आम्हाला आनंदच वाटला असता. पण एका महत्त्वाच्या कामाकरिता

आम्हाला लवकर जावे लागणार आहे.'' महादेवरावांनी दिलगिरी प्रकट केली. ''आम्ही आता निघतो. रागावू नये.''

त्या दोघांनी शालिनीदेवींना आणि आम्हालाही नमस्कार केला.

''गुरुभगिनी म्हणून त्यांना नमस्कार केलात ठीक आहे; पण आम्हाला कशाकरिता?'' आम्ही म्हणालो.

''आपले विचार इतके उच्च आहेत. वातावरणात सगळीकडे सकारात्मक आणि आनंदी विचार असावेत, हा आपला विचारच महान आहे. आम्हाला आपल्या ठिकाणी महाराजांचाच भास व्हायला लागला आहे. म्हणून आम्ही आपल्याला नमस्कार केला.''

''आताच्या गप्पांमधून साहेबांचे आणि महाराजांचे विचार सारखेच आहेत, हे आम्हाला समजले. यापूर्वी यासंबंधी कधी विषय निघाला नसल्याने आम्हाला हे विचारांचे साधर्म्य कळले नव्हते.'' शालिनीदेवी म्हणाल्या.

''आम्ही कंपनांचा अभ्यास करताना हे मार्ग स्फुरले.'' आम्ही म्हणालो.

''महादेवरावांना आपल्यात महाराजांचा भास या विचार-साधर्म्यामुळेच झाला.'' शालिनीदेवी हसून म्हणाल्या.

''आपण कसे जाणार? आम्ही आपल्याला सोडण्याची व्यवस्था करतो.''

आम्ही लक्ष्मणला बोलावून त्यांना सोडण्यास सांगितले.

●●

आमचे मंत्रशास्त्राचे निरनिराळ्या रोगांवरचे प्रयोग चालूच होते. त्यांचा रोगावर कितपत परिणाम होतो, हे आम्हाला ताबडतोब समजत होते. पण अजून आमच्या सर्व मंत्रांचा परिणाम पाहण्याची संधी मिळालेली नव्हती. त्या मंत्राचा आमचा नेहमी जप चालूच होता. तो सिद्ध होण्याकरिता जे निर्बंध महाराजांनी वहीत लिहून ठेवले होते, त्याचे तंतोतंत पालन आम्ही करत होतो. फक्त तो वापरण्याकरिता सर्पदंश झालेला माणूस आम्हाला मिळत नव्हता. एरवी महिना- दोन महिन्यांतून एकदा तरी आम्हाला सर्पदंशावरचे इंजेक्शन फोडायला लागायचे. पण जशी आम्ही आमची सर्पदंशावरची साधना चालू केली, ती पूर्ण केली तरी एकही जणावर त्याचा प्रयोग करायला संधी मिळाली नव्हती. त्यामुळे त्या मंत्राचे सामर्थ्य आम्हाला समजले नव्हते.

आम्ही दुपारचा चहा घेत होतो, इतक्यात डिस्पेंसरीत ५-६ जण आल्याचे गोविंदा सांगत आला. ५-६ जण आले म्हणजे मारामारीमुळे जखमा झालेला माणूस आणला असेल, अशा समजुतीने आम्ही दवाखान्यात गेलो.

एका डोलीत एक माणूस निपचित पडला होता. त्याला उचलून आणले होते.

"डागदर, याला साप चावला आहे.'' एकाने आम्हाला माहिती दिली. त्याला डोलीतून बाहेर काढून जमिनीवर बसवले. त्याच्या डाव्या पायाला साप चावला होता.

"आम्ही त्याच्यावर सर्पमंत्र घालतो. जर नाहीच बरे वाटले, तर इंजेक्शन देईन.'' आम्ही म्हणालो.

"कसंही करा, पण त्याचे प्राण वाचवा.'' एकजण अजीजीने म्हणाला.

आम्ही एक पाट ठेवला. त्यावर पितळेची बादली पाणी भरून ठेवली. त्याला समोर मांडी घालून बसवले. "त्याला तुम्ही सर्वांनी पक्कं धरून ठेवा. त्याला उठू देऊ नका.'' आम्ही सूचना दिल्या.

"हा बेशुद्ध माणूस कसा उठणार?'' असा प्रश्न सर्वांच्याच मनात आला असेल. आमच्याही मनात तो आला. पण महाराजांनी वहीत स्पष्टपणे लिहून ठेवले होते की, त्यास पक्के धरावे. वेळप्रसंगी झाडाला बांधावे.

आम्ही पाण्याने भरलेला तांब्या त्याच्यासमोर धरला आणि पाण्यात बोटे बुडवून सर्पमंत्राने पाणी मंत्रायला लागलो.

आणि त्या बेशुद्ध माणसाने एकदम उसळी घेतली व तो उठण्याचा प्रयत्न करू लागला. आमचा हा प्रयोग रस्त्यावरच चालू होता. कडेला अनेक माणसं जमली होती. त्यांतल्या दोघा-चौघांना त्याला धरण्यास मदत करण्यास आम्ही सांगितले.

मग आम्ही ते मंतरलेले पाणी बादलीतल्या पाण्यात मिसळले आणि हाताने पाणी मारू लागलो. त्याच्या तोंडावर पाणी मारले आणि एकाला तोंडावरून कपाळ, पोट आणि नंतर चावलेल्या पायापर्यंत हात फिरवण्यास सांगितलं. आम्ही जेथे पाणी मारत असू तेथून ते पायावरून हाताने उतरत नेण्यास सांगितले.

आमचा हा प्रयोग सुमारे अर्धा तास चालला होता. मध्येच तो काहीतरी बोलत होता. शेवटी त्याच्या अंगाचा बधिरपणा गेला आणि जखमेपुरताच थोडा बधिरपणा राहिला आणि थोडी वेदना राहिली.

तो माणूस पूर्ण शुद्धीवर आला. त्याने आम्हाला ओळखले.

शेवटी तो चालत चालत घरी गेला. विष पूर्णपणे उतरले होते.

आम्हाला मंत्रशक्तीची प्रचिती आली होती. शेकडो माणसांनी हे सर्व पाहिले होते.

आम्ही थकून गेलो होतो. सर्व गेल्यावर आम्ही आरामखुर्चीत बसून राहिलो. आता घडलेल्या प्रसंगाचे विश्लेषण मनात चालू होते. काहीतरी वेगळं घडलेलं होतं, हे नक्की.

"थकला आहात का?'' पाण्याचा ग्लास आमच्या हातात देत शालिनीदेवी म्हणाल्या

"थोडी कॉफी द्या." आम्ही पाणी पीत म्हणालो.

"आम्ही आणतो करून." आशाराणी म्हणाल्या.

"सर्पदंशाची केस होती का?" शालिनीदेवींनी विचारले.

"हो. पण नुसती सर्पदंशाची नाही, तर नागदंशाची असावी."

"नागदंशाची?"

"हो असावी. आम्हाला यातला काहीच अनुभव नाही. ही पहिलीच केस असल्याने आम्ही थोडे बावरून गेलो होतो. प्रत्यक्ष अनुभव अतिशय थरारक होता."

"बाबासाहेब, आपण मंत्रशक्तीने सर्पविष उतरवलंत?" कॉफीचा कप आमच्या हातात देत आशाराणी म्हणाल्या, "आमचा तर विश्वासच बसत नाही. आम्हाला सर्व सविस्तर सांगा ना!"

"तुम्ही दमला असलात, तर नंतर सांगितलेत तरी चालेल." गायत्रीदेवी म्हणाल्या, "उत्सुकता तर आहेच."

"थकलो आहोत; पण पराक्रम सांगणाऱ्याला उत्साह असतो. त्याचबरोबर आम्हाला हीसुद्धा जाण आहे, की हा पराक्रम जरी आमच्या हातून झाला असला, तरी तो आम्ही केलेला नाही."

सगळे उत्सुकतेने सभोवती बसले होते.

"आम्ही पाणी त्याच्यासमोर मंतरले आणि ते संपूर्ण बादलीतल्या पाण्यात मिसळले. नंतर आम्ही त्याच्यावर पाणी मारू लागलो. तो जरी बेशुद्ध होता, तरी उठण्याचा प्रयत्न करत होता. आम्ही जसे पाणी मारत होतो तसे तो डोलत होता. आमच्या प्रथम हे लक्षात आले नाही. नंतर तो काहीतरी बोलू लागला. आम्ही त्याकडे दुर्लक्ष केले आणि पाणी मारणे सुरूच ठेवले. त्याचे बोलणे थोडे स्पष्ट होऊ लागले. तो म्हणत होता की, त्याने आमच्या अंगावर पाय दिला म्हणून आम्ही चावलो. हे सर्व आम्हाला नवीन होतं. आम्ही पाणी मारायचं थांबवलं. महाराजांनी त्यांच्या वहीत नाग चावला असेल तर तो बोलतो, असं लिहून ठेवले आहे. आम्हाला संशय आला, की याला नाग चावलेला असावा. म्हणून आम्ही त्याला आमच्यापुढे डोकं टेकायला सांगितलं. तो प्रथम टाळाटाळ करू लागला. आम्ही परत पाणी मारू लागलो. तो हळूहळू पुढं झुकू लागला. आम्ही पाणी मारणं थांबवलं. हळू हळू त्याने डोके जमिनीवर टेकले. एक दोन मिनिटे तो तसाच थांबला. नंतर तो परत सरळ झाला.

"पहिल्या अवस्थेत आणि आताच्या अवस्थेत जमीन-अस्मानाचा फरक पडला होता. प्रथम त्याच्या डोळ्यांची बुबुळं वर गेली होती. तो बेशुद्ध होता. कोणाला ओळखत नव्हता. तो जेव्हा उठला, तेव्हा त्याची नजर नेहमीसारखी झाली होती. तो

झोपेतून जागा झाल्यासारखा दिसत होता. त्याने आम्हाला ओळखले. ''डागदर तुम्ही?'' तो म्हणाला. त्याचा भाऊ शेजारीच बसला होता. तो त्याला म्हणाला, 'रामा, तुला आमी डागदरकडं आणलं आहे डोलीत घालून. तू गवताचा भारा घेऊन येताना तुला काहीतरी चावलं. तू बेसूद होऊन पडला व्हतास.'

''रामा काही बोलला नाही. पण त्याचं जड झालेलं अंग मोकळं झालं होतं. जखमेपाशी थोडी वेदना होती. आम्ही मंतरलेलं पाणी त्याला पिण्यास दिले. तो उठून उभा राहिला. दोन पावलं टाकून त्याने चालण्याचा प्रयत्न केला. आणि तो बोलला की, डागडर म्या चालतोय की!

आम्ही त्याला ''तू बरा झाला आहेस. आता घरी जायला हरकत नाही'' असं सांगितलं. त्याने परत एकदा आम्हाला वाकून नमस्कार केला आणि ते सगळे गेले. रामा जाताना पायी गेला.

''डागदर, ह्यो चमत्कारच झाला न्हवं. बक्कळ लोक जमलं व्हतं.'' गोविंदा म्हणाला.

''हा चमत्कार नाही. हा मंत्रशक्तीचा परिणाम आहे. तो डोलत होता. डोकं टेकल्यावर तो नेहमीसारखा झाला. ही सर्व लक्षणे नाग चावल्याची आहेत. महाराजांची तसं लिहिलं आहे.'' शालिनीदेवी म्हणाल्या.

''खरं म्हणजे आम्ही त्याला इंजेक्शन देणार होतो. ही नागाची केस आहे याचा संशय आम्हाला पाणी मंतरल्यावर आला. आम्ही पाणी मारण्याची क्रिया करत होतो, त्याच्याशी बोलत होतो. पण आमचा आत्मविश्वास डळमळीत होऊ नये म्हणून कोणीतरी त्या क्रिया आमच्याकडून करवून घेत असावं.'' आम्ही म्हणालो.

''पण बाबासाहेब, मंत्रसामर्थ्याची चुणूक सर्वांना पाहायला मिळाली.'' बाळासाहेब म्हणाले.

''मंत्रात सामर्थ्य आहे; पण जो सांगितलेले नियम तंतोतंत पाळतो, त्याच्या शब्दांत ते सामर्थ्य येते. नुसता मंत्र पाठ असून त्याची प्रचिती येत नाही; तर तो मंत्र उच्चारण्याच्या फेकीमुळे त्यात शब्दसामर्थ्य येते व त्याचा परिणाम होतो.'' आम्ही म्हणालो.

''पूर्वीचे ऋषिमुनी शाप देत किंवा आशीर्वाद देत. त्याप्रमाणे घडत होते. कारण त्या ऋषींजवळ असलेलं तेज आणि शब्दउच्चारण. आता ते राहिलेलं नाही. त्यामुळे प्रचिती येत नाही.'' शालिनीदेवी म्हणाल्या.

''आमची मंत्रोपचाराची ही पहिलीच केस. आमच्या सर्पमंत्राची परीक्षा घेण्यासाठी महाराजांनी नागाचीच निवड केली. पण आम्ही महाराजांच्या परीक्षेत उतरलो. खरं

म्हणजे महाराजांनीच आमच्याकडून विष उतरवून घेतले. आतापर्यंत आम्ही अनेक व्याधींवर मंत्रोपचार करतो आहोत. पण औषधं आणि तीर्थ यांचा संमिश्र परिणाम त्यात दिसतो आहे. पण ही नागदंशाची केस ही केवळ मंत्राचा परिणाम आहे. ही गुरुकृपाच आहे.''

''बाबासाहेब, मंत्राने विष उतरविण्याचा आपला निर्णय खूपच धाडसीपणाचा होता. त्यातून तो नाग चावलेला. आणखी थोड्या वेळात तो मरण पावला असता. तुम्हाला इंजेक्शन देण्याससुद्धा वेळ मिळाला नसता. परत असे निर्णय घेऊ नका.'' गायत्रीदेवी म्हणाल्या.

''खरं म्हणजे आता सांगितल्याप्रमाणे आमचे आम्ही राहिलो नव्हतो. निर्णय, कृती कोणीतरी आमच्याकडून करून घेत होते.''

''बाबासाहेब, मनुष्य मेल्यानंतर तुम्ही जर पोलिसात असं सांगितलंत, तर पोलीस हसतील. गायत्रीदेवी म्हणतात तसं परत असं धाडस करू नका.'' आशाराणी म्हणाल्या.

''आपलं म्हणणं बरोबर आहे. पण सगळ्यांत अवघडात अवघड केस साहेबांनी बरी केली आहे. यावरून त्यांच्यातल्या मंत्रशक्तीची प्रचिती आलेली आहे. आता त्यांचा आत्मविश्वासही वाढलेला आहे. आता त्यांना यात अपयश येणारच नाही. कडक नियम पाळल्यामुळे त्यांच्यातली मंत्रशक्ती वाढतच जाईल, असा आम्हालासुद्धा विश्वास वाटू लागला आहे.'' शालिनीदेवी म्हणाल्या.

काहीही असले तरी आजच्या मंत्रसामर्थ्यामुळे आम्ही भारावून गेलो होतो.

या अनुभवानंतर आमचा ध्वनिलहरी, मंत्रशास्त्र यांच्या संशोधनातला उत्साह खूप वाढला. त्याबद्दल आम्हाला निरनिराळे विचार सुचू लागले. आम्ही हॉवर्ड स्टँगले यांच्या पुस्तकाचा खूप बारकाईने अभ्यास केला. त्यांच्या पुस्तकात त्यांनी अनेक मंत्र निरनिराळ्या शारीरिक व्याधींकरता दिले होते.

ओम् भूः ओम् भुवः ओम् स्वहः तत्सवितुर्वरेण्यं भर्गो देवस्य धीमही।
ओम् धियो योनः प्रचोदयात।।

हा गायत्रीमंत्र हृदयविकार, रक्तदोष, मेंदूविकार, श्वसनविकार, मधुमेह अशा दुर्धर व्याधी बऱ्या करण्याकरिता उपयोगी पडतो. आम्ही या मंत्राचा रोज १००१ इतका जप करून पाणी मंतरवून द्यायला लागलो.

तसेच **'ओम् चिं चित्रघंटाभ्याम् नमः ।'** हा मंत्र कॅन्सर, रक्त, घसा, दात यांच्या विकाराकरिता लागू पडतो. त्यामुळे त्या मंत्राचे पाणी मंतरून ते रोग्यांना देऊ लागलो.

यानंतर

ओम् त्र्यंबकम् यजामहे सुगंधिम् पुष्टिवर्धनम् ।
उर्वारुकमिव बंधनात् मृत्योर्मुक्षीय मामृतात ।।

हा महामृत्यंजय मंत्र अपमृत्यू येऊ नये म्हणून जपला, तर तो चांगला उपयुक्त ठरेल असे आम्हाला वाटू लागले. त्या मंत्राने पाणी मंतरावे, असे आम्ही ठरविले.

इतके मात्र खरे, की या मंत्रांच्या जपाचे काय परिणाम रोग्यांवर होतील, याच्या उत्सुकतेमुळे जपाचा कंटाळा येत नव्हता. उलट, उत्साह वाटत होता.

●●

आम्ही आमच्या अभ्यासिकेत निवांत बसलो होतो. डोळे मिटून घेतले. मागे घडलेल्या घटनांचे प्रसंग आमच्या डोळ्यांसमोर येऊ लागले. आमच्यावर मारत्याने चाकूहल्ला केला. हॉस्पिटलमध्ये आमच्यावर उपचार सुरू झाले. आमचे ऑपरेशन झाले. ऑपरेशन इंग्रज डॉक्टरने केले. तो नेमका आमच्या ऑपरेशनच्या वेळीच कसा हजर झाला, हे एक कोडंच. बरं होऊन आम्ही बंगल्यावर जाताना महाराजांच्या आश्रमात कसे काय गेलो, हे नवलच. आणि त्यानंतरच्या घटना तर अद्‌भुतच. कृष्णाची केस, म्हाताऱ्या बाईचं स्वप्न, महाराजांच्या आश्रमातला तो साधक, आम्हाला मंत्रशास्त्राची गोडी वाटणे, सर्पमंत्राचा जप सगळ्याच गोष्टी अचंबित करणाऱ्या आणि त्यांची एक साखळीच होती. आजपर्यंतच्या आयुष्यात अशी एकही घटना घडल्याचे आम्हाला आठवेना. लग्नानंतरचे आयुष्य अगदी संथ गेले होते. अशी स्वप्ने पडली नव्हती की असे मंत्र जपावे, असे वाटले नव्हते. आजपर्यंत आमचे विचार ठाम होते. विज्ञानाला जे मान्य, ज्याला पुरावे आहेत, ते आम्हाला मान्य.

पण आता आमचा स्वभाव मवाळ झाला आहे. प्रत्येक घटनेचा विचार आम्ही निरनिराळ्या दृष्टिकोनांतून करू लागलो होतो. त्यामुळे एकाच घटनेचे अनेक विचार, त्यांच्या अनेक शक्यता आमच्या मनात येऊ लागल्या. त्यांचा मनात गोंधळ निर्माण होऊ लागला होता.

असं का घडायला लागलं? कोणी आमच्यावर प्रभाव टाकतं आहे का? शालिनीदेवी? पण त्या तर आम्हाला काहीच सल्ले देत नाहीत. आश्रमात चला, असं त्या आम्हाला कधीसुद्धा म्हणाल्या नाहीत. आम्ही स्वत: होऊन आश्रमात गेलो आणि परत परत जाऊ लागलो. अध्यात्मातील, मंत्रशास्त्रातील पुस्तके, महाराजांच्या वह्या आतापर्यंत त्यांनी आपण होऊन इतक्या वर्षांत कधीच दिल्या नाहीत. पण आम्हाला त्या विषयात रस वाटू लागल्यावर मात्र त्यांनी त्यांच्याजवळचे भांडार उघडे

केले.

मग असं का व्हावं? याचे उत्तर आम्हाला सापडत नव्हते.

पण या घटनांना एक क्रम होता. आमच्या मनात एखादी गोष्ट करावी असा विचार आला, की त्याला पूरक घटना पुढे घडत होत्या. कृष्णाची केस आम्ही घेतली. त्याच्यात कोठे दोष आहे हे समजत नव्हते. तेव्हा एका मुलाला एक बाई काठीने कमरेवर मारत असल्याचं स्वप्न पडायला लागलं.

आमच्या मनात अहंकार वाढू लागला. तेव्हा ते तहानलेल्या अवस्थेचे स्वप्न पडले. आम्ही मोठ्या कष्टाने पाणी शोधले, पण अहंकाराने आम्हाला ते पिता येत नव्हते. आम्हाला महाराजांच्या समाधीचे दर्शन घ्यावयाचे होते. पण त्या पारावर बसलेल्या साधकाने आम्हाला अडवलं. आम्हाला अहंकार झाला होता. आश्रमात आम्हाला किती मान आहे आणि हा फालतू साधक आम्हाला अडवून ठेवतो आहे, असा विचार आमच्या मनात आला होता. तेव्हा त्या साधकाचा चेहराच आम्हाला महाराजांच्या समाधीवर दिसला होता. मंत्रशास्त्राचा अभ्यास करावा असं वाटू लागलं, तेव्हा महाराजांची मंत्रांची वही आम्हाला शालिनीदेवींनी दिली. मंत्रशास्त्रावरचं पुस्तक आम्हाला मिळालं. सर्पमंत्राचे आमचे अनुष्ठान पूर्ण झाले, की नाग चावलेला मनुष्य आमच्याकडे आला.

खरंच या सगळ्यामागे कसलीतरी शक्ती काम करत असेल का? तीच शक्ती आमच्या अध्यात्माच्या अभ्यासात मदत करत असेल का? आम्हाला मंत्रशास्त्रात यश मिळावं म्हणून कार्यरत असेल का? आमचं मन शुद्ध रहावं म्हणून प्रयत्न करत असेल का? आम्हांला पुनर्जन्माचा किंवा अंतर्मनाचा अभ्यास करायला उद्युक्त करत असेल का?

महाराज आमच्यात बदल घडवून आणताहेत का? पण आम्ही तर आताच महाराजांच्या आश्रमात जाऊ लागलो आहोत. शालिनीदेवी आमच्या कितीतरी आधी त्यांच्या शिष्या झालेल्या आहेत. त्यांच्यावर तर महाराजांची कृपा होती. त्यांना महाराजांचा सहवास मिळाला होता. मग त्यांना कसे आमच्यासारखे अनुभव आले नाहीत आणि आम्हाला का आले?

जाऊ द्या, आपण आपलं काम करू या. असल्या गहन प्रश्नांचा विचार करण्यात वेळ घालवायला नको. या प्रश्नांची उत्तरे नाही मिळाली, तरी अस्वस्थ व्हायला नको. आपण आपला मंत्रांचा अभ्यास करावा, या विचाराने आम्ही मंत्रांचं पुस्तक उघडलं. इतक्यात इंटरकॉम वाजला. आमची एकाग्रता भंग पावली. थोड्याशा नाखुशीनेच आम्ही रिसीव्हर उचलला.

"आपल्याला भेटायला कोणी डॉ. पाटील आले आहेत." शालिनीदेवी म्हणाल्या.

"आलोच." असं म्हणून आम्ही रिसीव्हर ठेवला.

आम्ही हॉलमध्ये आलो तर एक गुटगुटीत माणूस ग्लासातून पाणी पीत बसला होता.

आम्हाला पाहिल्यावर त्याने ग्लास टीपॉयवर ठेवला आणि हसत हसत म्हणाला, "आपण डॉ. इनामदार? आम्ही डॉ. पाटील."

"कोणत्या गावचे? आम्ही बऱ्याच गावच्या पाटलांना ओळखतो." आमच्या बोलण्यात नाराजी होती.

"आम्ही कोणत्याही गावचे पाटील नाही. पण आमचं गाव धुळे." तो आणखीनच हसू लागला.

"आपले आडनाव पाटील, गाव धुळे हे कळलं; पण आपले नाव नाही कळले."

"आमचे नाव आणि आडनाव सुभाष पाटील." डोळ्यांवरचा चष्मा काढून टीपॉयवर ठेवत तो म्हणाला.

आम्ही त्यांच्याकडं थोडं रोखून पाहिलं.

"सुभाष पाटील!" आम्ही तोंडातल्या तोंडात पुटपुटलो.

"आमचंच नाव घेऊन आम्हालाच विचारता आहात 'सुभाष पाटील' म्हणून." त्याने हसणं आणखी वाढवलं.

"सुभाष पाटील प्री-डिग्री क्लास? सुभाष तू?" आम्हाला एकदम ओळख पटली. "अरे, किती वर्षांनी भेटतो आहेस?"

आमच्या घरात आम्ही एकमेकाला आदरणीय शब्दांत बोलण्याची सवय लावली होती. पण आम्ही त्याच्याशी एकेरीत बोलू लागलो.

"बरोबर, आपण कॉलेजच्या पहिल्या आणि दुसऱ्या वर्षांत एकमेकांचे पार्टनर होतो." सुभाषने आठवण करून दिली.

तीस-चाळीस वर्षे झाली असतील. इतक्या वर्षांनी कसं ओळखणार? "पण मी बरोबर बंगला शोधत आलो की नाही? कॉलेजला असताना आपण सायकलींवरून येथे आलो होतो. त्या आठवणी आठवत आठवत आलो. बराच फरक झाला आहे. पण तुमच्या शिंद गावाचा रस्ता मात्र मी विसरलो नव्हतो."

"बरोब्बर."

"मी येथे इतक्या वर्षांनी येऊनसुद्धा बरोबर घर शोधलं. पण तू मात्र मला ओळखलं नाहीस."

"अरे, खरंच तुला ओळखायला उशीर झाला. केवढा फरक झाला आहे

तुझ्यात. कॉलेजात असताना डोक्यावर काळेभोर केस होते. त्या केसांचा तू फुगा पाडायचास. पण आता डोक्यावर काय आहे? कॉलेजातल्या आपल्या इंग्रजीच्या प्रोफेसरांना तू 'टकलू' म्हणून चिडवायचास. आता तुझं काय झालं आहे? त्या बॉटनीच्या सरांना 'भिंग्या' म्हणायचास. आता तूच सोडावॉटरच्या बाटल्यांचा चष्मा लावतोस? इतका बदल झाल्यावर कसं ओळखणार? त्यातून तू कॉलेजची सीनिअरची परीक्षा देऊन जो पसार झालास, तो आता भेटतो आहेस.''

''अरे, मी तुला पुण्यातल्या पत्त्यावर बरीच पत्रे पाठवली. पण उत्तर नाही. ह्या 'शिंद' गावच्या पत्त्यावर पत्रे पाठवली, पण एकाचेही उत्तर तू दिले नाहीस.''

''मला एकही पत्र मिळालं नाही. पुण्याची खोली मी सोडली होती. पण आमच्या गावच्या पत्त्यावरची पत्रे तरी मिळायला पाहिजे होती. आणि आपण तरी माझ्या पत्राला कोठे उत्तर पाठवलेत?''

''अरे, आम्ही धुळ्याची जागा बदलली होती. पण मी तुझ्या गावचा पत्ता अगदी बरोबर लिहीत होतो. बाबा इनामदार, मु. शिंद, जि. पुणे. तुला मिळायलाच पाहिजे होती.''

''कशी मिळणार? 'शिंद' जरी पुण्याला जवळ असले, तरी ते सातारा जिल्ह्यात आहे. म्हणूनच पत्रे मिळाली नाहीत.''

''बरं, जाऊ दे. आता इतक्या वर्षांनी तरी भेट झाली ना?'' सुभाष म्हणाला.

''अहो, इतक्या दिवसांनी तुमचा मित्र भेटला आहे. चहा-पाणी तरी विचारा.'' शालिनीदेवी म्हणाल्या. त्यांनी ट्रेमधून चहा आणला होता. तो कपात ओतून आम्हाला दिला.

''हा सुभाष पाटील, आमचा कॉलेजातला मित्र आणि ह्या आमच्या पत्नी शालिनीदेवी.'' आम्ही ओळख करून दिली. ''ह्याच्यामुळे आम्हाला इंग्लिश सिनेमे पाहण्याची सवय लागली. आम्ही त्या वेळेला मॅटिनीला लागलेले सर्व पिक्चर्स पाहिले. हिचकॉकचे तर दोनदोनदा पाहिले.''

''त्यामुळे तर मला गूढ गोष्टींचं आकर्षण वाटायला लागले.''

''अहो, गप्पा नंतर मारा. त्यांची चौकशी करा ना!'' शालिनीदेवींनी आम्हाला सूचना केली.

''अरे, खरंच विसरलो. सध्या कोठे असतोस? काय करतोस? आम्हाला या आनंदाच्या भरात हे सुचलेच नाही.''

''मी धुळ्याला आजारी लोकांना औषधे देतो.'' सुभाष म्हणाला.

''म्हणजे आपण डॉक्टर आहात वाटते आमच्यासारखे.'' आम्ही म्हणालो

“म्हणजे आपण दोघेही डॉक्टर झालो आहोत की! पण मी जेव्हा धुळ्याला प्रॅक्टिस सुरू केली, तेव्हा मला लगेच यश मिळाले नाही. धुळयाच्या जवळ आदिवासी भाग बराच आहे. त्यामुळे पेशंट मिळायला जरा वेळ लागला.”

“माझी प्रॅक्टिस मी एम. बी. बी. एस. चे शिक्षण घेत असतानाच सुरू झाली. जन्मगाव असल्यामुळे सुट्टीत गावी आलो, की आजूबाजूचे लोक मला डागदरच म्हणू लागले. त्यामुळे पेशंटचा तुटवडा मला कधी जाणवलाच नाही.”

चहा, बिस्किटे घेत घेत गप्पा चालू होत्या.

“आता तू कसा काय आलास?” आम्ही विचारले.

“पुण्यात चार दिवसांचा सेमिनार आहे. त्याकरिता आलो आहे. येथे आल्यावर तुझी आठवण झाली. आज वेळ मोकळाच होता. म्हटलं, तुझ्या गावी चौकशी करावी म्हणून आलो. पण बरं झालं. तू भेटलास.”

“तुझा सेमिनार किती ते किती आहे?”

“उद्यापासून सकाळी १० ते संध्याकाळी ६ पर्यंत.”

“मग आता येथेच राहा. येथून सेमिनारला जा आणि येथेच ये.”

“इतक्या लांब राहून जायचं म्हणजे त्रास होईल. त्यापेक्षा सेमिनारनंतर एक दिवस येथे येऊन राहीन.”

“ते तर राहाच. एक दिवस काय, तुला पाहिजे तितके दिवस राहा. पण आता येथेच राहायचे. आमचा ड्रायव्हर तुला सोडेल आणि घेऊन येईल.”

“मला चालू शकेल. पण कशाला तुला त्रास?” सुभाष म्हणाला.

“त्रास नाही. इतक्या दिवसांनी भेटला आहेस. राहा येथे.”

“ठीक आहे. माझं काय?”

“तुझा कसला सेमिनार आहे?”

“काय आहे, धुळं हे आदिवासी लोकांशी संबंधित गाव आहे. त्यामुळे तेथे मंत्र-तंत्र बरेच चालतात. ‘जसे लोक तसा वेश’ घालावा लागतो म्हणून पेशंटना आपल्याकडे वळविण्याकरिता मी युक्ती केली. मी संमोहन शिकलो त्यामुळे लोकांना मी त्यांच्यातलाच वाटायला लागलो. संमोहनावर खूप अभ्यास केला. अनेक पुस्तके वाचली. त्यात तज्ज्ञ झालो. संमोहनाच्या उपचारपद्धतीमुळे मी अनेकांचे दुर्धर रोग बरे केले.”

“आम्हीसुद्धा मंत्रांच्या ध्वनिलहरींचा अभ्यास करत आहोत आणि निरनिराळ्या मंत्रांच्या कंपनांचा रोग बरा करण्याकरिता उपयोग करण्यास सुरुवात केली आहे. मंत्रांची कंपने जर पाण्याला दिली, तर ते पाणी मंतरले जाते व ते पाणी प्यायल्यामुळे

रोग बरा होतो. ह्यावर आमचे संशोधन चालू आहे.''

"अरे व्वा!'' सुभाष म्हणाला.

आमच्या गप्पा आणखी रंगल्या असत्या; पण शालिनीदेवी म्हणाल्या, "अहो, त्यांना त्यांची खोली दाखवा. त्यांना फ्रेश होऊ देत, विश्रांती घेऊ देत. आता ४-५ दिवस आहेतच गप्पा मारायला. सगळं एका दिवसातच बोललात तर पुढे काय बोलणार?''

"तेही खरं आहे. चल रे, तुला तुझी खोली दाखवतो. ॲटॅच्ड बाथरूम आहे. गरम पाणी मुबलक आहे. फ्रेश हो, आराम कर.'' सुभाषचे सामान त्याच्या खोलीत पाठवून दिले.

आम्ही परत आमच्या संशोधनाच्या कामाला लागलो.

●●

दुसऱ्या दिवशी सकाळी सुभाषला लक्ष्मणने पुण्याला पोचवले आणि संध्याकाळी परत आणले. त्याचा आणि आमचा स्वभाव कॉलेजमध्ये आमची मैत्री झाली तेव्हाच जुळला होता. त्यामुळे तो आला. आम्ही आमचे इतर उद्योग, संशोधन बाजूला ठेवून त्याच्याशी गप्पा मारू लागलो. रोज असेच घडू लागले. गप्पांत गेल्या ३० वर्षांतल्या घटना, कॉलेजातल्या आठवणी, संसारातले सुख-दुःखाचे प्रसंग या सगळ्यांची सरमिसळ होती. आमच्या ह्या गप्पा ऐकताना इतरांनाही मजा वाटत होती. एकूण बंगल्यातले वातावरणच बदलून गेले.

पहिल्याच दिवशीच्या रात्रीच्या जेवणाकरिता आम्ही सर्व जमलो होतो. आशाराणी पण होत्या.

"ही आमची बहीण आशाराणी.'' आम्ही म्हणालो.

सुभाषने चमकून आशाराणींकडे पाहिले. त्याला एकदम ओळख पटली.

"कॉलेजात असताना तुझ्यावर ताईगिरी दाखवणारी, तीच का ही?'' आशाराणी चमकल्या. आमच्या घरातला आदरणीय बोलण्याचा प्रघात मोडणारा हा कोण पाहुणा? अशा अर्थाने रागावून त्या त्याच्याकडे पाहू लागल्या.

"हो, हो! ह्याच त्या आशाराणी. तुझी मापं काढणाऱ्या. जरबेने तुझी सिगारेट ओढण्याची सवय घालवणाऱ्या, ह्याच त्या?'' आम्ही म्हणालो.

"त्यांनी मला ओळखलेलं दिसत नाही. मी सुभाष पाटील. बाबासाहेबांचा कॉलेजातला मित्र. मी नेहमी आपल्या खोलीवर येत असे. आठवलं आपल्याला?'' सुभाषने अरे-तुरेच्या एकेरीची चूक दुरुस्त केली.

"सुभाष पाटील? धुळे? ते छाया सिनेमातले. 'इतना ना मुझसे तुम

प्यार करो कि मैं एक बादल आवारा' हे गाणे गुणगुणारा तो सुभाष! मग इतक्या वर्षांत कोठे गायब झाला होतास? ओळख पटायला खूपच कठीण जात आहे. फक्त बोलण्याची पद्धत तीच आहे. बाकी अवतार बदलला आहे.'' आशाराणींनी ओळख पटवली.

''आम्हीसुद्धा प्रथम ओळखलं नव्हतं. त्या वेळेला देवानंदसारखा केसांचा फुगा पाडायचा. आता फुगाही गेला आणि त्यातही हवाही गेली.'' आम्ही डोक्यावरून हात फिरवत म्हणालो.

''त्या वेळी हसताना बत्तिशी दिसायची. पण आता मध्ये बरीच खिंडारे पडली आहेत.'' आशादेवी म्हणाल्या.

''अरे, ह्या पूर्वीसारख्याच बोलताहेत की! काही बदल नाही. बाबासाहेब, तुम्हाला आठवतंय आपण एकदा सायकलीवरून येथे आलो होतो. ह्या पोर्चमध्येच भेटल्या. तेथेच आपल्याला झापलं होतं. नसता आतताईपणा करायला कोणी सांगितलं होता? येताना दोन घाट पार करून यावे लागते. चढावरून सायकल चालवताना लागलेला दम पुढील आयुष्यात हार्टअ‍ॅटॅक आणू शकतो.''

''तेव्हा आपणाला डॉक्टरकीतलं काहीच माहीत नव्हतं.'' आम्ही म्हणालो.

''पण आता आपण डॉक्टर झाला आहोत आणि अजूनही मला हार्टअ‍ॅटॅक आलेला नाही.'' सुभाष म्हणाला, ''पण मला वाटतं, त्या वेळेला ह्यांना ताईपणा गाजवायचा होता.''

''असंच काही नाही. घरी इतके गडगंज असताना सायकलवरचे श्रम कशाला करायचे? त्यापेक्षा टॅक्सी करून आला असतात तरी चालले असते.''

''आशाराणी, सायकलिंगच्या ट्रिपमध्ये जी मजा आहे ना, ती अफलातून असते. ती तुम्हाला समजायची नाही. 'हाय कम्बख्त तूने पी ही नही.'' सुभाष म्हणाला.

''तुम्हाला काय प्यायची सवय लागली आहे का? अजिबात प्यायची नाही.'' आशाराणींनी दटावले.

''ह्यांच्या स्वभावात काही फरक पडलेला नाही. अजूनही दुसऱ्याने आपल्या म्हणण्याप्रमाणे वागले पाहिजे, हा हट्ट आहे. आपण ह्यांना नाही, पण ह्यांच्या स्वभावासारखा वैशंपायन म्हणून आमच्या क्लासमध्ये होता, त्याला मात्र धडा शिकवला होता.'' सुभाष म्हणाला, ''तो घाऱ्या डोळ्यांचा, रुबाबदार, देखणा होता. तो पोरींसमोर खूप भाव खायचा आणि दुसऱ्याला टोचेल असं बोलायचा. आम्ही दोघांनी ठरवलं, ह्याची जिरवायची म्हणून. आम्हांला केमिस्ट्रीच्या प्रयोगासाठी लागणारी अ‍ॅपॅरेटस फ्लास्क, बीकर, टेस्टट्यूब वर्षाच्या सुरुवातीलाच Issue केली होती. ती

वर्षाच्या शेवटी परत केली म्हणजे भरलेले deposit परत मिळे. आम्ही त्याचे सर्व सामान आमच्या कपाटात आणून ठेवले.

''त्याच्या नकळत त्याच्याजवळ परत करायला खूप कमी सामान राहिलं होतं. त्याचं बहुतेक सर्व deposit कापले जाणार हे उघड होते. आमच्याकडे जास्त सामान होतं. तो आमच्याकडे येऊन गयावया करू लागला. मग त्याच्याकडून पार्टीचे Promise घेऊन आम्ही त्याला सामान दिले. नंतर तो आमचा दोस्त झाला.'' आम्हीही रंगात येऊन सांगू लागलो.

आमच्या गप्पा खूप रंगल्या. खूप दिवसांनी असं मनमोकळं हसू आशाराणींच्या चेहऱ्यावर दिसले.

''खूप रात्र झाली आहे. आता राहिलेल्या गप्पा उद्या मारा.'' शालिनीदेवींनी समारोप केला.

●●

दुसऱ्या दिवशी सेमिनारहून आल्यावर आम्ही सुभाषला आमच्या प्रयोगशाळेत घेऊन गेलो. त्याला आमची प्रयोगशाळा दाखवली. ध्वनिलहरी-कंपने मोजण्याचे यंत्र दाखवले. गायत्रीमंत्रांची कंपने मोजून दाखवली.

''आम्हाला नवीन प्रयोग करायला आवडतात.'' आम्ही म्हणालो.

''मलासुद्धा नवीन शिकायला आवडते. कॉलेजला असताना आपण खूप हिचकॉकचे पिक्चर्स पाहिले. पिक्चर पाहून आल्यावर त्यातील कल्पनांवर आपण कितीतरी वेळ बोलत बसायचो.'' सुभाष म्हणाला.

''नवीन उपयुक्त गोष्टी आत्मसात करून त्याचा उपयोग करायचा, ही सवय आपल्या मनाला तेव्हापासून लागली.'' आम्ही म्हणालो.

''मलासुद्धा नवीन गोष्टींचे Implementation करायला आवडते. आता मला संमोहनाबद्दल समजले. ते मी शिकून घेतले. त्याचा उपयोग पेशंट्सना बरं करण्याकरिता मी करू लागलो. त्यात मला चांगले यश मिळाले. आता पाश्चात्त्य देशांत Emotional Freedom Technique (EFT) वर संशोधन चालू आहे. आपल्याला जीवनात जर यशस्वी व्हायचे असेल, तर आपला भूतकाळ दुरुस्त केला पाहिजे. आपला स्वभाव हा भूतकाळातल्या घटनांशी निगडित असतो. भूतकाळात घडलेल्या घटनेच्या वेळी आपल्या मनात आलेल्या विचारांचा आपल्या आरोग्यावर नकळत परिणाम होतो आणि आपण आजारी पडतो. आपण बाह्य लक्षणांवरून पेशंट्सला औषधे देतो; पण त्याचा काही उपयोग होत नाही. म्हणून पेशंटला बरे करण्याकरिता त्याच्या मनात शिरून त्या वेळच्या काय भावना होत्या, ते समजावून

घ्यायचे व त्या भावना दुरुस्त करायच्या, म्हणजे आताचा आजार बरा होतो, असं ते टेक्निक आहे. त्याच्याच सेमिनारसाठी मी येथे आलो आहे.''

"हे नवीन टेक्निक दिसते आहे.''

"म्हणूनच त्यासंबंधी माहिती घ्यावयाला मी आलो आहे. खरं म्हणजे आपले आजार ६०-७० टक्के मानसिक विचारांनी होतात. ज्याचे मन तंदुरुस्त, तो आजारांना सहसा बळी पडत नाही. आता मी संमोहनाने आजार बरा करतो. म्हणजे काय करतो अंतर्मनाला सूचना देऊन आजार बरा करतो. एखादा आजार अंतर्मनात गेला, की त्याची तीव्रता वाढते. तो कधीमधी उद्भवतो. EFT तंत्रज्ञान चालू जन्मातील अंतर्मनातल्या विचारांनी झालेला आजार बरं करतं. त्याकरिता अंतर्मनाला सूचना द्याव्या लागतात आणि काही ॲक्युपॉइंट्स Tap करावे लागतात.''

"संमोहनाने आजार लगेच बरा होतो का?'' आम्ही विचारलं.

"ते त्या आजारावर अवलंबून असते. औषधे न देता आजार कसा बरा होतो, असा प्रश्न सामान्य माणसाच्या मनात नेहमी येतो. संमोहनाने अंतर्मन दुरुस्त केले जाते.'' सुभाष सांगत होता, "अंतर्मन आणि बाह्यमन अशी आपल्याला दोन मने असतात.''

"माझी तब्येत ठणठणीत आहे'' हा संदेश अंतर्मनात ठसवला तर आपण रोगमुक्त होतो. पण कोणतीही गोष्ट सहजासजजी अंतर्मनात जात नाही. बाह्यमन त्याला विरोध करते. म्हणून संमोहनाने बाह्यमन झोपवून अंतर्मनाला सूचना द्याव्या लागतात.''

इतक्यात शालिनीदेवी आणि आशाराणी आल्या.

"म्हटलं, हा सेमिनारहून आला आणि कोठे पसार झाला? म्हणून आम्ही तुझ्या मागावर निघालो आणि येथे येऊन पोचलो.'' आशाराणी म्हणाल्या.

"बरं झालं, तुम्ही येथे अगदी वेळेवर आलात. सुभाष संमोहनाची माहिती सांगत होता.'' आम्ही म्हणालो.

त्या दोघी खुर्च्यांवर बसल्या.

"आम्हांला संमोहनाने बरी झाल्याची एकतरी केस सांग. उगाच इतर बडबड करू नकोस.'' आशाराणी म्हणाल्या.

"सांगतो. अगदी उत्सुकता वाढेल अशी ती आहे.'' सुभाष म्हणाला.

"आमच्या धुळ्यातली गोष्ट आहे. एका प्रख्यात वकिलाची. तो खूप हुशार होता. कायद्याचा कीस काढण्यात पटाईत होता. कायदा अगदी कोळून प्यायला होता, असं म्हटलं तर अतिशयोक्ती वाटायला नको. एकाने खून केला. पोलिसात तसा

जबाब दिला. पण नंतर डोळ्यांसमोर बायकापोरं दिसू लागली. आपण फाशी गेल्यावर त्यांची वाताहत झाल्याचं चित्र त्याला दिसायला लागलं. त्यानं त्या वकिलाला केस घेण्याची गळ घातली. त्यानं केस घेतली आणि आरोपीला निर्दोष सोडवलंसुद्धा!''

"क्या बात है।'' आम्ही उत्स्फूर्तपणे म्हणालो.

"पण त्याला एक किळसवाणी सवय होती. तो मधूनच 'चीऽऽची' असा आवाज काढायचा आणि उजवा हात जोरात झटकायचा. अगदी कोर्टात आर्ग्युमेंट करत असतानासुद्धा तो असं करायचा. लोकं हसायची, त्याची टिंगल करायची. त्यांनी त्याचे टोपण नाव 'उंदीर' असं पाडलं होतं. त्या वकिलाने अनेक उपाय केले पण त्याची ही खोड जात नव्हती. त्याची बुद्धिमत्ता पाहून लोकांनी टिंगल कमी केली. त्याला ते खूप ओशाळवाणं वाटायचं पण त्यावर काही उपाय सापडत नव्हता.'' सुभाष सांगत होता, "एकदा तो माझ्याकडे आला. मला सर्व लक्षणे सांगितली. संमोहनाने आपण प्रयत्न करू या. मी त्याला सल्ला दिला.

"त्याने मान्य केले. एके दिवशी मी संमोहनाचा प्रयोग सुरू केला. मी त्याला संमोहनात नेले. प्रत्येक वेळी मी त्याला त्याचे वय सांगायचो. तू आता दहा वर्षांचा आहेस, तुला उंदीर दिसतो का? तो नाही म्हणायचा. असं करत करत आम्ही पाचव्या वर्षांपर्यंत आलो, तेव्हा तो म्हणाला, की उंदीर मला चावला, मला त्याला काठीने मारायचा आहे. मला त्याची केस बरोबर समजली. मी त्याला संमोहनातून जागे केले. त्याला उंदराबद्दल विचारलं, तर त्याला काही सांगता येईना. दुसऱ्या दिवशी परत आपण दुसऱ्यांदा बसू, असे मी त्याला सांगितले.

"दुसऱ्या दिवशी परत मी त्याला पाचव्या वर्षांनंतर नेले. त्याला उंदीर दिसला. मी त्याच्या हातात काठी दिली आणि उंदराला मारायला सांगितलं. जवळच एक मेलेला उंदीर ठेवला. उंदीर मेला, असं त्याला सांगितले. उंदराला तू मारलं आहेस. आता तो तुला परत चावायला येणार नाही. तू आता ची ऽऽ ची असं ओरडणार नाहीस आणि हातही झटकणार नाहीस कारण तू उंदराला मारलं आहेस. असं मी त्याच्या मनावर ठसवलं. त्याला संमोहनातून बाहेर काढले.

आणि तेव्हापासून त्याची ची ऽऽ ची ओरडण्याची व हात झटकण्याची सवय गेली. सुभाषने त्याची उत्सुकता वाढवणारी केस सांगितली.

"म्हणजे तू त्याला फसवलेस ना?'' आशाराणींनी विचारलं.

"त्याच्या अंतर्मनातली त्याची इच्छा आणि भीती मी काढून टाकली आणि हे सर्व बाह्यमनाला फसवूनच मला करावे लागले. त्याला उंदीर चावला, तेव्हा तो खूप लहान होता. पण त्याच्या बाह्यमनाच्या नकळत उंदराबद्दलची भीती आणि

त्याला मारण्याची इच्छा त्याच्या अंतर्मनात निर्माण झाली.

"तो जसा मोठा होत गेला, तसं तो ही घटना विसरला. पण एके दिवशी त्याने उंदीर पाहिला आणि त्याच्या अंतर्मनातली उंदीर मारण्याची इच्छा उफाळून वर आली. तेव्हापासून तो झटका आल्यासारखा तो 'चीऽऽची' असं ओरडून हात झटकायला लागला. अनेक नामवंत डॉक्टर्स, मांत्रिक कोणालाही त्याला बरं करता येईना. मला संमोहनामुळे त्याच्या मनातली ही गोष्ट समजली. मी उंदराला मारण्याची त्याच्या अंतर्मनातली इच्छा पुरी केली आणि तो बरा झाला."

"असं घडू शकतं? इतक्या वर्षांनंतर अंतर्मनातली इच्छा माणसावर प्रभाव पाडू शकते?" आशाराणींनी अविश्वासानं विचारलं.

"पाश्चात्त्य देशांत यावर खूप प्रयोग सुरू आहेत. या आयुष्यातलेच नाही, तर पूर्वीच्या जन्मातले प्रसंग त्याच्या पुढच्या जन्मातसुद्धा त्याच्यावर प्रभाव दाखवू शकतात, असं पाश्चात्त्यांना आढळून आले आहे. How to be Happy ह्या पुस्तकात अशा पुष्कळ पूर्वजन्मीच्या केसेस दिलेल्या आहेत. पूर्व जन्मीचे आठवणं म्हणजे Regression. त्याने त्या केसेस बऱ्या केल्या असं पुस्तकात नमूद केले आहे." शालिनीदेवी म्हणाल्या.

"मीसुद्धा ते पुस्तक वाचले आहे. पण मला एकही अशी केस मिळालेली नाही. Regression म्हणजे गाढ संमोहनामुळे पूर्वजन्म आठवणे." सुभाष म्हणाला

"त्यानं चीऽऽची असं ओरडण्याचं कारण काय? संमोहनात न जाता त्याने उंदीर मारला असता, तरी तो बरा झाला असता." आशाराणींच्या मनातला गोंधळ काही दूर होईना.

"उंदीर चावल्यामुळे त्याला मारण्याची इच्छा त्याच्या अंतर्मनात निर्माण झाली होती. ती इच्छा पूर्ण करण्याकरिता तिची आठवण ठेवणे जरुरीचे होते. म्हणून अंतर्मनाने चीऽऽची ओरडण्याची आणि हात झटकण्याची विकृती मुद्दाम निर्माण केली. उंदराला मारले आहे हे अंतर्मनाला माहिती झाल्याशिवाय अंतर्मन ही विकृती दुरुस्त करणार नव्हते. म्हणून संमोहनात नेऊन अंतर्मन जागृत करून त्याला उंदीर मारल्याचं दाखवलं. त्यामुळे अंतर्मनाची इच्छा पूर्ण झाली आणि विकृती गेली." सुभाष समजावून सांगत होता.

"आमच्या अंतर्मनाला वाटते आहे की भूक लागली आहे. आता जेवावे." आशाराणी म्हणाल्या.

"चला, मलाही भुकेची जाणीव झाली आहे." सुभाषने दुजोरा दिला आणि आमची गप्पांची चांगली जमलेली बैठक मोडली.

••

दुसऱ्या दिवशी सुभाष सेमिनारला गेला. दुपारच्या वेळी झाडांच्या सावलीत आरामखुर्चीत बसून आम्ही How to be Happy वाचत बसलो होतो. वातावरण झकास होते. वाऱ्याच्या झुळकांनी मन प्रसन्न होतं. त्यातून डिस्टर्ब करायला कोणी नव्हतं. पुस्तकाचा विषयसुद्धा गूढ होता. आम्ही वाचनात रंगून गेलो होतो.

त्यातली ॲनाची गोष्ट आम्ही वाचली. विचार करायला लावणारी ती गोष्ट होती. ॲना लंडनमध्ये राहत होती. ती दिसायला सुंदर होती. नवरा प्रेमळ होता. एक छोटा मुलगा होता. तिला चांगली नोकरी होती. कोणताही मानसिक ताण तिच्यावर नव्हता. सुखाने तिचा संसार चालला होता.

एकदा ते सर्वजण बागेत फिरायला गेले. बागेत एक सुंदर पुतळा होता. तो ते पाहत होते. अचानक ॲना खूप घाबरली. थरथर कापू लागली. जोरात किंचाळू लागली आणि बेशुद्ध झाली.

तिच्या नवऱ्याला काहीच समजेना अचानक काय झाले ते? त्याने तिला शुद्धीवर आणले. पाणी प्यायला दिले. ते बागेच्या बाहेर पडू लागले. ती उठून उभी राहिली. तिने परत तो पुतळा पाहिला. परत ती किंचाळली.

तिच्या नवऱ्याला समजले, की ही पुतळ्याला घाबरते आहे. त्याने तिला डॉक्टरांकडे- सायक्रियाटिक्सकडे नेले. औषधे दिली पण तिची भीती गेली नाही. ती ज्या ज्या वेळी कोणताही पुतळा बघायची, त्या त्या वेळी ती अशीच घाबरायची.

तिच्या नवऱ्याला या स्मेडलेबाईंची माहिती मिळाली. तो तिला घेऊन त्यांच्याकडे गेला. त्यांनी तिच्यावर Regression चा प्रयोग केला. त्यातून असे समजले, की पूर्वीच्या तिच्या जन्मी ती पुतळा पाहत असताना भूकंप झाला आणि तो पुतळा तिच्या अंगावर पडला. त्यात तिचा प्राण गेला. पण पुतळा पडत असताना तिला जी प्रचंड भीती वाटली, ती तिच्या पुढच्या जन्मातसुद्धा आली आणि ती पुतळा पाहिला की घाबरू लागली.

स्मेडलेबाईंनी Regrassion मध्ये तिला सूचना दिल्या आणि तिची अंतर्मनातली भीती काढून टाकली. आता ॲना आनंदाने पुढील आयुष्य घालवू लागली.

हे वाचल्यावर आमच्या मनातली अस्वस्थता वाढली. आम्हाला पडलेले स्वप्न, त्यातील मुलाच्या कमरेवरचे काठीचे तडाखे, कृष्णाचे अपंगत्व, महादेवरावांच्या मुलाची गोष्ट या सर्व घटनांचा एकमेकांशी काही संबंध असू शकेल का? तो संबंध सुभाषच्या संमोहनाने समजेल का?

आमचे वाचनातले लक्षच उडाले. आम्ही डोळे मिटून विचार करू लागलो.

शालिनीदेवी आणि सुभाष दोघे कधी येऊन बसले, ते आम्हाला समजलेच नाही.

"झाडाच्या सावलीत, गार वाऱ्याच्या झुळकेत चांगली झोप लागलेली दिसते आहे." सुभाष म्हणाला.

आम्ही डोळे उघडले.

"मी सेमिनार संपवून फ्रेश होऊन आलो तरी तू झोपलेलाच."

"सुभाष, आमच्या मनात खूप खळबळ माजली आहे." आम्ही म्हणालो.

"तुझे कसले मस्त आयुष्य चालले आहे. खरं म्हणजे मनातल्या खळबळीला काही कारणच नाही." सुभाष माझ्या खळबळ शब्दावर जोर देत म्हणला.

मी त्याला घडलेल्या घटना आणि त्यांचा संबंध याबद्दल मी जे विचार करत होतो ते सर्व सविस्तर सांगितलं.

"कृष्णावर संमोहनाचा प्रयोग करून पाहू. त्यातून त्याचा काही संदर्भ लागतो का ते पाहू." त्याने संमती दिली.

"वास्तविक पुनर्जन्म, संमोहन हे विषय आपल्याकडे खूप जुने आहेत." शालिनीदेवी म्हणाल्या.

"आपल्याकडे असलेली माहिती ही खूप विस्कळित स्वरूपात होती. त्या माहितीचा उपयोग करून पाश्चात्त्यांनी त्याचे शास्त्र बनविले. त्याचा सखोल अभ्यास केला आणि ते त्यांनी आपल्या आरोग्याकरिता वापरले. तुम्हाला How to be Happy हे एकच पुस्तक माहिती आहे. पण मी या Regression वर अनेक पुस्तके वाचलेली आहेत. Brian L. Weiss हासुध्दा एक मानसोपचार तज्ज्ञ होता. संमोहनाने त्याने अनेकांच्या मनोविकृती बऱ्या केल्या होत्या, ज्या विकृती विज्ञानशास्त्राने निर्माण केलेल्या औषधांमुळे बऱ्या करता आल्या नसत्या. एकदा तो एका मनोविकृत माणसाला संमोहनाच्या साहाय्याने मागच्या आठवणी सांगण्यास भाग पाडत होता. त्या आठवणींच्या साहाय्याने तो त्याच्यातली विकृती काढून टाकत असे. पण तो माणूस काहीतरी असंबद्ध बोलू लागला. Weiss ला समजेना, तो असे काय बोलतो आहे ते. त्याने त्याचे नावही दुसरेच सांगायला सुरुवात केली. पण ब्रायन त्याच्याशी बोलतच राहिला आणि मग खूप विचार केल्यावर त्याच्या लक्षात आले, की हा पूर्वजन्मातील गोष्टी बोलत आहे. ब्रायन आश्चर्यचकित झाला. त्यानंतर त्याने मागील जन्मातले प्रसंग आठवण्याचे तंत्र शोधून काढले. अनेकांवर Regression चे प्रयोग केले. त्याच्या साहाय्याने अनेक मनोविकृत माणसांना बरे केले. त्या अनुभवांवर आधारित त्याने अनेक पुस्तके लिहिली. मी त्याची Many lives Many Masters, Same soul many Bodies', 'You have been Here before,' अशी थोडीच पुस्तके वाचली आहेत. आपण मात्र संमोहनाकडे शास्त्र म्हणून पाहिलेच नाही. जादूगाराच्या प्रयोगात फक्त आपण संमोहनाचे प्रयोग बघायचो. कोणी संमोहन करतो असं समजल्यावर त्याच्यापासून लांब राहतो. मी संमोहनाने अनेकांना बरे केले आहे. पण मला अजून मागच्या जन्मातले सांगणारा कोणी भेटलेला नाही.'' सुभाष गंभीरपणाने म्हणाला.

''तुमचं सारखं संमोहन संमोहन काय चाललं आहे? तुम्हाला दुसरे विषय नाहीत का?'' आशाराणी टीपॉयवर कपबशा मांडत म्हणाल्या.

''बरं झालं चहा आणलास ते. मला त्याची खूप गरज वाटत होती.'' सुभाष म्हणाला.

''बाबासाहेबांनीच संमोहनाचा विषय काढला. ते कृष्णावर प्रयोग करायचा असं म्हणतात.''

''कृष्णा त्यांचा लाडका आहे. त्याच्याकरिता ते काहीही करतील.'' आशाराणींनी टोमणा मारला.

''आम्ही उद्या कृष्णावर संमोहनाचा प्रयोग करणार आहोत.'' आम्ही आमचा निर्णय जाहीर केला, ''आता हा विषय बंद. इतर विषयांवर गप्पा मारा.''

यानंतर इतर अनेक विषयांवर गप्पा झाल्या. कॉलेजातल्या आठवणी, केलेल्या टिंगल-टवाळक्या, त्या वेळच्या मित्रांची काढलेली मापे, प्रोफेसरांना अडचणीत आणण्याचे प्रयत्न, निरनिराळ्या काढलेल्या सहली, नारायण जोगचे प्रेमप्रकरण अशा अनेक विषयांवर गप्पा रंगल्या. सर्वजण मनसोक्त हसलो. वेळ मजेत गेला. दुपार जाऊन संध्याकाळ आली, संध्याकाळ संपून रात्र झाली तरी गप्पा चालूच होत्या. सर्वांची मने हलकी झाली. गेल्या कित्येक वर्षांत असा अनुभव आला नव्हता. सर्वजण आपले वय विसरले. या सर्व गप्पांच्या यज्ञात बाळासाहेब, गायत्रीदेवी कधी सामील झाले, ते समजलेच नाही. त्यांनीही त्यांच्या आठवणी रंगवून सांगितल्या.

''चला आता, खूप हसून व्यायाम झाला आहे. खूप भूक लागली आहे.'' सुभाषने गप्पांच्या मैफिलीचा समारोप केला.

आम्ही बागेतून उठून जेवणाच्या टेबलावर आलो, तरी तुरळक आठवणींवर गप्पा सुरूच होत्या.

●●

आम्ही गोविंदाला कृष्णाला घेऊन येण्याबद्दल निरोप दिला.

आमच्या अभ्यासिकेत संमोहनाकरिता एक बेड ठेवला. शेजारी सुभाषला बसायला एक खुर्ची ठेवली. प्रेक्षकांकरिता लांब अंतरावर खुर्च्या ठेवल्या.

आम्ही, शालिनीदेवी, आशाराणी इतकेच काय बाळासाहेब आणि गायत्रीदेवी पण वेळ काढून आले होते. याआधी संमोहनाचा प्रयोग कोणी पाहिलाच नव्हता. त्यामुळे प्रत्येकजण उत्सुकतेने अगदी वेळेवर हजर झाले होते.

गोविंदाही कृष्णाला घेऊन वेळेवर हजर झाला.

''डागदर, कशापाई बोलवलंत?'' गोविंदाने विचारले.

''हे आमचे मित्र डॉ. सुभाष. हे कृष्णावर संमोहनाचा प्रयोग करणार आहेत.''

''डागदर कसला प्रयोग? मला भ्या वाटतीया. आपरेशन न्हायी न्हवं?'' त्याने घाबरून विचारले.

''घाबरू नकोस. आम्ही कृष्णाला काही करणार नाही. फक्त हे त्याला काही प्रश्न विचारतील. तू येथे बसून राहा. येथून उठू नकोस.''

सुभाषने कृष्णाला बेडवर झोपायला सांगितले. त्याच्या डोक्यावर एक दिवा लावला होता. आम्ही सर्व आमच्या जागांवर बसलो.

''कृष्णा, मी काय सांगतो ते नीट ऐक आणि आम्ही जसं सांगतो तसं वागायचं. आमच्याशिवाय दुसऱ्या कोणाचे ऐकायचे नाही.

''कृष्णा, तू दिव्याकडे टक लावून पहा. तू आता गाढ झोपेत जात आहेस. अगदी गाढ, गाढ, गाढ. तुला फक्त माझा आवाज ऐकू येणार आहे. फक्त माझा आवाज. तू अगदी गाढ झोपेत आहेस. मी काय सांगतो ते नीट लक्ष देऊन ऐक.''

सुभाषने आवाज तीव्र केला.

कृष्णाने डोळे मिटले. सगळीकडे शांतता पसरली होती. प्रत्येकाच्या चेहऱ्यावर गांभीर्य होते, उत्सुकता होती. प्रत्येकजण मन लावून एकाग्रतेने समोर काय चालले आहे, ते पाहत होता.

''तुला फक्त माझा आवाज ऐकू येतो आहे.'' सुभाषच्या आवाजात हुकमत होती.

कृष्णा पूर्णपणे संमोहनाच्या अंमलाखाली गेला होता.

''तुझं नाव काय?''

''कृष्णा.''

''तू आजारी आहेस?''

''माझ्यावर शस्त्रक्रिया झाली आहे.''

''का?''

''मला चालता येत नव्हतं.''

''कृष्णा, तुझ्यावरची शस्त्रक्रिया यशस्वी झाली आहे. तू आता व्यवस्थित

चालू शकशील.'' सुभाषने आश्वासक आवाजात सूचना दिली.

''तुझं वय काय?'

''६ वर्षे.''

''मी ३, २, १ म्हटल्यावर तुझ्या चौथ्या वर्षातल्या आठवणीत जाशील. तीनऽऽ दोनऽऽ एक--- तुला काय आठवते आहे?''

''मी एका दगडावर बसून रडत होतो. माझ्या आजूबाजूला खूप माणसं होती. पाळणे फिरत होते, खूप दुकाने होती.''

''तू का रडत होतास?''

''मी चुकलो होतो. आई-बाबा कोठे दिसत नव्हते.''

''जत्रेत तू हरवला होतास का?''

''हो.

''मला एका माणसाने जिलेबी देऊन दगडावर बसविले.''

''मग?''

''आई-बाबा मला शोधत माझ्यापाशी आले. आईने रडत रडत मला उचलून घेतलं.''

''आता अजून लहानपणचा प्रसंग आठवतो आहे का?''

''हो. मी दोन वर्षांचा असेन.''

''काय झालं होतं? आठवतंय?''

''हो. मी खूप घाबरलो होतो.''

''कशाला?''

''मला एक म्हाताऱ्या आजीचा फोटो दिसला. त्या फोटोला पाहून घाबरलो.''

''कोणाचा होता तो फोटो?''

''आजीचा.''

''कसा काय तो फोटो तुला दिसला?''

''आई एका वाड्यावर कामाला जायची.''

''तिने दिवाणखान्यात तुला ठेवलं होतं आणि ती काम करायला घरात गेली होती का?''

सुभाषने त्याला थोडी आठवण करून दिली.

''हो.''

''कोणत्या आजीचा फोटो होता तो.''

कृष्णा गप्प झाला.

"कृष्णा मी विचारतो आहे, कोणत्या आजीचा?"

"मला माहीत नाही." तो घाबरत घाबरत म्हणाला.

"कृष्णा तुला माहीत आहे. तो कोणाचा फोटो होता ते. सांग. घाबरू नकोस."

कृष्णा रडायला लागला. तो खूपच घाबरला होता.

"तू का घाबरला आहेस? त्या फोटोतल्या आजीची तुला भीती वाटते का?"

कृष्णाच्या डोळ्यांतून पाणी वाहू लागले. तो मुसमुसून रडायला लागला.

सुभाष बराच वेळ त्याला विचारत होता. तू का घाबरला आहेस? कोणाचा फोटो आहे तो? पण कृष्णाच्या तोंडून शब्द फुटेना.

"तू नीट आठव. तो कोणाचा फोटो होता? तुला आठवेल. तुला त्या आजीची ओळख पटेल. तू घाबरू नकोस. मी आहे तुला मदत करायला." सुभाष परत थोड्या कठोर आवाजात म्हणाला.

कृष्णा गप्पच. फक्त हुंदके देत रडत होता.

बऱ्याचा प्रयत्नांनंतर कृष्णा एकदम म्हणाला, "काकी."

"काकी? कोण काकी?" सुभाषने घाईघाईने विचारले.

"काकी. काकी." कृष्णा परत म्हणाला.

"त्या काकीला तू घाबरलास? का?"

"तिने मला मारलं होतं."

"मारलं होतं?"

"काठीने मारलं होतं."

"का?"

"पैसे चोरले म्हणून."

"किती?"

"चार आणे."

"का चोरलेस?"

"मी काकीकडे खेळायला गेलो होतो. तेथे पैसे पडलेले दिसले. मी उचलले."

"खूप मारले?"

"हो. काठीने मारले. माझ्या कमरेतून जोरात कळ आली. मी जमिनीवर पडलो तरी ती मारतच होती. मी बेशुद्ध झालो." कृष्णा मुसमुसून रडत म्हणाला.

"पुढे काय झालं?"

कृष्णा काही बोलला नाही.

"मी माझ्या मित्राला हाका मारत होतो."

"काय नाव होतं मित्राचं?"

"बाळू."

"तो कोठे होता?"

"तो माझ्याशी खेळत होता. पण काकी मला मारायला लागली तसा तो पळून गेला होता."

"तो आला का?"

"नाही."

"पुढं? तू हिसका मारून पळाला का नाहीस?"

"मला तिच्या हातातून सुटता येईना."

"तुझं वय किती?"

"आठ वर्षे."

"पुढं? पुढं काय झालं?"

"मला माझा देह जमिनीवर झोपलेला दिसू लागला."

"म्हणजे तू कोठे होतास?"

"मी अधांतरी माझ्या देहाभोवती घिरट्या घालत होतो."

"काय? तू कृष्णा ना? तुला तुझा देह कसा दिसेल?"

"मी कृष्णा नाही. मी वसू आहे."

"वसू!! हे सगळं कोठे घडले? त्या खोलीचे वर्णन करशील."

"ती एक जुन्या वाड्यातील खोली होती. छताला काचेचे गोळे लोंबते लावलेले होते. भिंतीला काचांत मेणबत्त्या ठेवलेल्या होत्या."

"हा वाडा कोठे आहे?"

"एका खेड्यात."

"खेड्याचे नाव काय?"

कृष्णा काहीच बोलेना. बऱ्याच वेळा विचारूनही तो काही बोलेना.

ही प्रश्नोत्तरे आम्ही सर्वजण श्वास रोखून ऐकत होतो. काहीतरी वेगळं घडतं आहे, असे भाव सर्वांच्या चेहऱ्यावर होते.

"तू आता संमोहनातून बाहेर येत आहेस. मी तुझ्यावरील संमोहनाचा प्रभाव कमी कमी करत आहे. एक--- दोन--- तीन. तू आता डोळे उघड. सुभाषने त्याच्या कपाळाला हात लावला. कृष्णाने हळूहळू डोळे उघडले.

"तू थोडा वेळ शांत बसून राहा. हे पाणी पी." सुभाषने त्याच्या हातात पाण्याचा ग्लास दिला. त्याने दोन घोट पाणी प्यायले. त्याचा चेहरा नेहमीसारखा झाला.

"गोविंदा, त्याचे तोंड धुऊन डोळ्याला पाणी लाव. तो आता व्यवस्थित झाला आहे."

थर्मासमधली कॉफी आशाराणींनी सर्वांना दिली. कॉफीमुळे वातावरणात फरक पडला. सगळ्यांच्या चेहऱ्यावरचा तणाव गेला. पण नेमकं काय झालं ते कोणालाच नीट समजले नाही.

"गोविंदा, कृष्णाचं काम झालं आहे. तू त्याला घेऊन दवाखान्यात बस. आम्ही थोड्या वेळाने येऊन त्याला तपासतो. जेवण केल्याशिवाय जायचं नाही." आम्ही गोविंदाला म्हणालो.

सर्वजण कॉफी घेत होते. सर्वांना बोलायचे होते. पण काय बोलायचे ते समजेना.

"मला हा अनुभव नवा आहे." सुभाषनेच सुरुवात केली.

"काय झालं? आम्हांलासुद्धा नीट समजले नाही." आशाराणी म्हणाल्या.

"आपण कृष्णावर संमोहनाचा प्रयोग करत होतो. पण तो 'वसू' कसा झाला?" आम्ही म्हणालो.

"आम्ही त्याला प्रथम ४ वर्षांचा असताना काय झालं ते विचारलं. त्याने कोणत्यातरी खेड्यातल्या जत्रेत तो हरवला होता त्याची माहिती सांगितली. मग त्याला आम्ही आणखी लहान केले. मग तो दोन वर्षांचा असताना एक फोटोला घाबरल्याचे त्याने सांगितले."

"ते गोविंदाने आम्हाला आधी सांगितले होते. तो घाबरला होता आणि नंतर तापाने आजारी पडला होता." आम्ही म्हणालो.

"मला एक शंका आहे. दोन वर्षांचा असताना त्याने जो फोटो पाहिला तो त्याला आठवेल का? त्या मुलाला तेवढी आठवणींची समजसुद्धा आलेली नसते." आशाराणींनी मुद्दा काढला.

"हे खरे आहे, की आपण जन्माला आल्यापासून मरेपर्यंत प्रत्येक क्षणाची नोंद आपल्या मेंदूत झालेली असते. ती आपल्याला आठवत नाही म्हणून त्याची जाणीव आपल्याला नसते." सुभाष म्हणाला.

"मग दोन वर्षांचा असतानाचा प्रसंग त्याला कसा आठवला?" आशाराणींनी विचारले.

"संमोहनामुळे तो त्याला आठवला. याचे प्रत्यंतर मला माझ्या नेहमीच्या प्रयोगात येते. पण फोटोवरून दुसऱ्या जन्मातली आठवण येणे हा प्रकार मला नवीन आहे. Brian Weiss ला असाच अचानक अनुभव आला. त्याने Many Lives Many Masters या पुस्तकात त्याचा हा अनुभव लिहिला आहे. त्याबद्दल तो

म्हणतो, कि 'जे मी लिहिलेले आहे ते मी प्रत्यक्ष अनुभवलेले आहे. त्यात एका अक्षराचीही भर घातलेली नाही. पण यावर लोक विश्वास ठेवतील की नाही या विचारात चार वर्षे मी घालवली. नंतर असा विचार केला की गॅलिलीओने जेव्हा गुरु या ग्रहाच्या उपग्रहांचा शोध लावला तेव्हा तरी लोकांनी कोठे विश्वास ठेवला होता? पण काही दिवसांनी त्यांनी हे सत्य मान्य केले. तसेच माझ्या या अनुभवांवर ते नंतर विश्वास ठेवतील.'"

"पण आता तसं घडलंय का?" आशाराणींनी विचारलं

"असं घडलंय; पण कसं ते मलाच उमगत नाही." सुभाष म्हणाला.

"आम्ही पुनर्जन्म, रिग्रेशन यासंबंधी वाचले आहे. त्यामुळे आमच्या मनात एक साखळी तयार झाली आहे. ती आम्ही सांगतो." शालिनीदेवी म्हणाल्या.

"जेथे संमोहनतज्ज्ञ गोंधळला आहे, तेथे आपण त्याला समजावून सांगणार हे आम्हाला हास्यास्पद वाटते." आशाराणी हेटाळणीच्या स्वरात म्हणाल्या.

"आपल्या मनात बऱ्याच कल्पना घर करून बसलेल्या असतात आणि आपण नेहमी त्या कल्पनांच्या दृष्टिकोनातून विचार करतो. पण जर कोणी वेगळा विचार सुचवला, तर आपल्या दृष्टिकोनात बदल होऊ शकतो. आपले मत त्याप्रमाणे बनवतो. आम्ही Regression वरची Brian Weissची कितीही पुस्तके वाचली, तरी जोपर्यंत आम्हाला स्वत:ला त्याचा अनुभव येत नाही, तोपर्यंत त्याबद्दलचा आमचा विश्वास डळमळीतच राहणार. आम्ही संमोहनाचा अभ्यास केला. अनेक लोकांना संमोहनाने बरे केले; पण अजून आम्हाला संमोहनात पूर्वजन्म सांगणारा एकही जण भेटलेला नाही. आता कृष्णा स्वत:ला वसू असं समजायला लागला याचा अर्थ तो पूर्वीच्या जन्मातले सांगतो आहे का? आणि सांगत असला तर आता काय घडलं, म्हणून तो ते सांगू लागला या विचारांनी आमच्या डोक्यात थोडासा गोंधळ निर्माण झाला आहे. तो गोंधळ थोड्या चर्चेनेच दूर होईल." सुभाष म्हणाला

"आम्हाला असं वाटतं की आजपर्यंत तुमच्या संमोहनाच्या प्रयोगात मागील जन्माच्या आठवणी विचारल्याच नाहीत." शालिनीदेवी म्हणाल्या.

"बरोबर. मी ४-५ वर्षांपर्यंतच्याच घटना तेवढ्या विचारत होतो. त्यामध्ये माझी उत्तरे मला मिळत असत." सुभाषने कबुली दिली.

"आताच्या या प्रयोगात दोन वर्षांची आठवण निघाली. कृष्णा काकीच्या फोटोला घाबरला. त्या काकीचा कृष्णाच्या पूर्वजन्माशी काहीतरी संबंध असावा, म्हणून या फोटोच्या साखळीने तो पूर्वजन्माच्या आठवणीत गेला असेल. आत्म्याने लगेचच जन्म घेतला तर लहानपणी त्याला पूर्वजन्मीचे आठवतं, असं आम्ही वाचलं

आहे.''

''म्हणजे कृष्णाचा पूर्वजन्म 'वसू' होता असा तुमचा तर्क आहे. जर तसे असेल तर 'वसू' बद्दल आपल्याला जास्त माहिती मिळते का, ते पाहिले पाहिजे.''

''ज्या अर्थी त्याला पूर्वजन्म आठवायला लागला, त्या अर्थी मागच्या जन्मातल्या मृत्यूला फार काळ लोटला नसेल.''

''असले तर्क करत बसण्यापेक्षा जेवण करू या. असल्या तर्कांनी पोट भरणार नाही.'' आशाराणी म्हणाल्या.

''विज्ञानातले शोध हे वरवर वेडगळ वाटणाऱ्या कल्पनांनीच लागलेले आहेत.'' गायत्रीदेवी एकदम म्हणाल्या.

''विज्ञानातले शोध वेडगळ कल्पनांनी लागलेले नाहीत; तर शास्त्रशुद्ध विचारांनी लागलेले आहेत.'' आशाराणी कडवटपणाने म्हणाल्या.

''यावर एक परिसंवाद ठेवू या. आता आधी पोटोबा शांत करू या.'' सुभाष म्हणाला.

आम्ही दवाखान्यात बसलेल्या कृष्णाकडे गेलो. त्याला कसलाही त्रास होत नव्हता. त्या दोघांना आम्ही जेवायला घेऊन आलो.

जेवणं शांततेने पार पडली. कोणीच बोलण्याच्या मूडमध्ये नव्हते. जेवण झाल्यावर आम्ही गोविंदाला घरी जाण्याची परवानगी दिली. ते दोघेही गेले.

''सुभाष, आता थोडी विश्रांती घे. आजच तुला दुपारचा निवांतपणा मिळाला आहे.'' आम्ही सुचवलं.

तो त्याच्या खोलीत गेला. आम्हीही वामकुक्षीकरिता आमच्या खोलीत गेलो.

●●

आमच्या मनात अस्वस्थतेच्या लाटा निर्माण झाल्या होत्या. एखाद्या गोष्टीचा नीटपणे छडा लागत नाही, त्या वेळी माणूस अस्वस्थ होतो. आमच्या मनातल्या अनेक गोष्टींचा अर्थ आम्हाला समजत नव्हता. कृष्णाने अनेक प्रश्न आमच्या मनात निर्माण केले होते. त्यात आताच्या संमोहनाची भर पडली. दोन वर्षांचा कृष्णा काकीच्या फोटोला घाबरला? लहान मुलांच्या मनांत मुळात भीती नसते. आपण ती त्याच्या मनात उत्पन्न करतो. एका बाईच्या फोटोत भिण्यासारखं काय होतं? पण तो पाहून कृष्णा घाबरला. ३-४ दिवस तापानं फणफणला होता. काय कारण असेल? आमच्याकडं गोविंदा कृष्णाला घेऊन आला आणि आम्हाला लहान मुलाचं आणि बाईचं स्वप्न पडू लागलं. स्वप्नात दिसल्याप्रमाणे कृष्णाच्याही कमरेत दोष कसा निघाला? संमोहनात फोटो पाहिल्यावर कृष्णाचा वसू कसा झाला?

या सगळ्या अतर्क्य गोष्टींनी आमचं मन भरून गेलं होतं. आम्ही विचार करतच वामकुक्षीकरिता पडलो होतो. ह्या सगळ्यांची उत्तरे महादेवरावांकडून मिळतील का? कृष्णा घाबरला तो फोटो त्यांच्या वाड्यावर आहे. त्यामुळे ते त्याबद्दल सांगतील. आता त्यांना भेटलेच पाहिजे. त्याखेरीज चैन पडायचं नाही. संध्याकाळी त्यांना भेटायला जाऊ या. आम्ही ठरवलं. आम्ही उठलो. वर्तमानपत्र चाळत आरामखुर्चीत बसलो. पण त्याच त्याच खून, मारामाऱ्या, चोऱ्यांच्या बातम्या. फक्त गावांची आणि माणसांची नावे बदलून छापलेल्या. त्यातही रस वाटेना. आम्ही खोलीत फेऱ्या मारल्या. पण अस्वस्थता कमी होईना. शेवटी बाहेर येऊन हॉलमध्ये बसलो. तेथे शालिनीदेवी होत्या.

"चहा करू का?" त्यांनी विचारले. त्यांना आमची अशांत मन:स्थिती जाणवली असावी.

"करा." आम्ही म्हणालो. इतक्यात सुभाषही आला. आशाराणीही आल्या. "आम्ही आणतो चहा." त्या म्हणाल्या आणि त्या किचनमध्ये गेल्या.

"सकाळच्या प्रसंगाने थोडे अस्वस्थ झालेले दिसता." शालिनीदेवी म्हणाल्या.

"काय झालं बाबासाहेब?" सुभाषने विचारलं.

"शालिनीदेवी म्हणाल्या तसं खरंच आम्ही खूप अस्वस्थ झालो आहोत. या कृष्णाची केस आम्ही हाताळायला लागल्यापासून आम्हाला भयंकर स्वप्नं पडू लागली. संमोहनात कृष्णा घाबरला. मागील जन्मातले बोलू लागला. सगळंच अतर्क्य! पूर्वीच्या आमच्या जीवनात आम्ही असं कधी अनुभवलंच नव्हतं." आम्ही म्हणालो.

"मलासुद्धा आजचा अनुभव वेगळाच होता." सुभाष म्हणाला. "संमोहनाने पूर्वीच्या जन्मातले आठवते ह्याचा अनुभव आम्हाला आज आला. तेवढा हा 'वसू' कोण, कोठला ते समजलं असतं, म्हणजे आपण त्या ठिकाणी जाऊन खात्री केली असती."

"त्याचा कदाचित महादेवरावांच्या घराण्याशी संबंध असावा. त्यांच्याच वाड्यावर त्याने त्या काकींचा फोटो पाहिला असावा." आम्ही अंदाजाने बोलत असतानाच महादेवराव आणि सुशीलाबाई आत येताना आम्हाला दिसले.

"अरे, ते पाहा महादेवराव येत आहेत." आम्ही आनंदाने जवळजवळ ओरडलोच.

महादेवरावांना आमचा आवाज ऐकू गेला असावा. ते भरभर चालत आत आले.

"या, या." आम्ही त्यांचे स्वागत केले. आम्हाला वाटत होतं आपल्याला भेटावं. आम्ही वाड्यावर येणारच होतो. पण आपणच आलात."

“खरं म्हणजे मलाही आपल्याकडे यावे अशी इच्छा झाली आणि आम्ही आलो.” महादेवराव कोचावर बसत म्हणाले.

“याला म्हणायची टेलिपथी.” शालिनीदेवी म्हणाल्या, “आमच्या मनातले विचार दूरच्या अंतरावर असलेल्या दुसऱ्याला समजणे म्हणजे टेलिपथी.”

“शास्त्रज्ञांचे असे म्हणणे आहे, की आपल्या मनातल्या विचारांच्यासुद्धा लहरी तयार होत असतात. विचार जेवढे तीव्र, तेवढा लहरींच्या वेग जास्त. त्या लहरींमुळे अशा घटना घडतात.” आम्ही म्हणालो.

“यालाच आपण योगायोग म्हणतो.” महादेव म्हणाले.

“पण त्या योगायोगाचे असे शास्त्रीय कारण आहे. हल्ली शास्त्रीय कारण सांगितल्याशिवाय कोणाचा विश्वास बसत नाही.” आम्ही म्हणालो.

“ते बरोबरच आहे. अज्ञानी लोकांना अध्यात्माच्या गोष्टी सांगून फसवणारे खूप साधू, महाराज झाले आहेत.” आशाराणी चहाचा ट्रे घेऊन येत होत्या.

“आताच आमच्या ह्या डॉक्टर सुभाष पाटील यांनी असाच प्रयोग केला संमोहनाचा. त्यात तो कृष्ण म्हणे आपण ‘वसू’ असल्याचे बोलला.”

“आपण प्रत्यक्ष पाहिले आहे ना? मग तसं सांगा ना आमच्यादेखत हा प्रयोग झाला म्हणून.” शालिनीदेवी म्हणाल्या.

“वसू? वसूबद्दल काय?” महादेवरावांनी चमकून विचारले.

“गोविंदाचा जो अपंग कृष्णा आहे ना? त्याच्या ऑपरेशनचा खर्च बाबासाहेबांनी केला. त्या कृष्णावर डॉ. सुभाषने संमोहनाचा प्रयोग केला. तेव्हा तो काही वेळानंतर आपण ‘वसू’ असल्याचे म्हणू लागला.” आशाराणी अविश्वासाच्या स्वरात म्हणाल्या.

“वसू आमचा मुलगा. त्याला लहानपणी आमच्या काकीच्या मारामुळे मरण आले.” महादेवराव गडबडीने म्हणाले, “त्याचं काय?”

“त्या काकींचाच फोटो तुमच्या दिवाणखान्यात लावलेला आहे ना?” आम्ही विचारले.

“हो. पण हे तुम्ही कशाकरिता विचारता आहात? संमोहनाचा व वसूचा काय संबंध?” महादेवराव गोंधळून म्हणाले.

“आम्ही सगळे सांगतो. हे डॉ. सुभाष पाटील धुळ्याचे आहेत आणि संमोहनतज्ज्ञ आहेत. आज सकाळी त्यांनी कृष्णावर संमोहनाचा प्रयोग केला. गोविंदाची बायको आपल्याकडे कामाला येत होती का?”

“हो येत होती.”

“कृष्णा तिच्याबरोबर असायचा. अगदी लहान होता तेव्हा.”

"एक दिवस तो दिवाणखान्यात खेळत असताना खूप घाबरला आणि त्यामुळे त्याला २-३ दिवस ताप आला होता असं कृष्णानं संमोहनात सांगितलं."

"बरोबर आहे. तो आमच्या दिवाणखान्यातल्या काकीच्या फोटोला घाबरला होता."

"म्हणजे येथपर्यंत त्याने बरोबर सांगितलं. पण पुढे काही वेळानंतर तो स्वत:ला वसू म्हणायला लागला आणि त्याला काकीने मारल्यामुळे मृत्यू आल्याचं सांगितलं."

"हो हो. हेसुद्धा खरं आहे. त्याच्यावर काकीने पैसे चोरल्याचा आळ घेऊन त्याला खूप मारले. त्यातच कमरेवरच्या फटक्याने तो मरण पावला." महादेवराव गहिवरलेल्या आवाजात म्हणाले.

"पुढे यांनी पोलिसांत तक्रार केली. पोलिसांनी तिला अटक करून नेली होती." सुशीलाबाईंनी पुढील माहिती सांगितली.

"मग आमचा संशय दूर झाला. कृष्णाचा पूर्वजन्म 'वसू'चा आहे." सुभाष म्हणाला.

"खरंच कृष्णाच्या रूपाने माझा वसू परत आला आहे?" सुशीलाबाईंनी आश्चर्याने विचारले.

"असं दिसतं आहे. पण हे गोविंदाला सांगू नका; नाही तर तो बिथरून जाईल." आम्ही म्हणालो.

"नाही सांगणार. पण आम्ही त्याचे लाड करणार. त्याचे हट्ट पुरवणार." सुशीलाबाई भावनिक होऊन म्हणाल्या.

"बरं. आणखी आम्हाला सांगा, त्याला काकी मारत होत्या त्या वेळी तो कोणाला हाका मारत होता? तुम्हाला आठवेल का?" आम्ही विचारलं.

"आम्हाला सर्व चांगलं आठवतंय. तो 'बाळू बाळू' अशा हाका मारत होता. कृष्णाची आई ज्याप्रमाणे कृष्णाला घेऊन आमच्याकडे कामाला येत असे, तशीच बाळूची आई बाळूला घेऊन यायची." महादेवराव म्हणाले. "बाळू पण जवळपास कृष्णाच्या वयाचा होता."

"हा बाळू कोण? तो कोठे असतो? काही माहिती आहे?" सुभाषने विचारले.

"हा गोविंदा म्हणजेच बाळू." महादेवराव म्हणाले.

"काय?" सुभाषला धक्काच बसला.

"म्हणजे सुभाष, आता आमच्या मनातला गोंधळ मिटला. आम्ही पुनर्जन्माच्या पुस्तकात असं वाचलं आहे, की मरताना आपण ज्याचा विचार करतो, त्याप्रमाणे

पुढील जन्म येतो.'' आम्ही म्हणालो.

''हे सत्य आहे. म्हणूनच अध्यात्मात असं सांगितलं जातं, की सतत ईश्वराचं नाव घ्या. म्हणजे मोक्ष मिळेल.'' शालिनीदेवी म्हणाल्या.

''म्हणजेच 'वसू' सारखा बाळूला त्याला सोडवण्याकरिता बाळू, बाळू अशा हाका मारत होता; त्यामुळे त्याचा पुनर्जन्म बाळूच्या पोटी म्हणजे गोविंदाच्या पोटी झाला असावा.'' आम्ही तर्क मांडला.

''हे अगदी तर्कसंगत आहे.'' शालिनीदेवी म्हणाल्या. ''गीतेत आठव्या अध्यायात हेच सांगितलं आहे.

यं यं वापि स्मरन्भावं त्यजत्यन्ते कलेवरम् ।
तं तमेवैति कौन्तेय सदा तद्‌भावभावितः ।।

''अंतकाळी मनुष्य ज्या ज्या स्वरूपाचे स्मरण करत देह सोडतो, तो त्याला जाऊन मिळतो; कारण तो त्याच्याच चिंतनात मग्न होता.''

''त्यामुळे बाळूच्या– गोविंदाच्या– पोटीच त्याचा जन्म झाला.''

''आमची नाही परमेश्वरावर श्रद्धा. त्यामुळे आम्हांला हे पटत नाही.'' आशाराणी म्हणाल्या.

''आशाराणी, तुमची परमेश्वरावर श्रद्धा नसेल, पण तुमची कोणावर तरी श्रद्धा असणार. प्रत्येक माणसाची श्रद्धास्थानं वेगळी असू शकतात. एखादा खगोलशास्त्रज्ञ परमेश्वर मानत नाही. तो या ग्रह, ताऱ्यांना शास्त्रीय दृष्टिकोनातून पाहत असतो. पण त्याची त्याच्या गुरूवर किंवा त्याने ज्यांच्याकडून स्फूर्ती घेतली त्यांच्यावर श्रद्धा असते. तेच त्याचे परमेश्वर असतात. राम, कृष्ण हे माणूसच होते. त्यांच्या वर्तणुकीमुळे, त्यांच्या कार्यामुळे ते अनेकांचे श्रद्धास्थान बनले आणि ते परमेश्वरस्वरूप झाले. शिवाजीमहाराजांचे हल्लीच्या काळातले उदाहरण घेऊ. ते तर माणूस म्हणूनच जन्माला आले. पण त्यांच्या कार्यामुळे ते लोकांचे श्रद्धास्थान झाले. लोक त्यांना शिवाचा अवतार मानू लागले. सिंधुदुर्गावर त्यांचे देऊळसुद्धा आहे.'' आम्ही म्हणालो.

''हे अगदी बरोबर आहे.'' सुभाषने आम्हाला दुजोरा दिला.

''आम्ही ध्वनिलहरींचा, मंत्रशास्त्राचा अभ्यास करतो आहोत. कारण आमची त्यावर श्रद्धा आहे. अनेकांची 'रामा' वर श्रद्धा आहे. या श्रद्धेनेच वाल्या कोळ्याचे 'वाल्मीकी' ऋषी झाले. सेतू बांधताना या श्रद्धेपोटीच दगड पाण्यावर तरंगले असतील.''

''शास्त्रज्ञ अशा भाकडकथा मानणारच नाहीत. त्याचे पुरावे पाहिजेत.'' आशाराणी म्हणाल्या.

''श्रद्धा हा शब्द काही आध्यात्मिक नाही. तो नित्याचाच व्यावहारिक जगामधला

शब्द आहे. तरीसुद्धा 'पाण्यावर दगड तरंगले', ह्याला शास्त्रीय कारण आहे. विज्ञानाला 'कोरल' हे मान्य आहे. समुद्रातले जीव कोरल निर्माण करतात. ते कोरल सच्छिद्र असतात. त्यामुळे ते पाण्यावर तरंगते. कोरल दगडाप्रमाणेच असते. त्यामुळे सामान्य माणूस दगड पाण्यावर तरंगले असे म्हणतो.'' गायत्रीदेवींनी शास्त्रीय उत्तर दिले.

''दुसऱ्या दृष्टिकोनातून विचार केला तरी त्याला शास्त्रीय आधार मिळेल. 'राम' या शब्दात ताकद का निर्माण झाली, याचे वैज्ञानिक कारण आम्ही सांगतो. 'राम' शब्द उच्चारण्याने ध्वनिलहरी निर्माण होतात. अनेकांनी तो शब्द उच्चारला तर प्रचंड प्रमाणात ध्वनिलहरी निर्माण होतील. रामावर श्रद्धा ठेवणारी कोट्यवधी माणसं रामाचा जप करतात. त्यामुळे 'राम' या ध्वनिलहरींची प्रचंड लाट तयार होते. आणि त्यामुळे 'राम' या शब्दात प्रचंड ताकद निर्माण होते.'' आम्ही म्हणालो.

''आम्ही आता आध्यात्मिक कारण सांगतो. अनेकांच्या श्रद्धा एकाच गोष्टींवर केंद्रित झाल्या म्हणजे त्याला शक्ती प्राप्त होते. विज्ञान मूर्तिपूजा मानत नाही. आपल्याला माहीत आहे, की कोणतीही मूर्ती आपल्या अडचणी सोडवू शकत नाही. पण तरीही तिरुपती बालाजी, शिर्डी अशा मंदिरांत गर्दी होते. एरवी समाजाकरिता एक रुपयाही खर्च करण्याकरिता विचार करणारे मंदिराच्या हंडीत लाखो रुपये टाकतात. मूर्तीकरिता सोन्याचे सिंहासन देतात. का देतात? केवळ श्रद्धेमुळे आणि या श्रद्धेमुळेच बालाजी, साईबाबा यांच्या मूर्तीत अडचणी सोडवण्याची ताकद निर्माण होते.'' शालिनीदेवी म्हणाल्या.

''श्रद्धेची वैज्ञानिक व्याख्या करावयाची झाली तर श्रद्धा म्हणजे अंतर्मनातील ओढ, भक्ती, विश्वास. बाह्यमनापेक्षा अंतर्मन जास्त ताकदवान असते. अंतर्मनातील गोष्टी प्रत्यक्षात घडतात. आमच्या डॉक्टरकीतील उदाहरण देतो. माणसाची ज्या डॉक्टरवर श्रद्धा असते, तोच डॉक्टर त्या माणसाला बरं करतो. मग त्याने औषध म्हणून रंगीत पाणी दिलं, तरीही तो बरा होतो. पण ज्या डॉक्टरावर श्रद्धा नाही त्याने चांगली , योग्य औषधे दिली, तरी तो रोगमुक्त होत नाही. तसेच एखाद्या गोष्टीचा अंतर्मनाने ध्यास घेतला, की त्याला पूरक घटना घडू लागतात.'' सुभाष म्हणाला.

''एकाग्रतेने जप केला तर त्याने अंतर्मन जागृत होते. आणि जपाला अनन्यसाधारण शक्ती प्राप्त होते.'' शालिनीदेवी म्हणाल्या.

''तुमच्याशी काही चर्चा करायला लागले, की तुमचे ते अध्यात्म किंवा अंतर्मन यावर चर्चेची गाडी येते.'' आशाराणी म्हणाल्या.

''तुमचा ज्या अध्यात्मावर विश्वास नाही, ते अध्यात्मच सर्व शंकांचं निरसन

करू शकतं. म्हणून आम्ही शेवटी अध्यात्मावर येतो. तिरुपती आणि शिर्डीला लाखो लोक का येतात, याचे समर्पक उत्तर तुमच्या विज्ञानातून द्या. तुम्ही देऊच शकणार नाही. पण या घटना प्रत्यक्ष घडत आहेत. आता तुमचंच पाहा ना! तुमच्या अंतर्मनात अध्यात्म या शब्दाविषयी इतकी घृणा आहे, की आमचे सांगणे आध्यात्मिक नसूनही तुम्हाला ते आध्यात्मिक वाटते आणि, ते सांगणे बरोबर असूनही तुम्हाला ते पटत नाही.'' सुभाष म्हणाला.

"तुम्ही अगदी बरोबर वर्मावर बोट ठेवलंत. समाजात देवावर, भविष्यावर विश्वास न ठेवणारी माणसं वाईट प्रसंग आले, की देवळात गर्दी करतात किंवा ज्योतिषाकडे खेटे मारतात.'' महादेवरावांनी सुभाषच्या म्हणण्याला दुजोरा दिला.

यावर आशाराणी काही न बोलता उठून गेल्या. आम्हाला सर्वांना वाटले त्या रागावून निघून गेल्या; पण थोड्या वेळात त्या चहा घेऊन आल्या.

"मला वाटलं, तुम्ही रागावून गेलात. पण तुम्ही चहा आणलात. खरं म्हणजे चर्चेच्या वेळी चहाची आवश्यकता असते. पण मी आल्यापासून बघतो आहे चहा, जेवणाची व्यवस्था तुम्ही करता आहात. न सांगता.'' सुभाष म्हणाला.

"मला आदरातिथ्याची आवड आहे. आम्ही हे काम आवडीने करतो. तू आलास म्हणून नाही, पण एरवीसुद्धा हे काम आम्ही करतो.'' सुभाषच्या हातात चहाचा कप देत आशाराणी म्हणाल्या. त्यांनी सर्वांना चहा दिला.

"आम्हाला पटलं आहे, की एखाद्या गोष्टीचा ध्यास घेतला, की ती गोष्ट घडून येण्याकरिता पूरक घटना घडतात. बाबासाहेबांचा स्वभाव का बदलला? या प्रश्नाचा ध्यास आम्हाला लागलेला आहे. त्याला पूरक घटना म्हणजे आताच डॉ. मोहित्यांचा फोन आला होता.'' येत्या गुरुवारी २१ डिसेंबरला डॉ. जोन्सना घेऊन आम्ही आपल्याकडे येत आहेत, असं त्यांनी फोनवर सांगितले.'' आशाराणी हसत हसत म्हणाल्या.

"बघा, तुम्हालासुद्धा आम्ही म्हणतो त्याचा प्रत्यय आला ना?'' सुभाष म्हणाला.

"आजचा दिवस आमच्या दृष्टीने फार महत्त्वाचा आहे. कृष्णाच्या आजारपणापासून, तसंच आमच्या स्वप्नापासून सुरु झालेले घटनांचे वर्तुळ अखेर या सुभाषमुळे पूर्ण झाले. सगळ्या घटनांचा अर्थ लागल्यामुळे आमचे मन शांत झाले आहे.'' आम्ही म्हणालो.

"मग आम्हाला धुळ्याला जाण्याची परवानगी आहे ना? आम्ही उद्याच निघतो. सेमिनारच्या कारणामुळे तुला भेटण्याची इच्छा पूर्ण झाली. माझंही मन शांत झालं आहे. सेमिनारमध्ये मी जे शिकलो त्यापेक्षा जास्त मी या कृष्णाच्या केसमुळे

शिकलो.'' सुभाष समाधानाने म्हणाला.

''कृष्णाला तर आपण बरे केलेत. पण तो आमचा 'वसू' आहे हे समजल्यामुळे आमच्या अर्थहीन झालेल्या जीवनाला अर्थ प्राप्त झालेला आहे. आपले सर्वांचे आभार कसे मानावेत, तेच आम्हाला समजत नाही.'' महादेवराव गदगदलेल्या आवाजात म्हणाले.

''आपण म्हणाला होतात की, महाराज गेले. आमचा आधारच गेला; पण महाराजांनी आपल्याला अनोखी देणगी दिली आहे.'' शालिनीदेवी म्हणाल्या.

''खरोखरच महाराज गेलेले नाहीत. ते बाबासाहेबांच्या रूपाने अजूनही आहेत, असे आम्हाला वाटते. त्यांनीच ही देणगी आम्हाला दिली.'' महादेवराव म्हणाले.

''आम्ही तर सिद्धमहाराजांना पाहिलेसुद्धा नाही. ते गेल्यावर आम्हाला त्यांच्या समाधीला नमस्कार करण्याची उपरती झाली. ते हयात असताना आम्ही त्यांचे शिष्यत्वसुद्धा घेतले नाही. त्यामुळे महाराजांची व आमची तुलनाच होऊ शकत नाही.''

''आपली आणि महाराजांची तुलना होऊ शकत नाही हे मान्य; पण शिष्याची अडचण सोडवणे, त्याला धीर देणे ही महाराजांची कामे तर आपण करत आहात. म्हणजे महाराजांचे कार्यच आपण पुढे चालवत आहात, असे आम्हाला वाटते.'' शालिनीदेवी म्हणाल्या.

''आम्ही तर आपल्याला महाराजच मानणार. बरं, आम्हाला आता जाण्याची परवानगी देणार का?'' महादेवराव म्हणाले.

''या, या. थोड्या वेळातच अंधार पडेल.'' आम्ही म्हणालो.

''डॉ. सुभाष, आपले आमच्यावर अनंत उपकार झालेले आहेत.'' महादेवराव सुभाषला म्हणाले. ''आपण आमच्या वाड्यावर आला असतात, म्हणजे आम्हाला आदरातिथ्याची थोडी संधी मिळाली असती.''

''आपल्या मनातील उपकारांची भावना प्रथम काढून टाका. हे सगळं बाबासाहेबांमुळे घडून आलं. त्यांना आपण गुरुस्थानी माना. आम्ही आता नेहमीच येथे येणार आहोत. पुढच्या भेटीत आपल्या वाड्यावर येऊ. पण आदरातिथ्याकरिता नाही. वाडा पाहण्याकरिता.'' सुभाष म्हणाला.

महादेवरावांनी आम्हाला वाकून नमस्कार केला आणि ते गेले.

''आज सुशीलाबाई काही बोलल्या नाहीत.'' आम्ही म्हणालो.

''आज जे काही चालले होते, त्याने त्या अवाक् झाल्या होत्या. त्यामुळे त्या काही बोलू शकल्या नाहीत.'' शालिनीदेवी म्हणाल्या.

''तुमचे सर्वांचे प्रश्न सुटले. पण आमचा प्रश्न अजून अनुत्तरितच आहे. डॉ.

जोन्स आमच्या प्रश्नाचे उत्तर गुरुवारी काय देतात, त्याबद्दल आम्हाला आता उत्सुकता लागून राहिली आहे. बाबासाहेब पूर्वी टोकाचे विज्ञानवादी होते. ते ऑपरेशननंतर अध्यात्मवादी कसे झाले? अर्थात डॉ. जोन्स तरी काय उत्तर देणार, ते आम्हाला समजत नाही.'' आशाराणी म्हणाल्या.

''खरं म्हणजे हे आपल्या मनातले प्रश्न तसे निरर्थक आहेत. माणसाचा स्वभाव म्हणजे काही दगडावरची रेघ नाही की तो बदलणारच नाही. तुमचाही स्वभाव बदलू लागला आहे. जगातल्या प्रत्येक माणसाची कशावर तरी श्रद्धा असते. विज्ञानवादी विज्ञानावर श्रद्धा ठेवतात. पण जसजसे विज्ञान प्रगत होऊ लागले, तसतसे त्यांचे श्रद्धास्थानही बदलू लागले. अणूचा शोध लागण्याआधी विज्ञानाची जी संकल्पना होती, ती त्याच्या शोधानंतर बदलली. पूर्वीच्या संकल्पनेत निर्जीवांमध्ये हालचाल होत नाही, असं मानलं जाई. पण आता अणूमध्ये इलेक्ट्रॉन्सच्या हालचाली होतात, हे सिद्ध झाले आहे. मग तो निर्जीव वस्तूचा अणू असला तरी! पूर्वी आपण सूर्य पृथ्वीभोवती फिरतो असं मानत होतो, पण आज ती संकल्पना बदलली आहे. याउलट, अध्यात्मातली संकल्पना तीच आहे. जगाचा नियंत्रक कोणीतरी आहे, हे फार पूर्वी श्रीकृष्णाने सांगितले. आजचे साधूसंत तेच सांगतात. त्याची प्रचिती आपल्याला येते. पण तो प्रत्यक्ष दिसत नाही म्हणून आम्ही त्यावर विश्वास ठेवत नाही. हवा दिसत नाही, पण आपणाला तिची प्रचिती येते; म्हणून आपण हवा आहे यावर विश्वास ठेवतो. तशी त्या नियंत्रकाची प्रचिती आली, तरी आपण त्याला अंधश्रद्धा म्हणून त्याच्यावर विश्वास ठेवत नाही. प्रत्येक ठिकाणी भोंदू लोक असतात. विज्ञानाचा उपयोग करून लोकांना फसवणारे भोंदूही आहेतच. तसे अध्यात्मातले काही न समजणारे व भोंदूगिरी करणारे लोकही पुष्कळ सापडतात.

तसा बारीक विचार केला तर पाश्चात्यांवर आपला गाढा विश्वास आहे. त्यांचे अनुकरण करण्यात आपल्याला धन्यता वाटते. पाश्चात्त्य संस्कृती अलीकडली आहे. आपली संस्कृती प्राचीन आहे. त्यांना आपल्या अध्यात्माच्या संकल्पनाही माहीत नव्हत्या. म्हणून त्यांनी आपल्या शास्त्राला भोंदू ठरवले. म्हणून आपणही आपल्या अध्यात्मपरंपरेला भोंदू ठरवले. आम्हाला ऑपरेशननंतर विश्रांती घ्यावी लागली. आम्ही अध्यात्मावरची अनेक पुस्तके वाचली. आमचे मन पालटले. आम्हाला त्यात रस वाटायला लागला, म्हणून आपल्याला अस्वस्थ वाटण्याचे काय कारण?'' संधी मिळाल्याबरोबर आम्ही व्याख्यान झोडले. इतके मुद्देसूद बोलल्याबद्दल आम्हाला आमचे कौतुक वाटायला लागले.

''नुसती पुस्तके वाचून आपले मन पालटलेले नाही. कसला तरी संचार

आपल्यात झाला आहे.'' आशाराणी म्हणाल्या.

"म्हणजे तुमचा संचारावर, झपाटण्यावर विश्वास आहे वाटतं. पण ह्या तर अंधश्रद्धा आहेत. विज्ञानाला ह्या मान्य नाहीत.'' सुभाषने मुद्दा काढला.

आशाराणी काही बोलल्या नाहीत.

"तू येथे आलास. खूप मजा आली. संमोहनाचे तंत्र आम्हाला तू प्रत्यक्ष दाखवलेस. आता मात्र आमचा पत्ता, फोननंबर नीट जपून ठेव. पुन्हा आपला संपर्क तुटू देऊ नकोस.'' आम्ही म्हणालो.

"आता तुम्हीच धुळ्याला सहकुटुंब या आणि आशाराणींना आणायला विसरू नकोस. काय वहिनी, येणार ना? आमचा खानदेशी पाहुणचार घ्यायला या.'' सुभाष म्हणाला.

"नक्की येऊ. पण आपल्या बायकोला आमच्याशी मराठीतून बोलायला सांगा. आम्हाला तुमची ती अहिराणी भाषा समजायची नाही.'' शालिनीदेवी हसत हसत म्हणाल्या.

"आम्ही खानदेशी पुण्यातल्या लोकांसारखे नाही. मी पुण्यात कॉलेजला असताना पुणेकरांचा बराच अनुभव घेतला आहे.'' सुभाषनेही हसत हसत उत्तर दिले.

"पुण्यात येऊन आम्हा पुणेकरांना शिव्या देऊ नकोस. परिणाम वाईट होईल.'' आशाराणीही आमच्या चेष्टेत सामील झाल्या.

"बाबासाहेबांना इथल्या व्यापातून यायला वेळ लागेल. तुम्ही आलात तरी चालेल. तुमची अशी बडदास्त ठेवतो की बास!'' सुभाषने आमंत्रण दिले.

"बघू आमचा मूड असेल तेव्हा येऊ.'' आशाराणींनी आश्वासन दिले.

दुसऱ्या दिवशी सुभाष धुळ्याला निघून गेला. सुभाषच्या व्यक्तिमत्त्वाचा, त्याने काढलेल्या जुन्या आठवणींचा, त्याच्या संमोहनाच्या प्रयोगाचा आशाराणींवर जबरदस्त परिणाम झाला. त्या विचारी दिसू लागल्या. शालिनीदेवींशी त्या अदबीने बोलू लागल्या.

●●

संध्याकाळी आम्ही हिंडायला बाहेर पडलो. वातावरण प्रसन्न होते. मुख्य म्हणजे मन प्रसन्न होते. त्यावर कोणताही तणाव नव्हता. मनातले कृष्णाचे अपंगत्व, पडलेली स्वप्ने यांचे असलेले गूढ आता उकलले होते. आम्ही एकेक घटनेचा विचार करीत चाललो होतो. आमचे सुरुवातीचे विचार आणि ऑपरेशननंतरचे विचार यांत खरोखरीच खूप बदल झाला होता. इतके दिवस आमचे मन इतर विषयांनी भरून गेलेले असल्याने आम्हाला ते जाणवले नव्हते. पण आज आम्हाला ते जाणवले

आणि त्यात गूढ असावे, असे वाटू लागले.

पूर्वीचे आमचे आयुष्य संथ गतीने चालले होते. त्यात नावीन्य असे नव्हते. कसलीही चिंता नव्हती. म्हणूनच स्वभावात मगरुरी होती. आमच्या लेखी इतरांना काही किंमत नव्हती. आम्ही म्हणू ती पूर्वदिशा होत होती. मनाविरुद्ध एखादी गोष्ट झाली की नाराजी, मनस्ताप, राग, सूड असे विचार मनात येत.

गोविंदा पहिल्यांदा दारू पिऊन पोट दुखतंय म्हणून आमच्याकडे आला होता. त्याला तपासलं, औषधं दिली; पण त्याच्याजवळ पैसे नव्हते म्हणून त्याला दिलेली औषधे आम्ही हिसकावून घेऊन त्याला हाकलून दिले होते. पैसे नाहीत तर औषध नाही. औषधाविना तो मेला असता, तरी त्याची आम्हाला फिकीर नव्हती. तो मरायलाच पाहिजे. त्यापासून इतर पेशंट तरी धडा घेतील आणि पैसे घेऊन येतील, अशी सूडबुद्धी आमच्या मनात होती. आणि आता केवढा मोठा फरक आमच्या मनात झाला होता!

आम्ही विचार करत चाललो होतो. हवेत गारवा होता. सुखद वाऱ्याच्या झुळकांनी वातावरणात प्रसन्नता होती. सूर्याच्या उन्हाची तीव्रता कमी झाली होती. तो मावळतीकडे झुकला होता. आम्हीही परत फिरलो. आम्ही एकटेच हिंडायला बाहेर पडलो होतो. आम्ही चालत होतो. पण मन विचारांना पळवत होते.

"आम्ही ठरवलं होतं, कृष्णाला बरं करायचं. अवघड काम होतं. पण आम्ही निरनिराळ्या अडचणींवर मात करून त्याला बरं केलं." आमच्या मनात विचार आला.

"आम्ही ठरवलं? आम्ही त्याला बरं केलं?" दुसऱ्या मनाने प्रश्न विचारला. "तुम्ही काय केलंत? तुमच्याजवळ फक्त विचार करण्याची शक्ती आहे. प्रत्यक्ष घटना नियतीच घडवते. तरी तू विचार करतो आहेस आम्ही त्याला बरं केलं म्हणून. केवढा हा अहंकार! अजूनही अहंकाराने फुलला आहेस. सोडून दे. इतकं सांगूनही अजून अहंकार जात नाही." दुसऱ्या मनाने पहिल्या मनाला झापलं.

"खरंय रे! इतक्या प्रसंगातून अहंकार सोडून दे असं समजूनसुद्धा मी पटकन असं म्हटलं. माझी चूक झाली." पहिल्या मनानं कबुली दिली.

असे विचार करत आम्ही फिरून आलो. थोडा थकवा जाणवत होता. आम्ही सोफ्यावर निवांत बसलो. आमची दमणूक झालेली शालिनीदेवींच्या लक्षात आले. त्यांनी पाणी आणून दिले.

फोन वाजला. डॉ. मोहिते बोलत होते, "बाबासाहेब, डॉ. जोन्स आले आहेत. आम्ही डॉ. भालेराव, डॉ. जोन्स यांना घेऊन उद्या सकाळी १०-११ वाजेपर्यंत आपल्याकडे येतो आहोत."

आम्ही आशाराणींना फोन दिला. ''या या. आम्ही सर्व तयारी केली आहे.'' असं म्हणून त्यांनी फोन ठेवला.

''आमच्या शब्दाकरिता डॉ. जोन्स येत आहेत. त्यांचे आदरातिथ्य चांगले करायला पाहिजे.'' आशाराणी म्हणाल्या.

''आपल्या मनाप्रमाणे जोरदार स्वागत करा. आम्हीसुद्धा आपल्याला मदत करू, कितीही झाले तरी त्या दोघांनी साहेबांना जीवदान दिले आहे.'' शालिनीदेवी म्हणाल्या.

त्यांचा संवाद ऐकून आम्ही सुखावलो. 'आशाराणींच्या विचारबदलाचे तर हे लक्षण नाही ना?' आमच्या मनात विचार आला.

बंगल्यात चैतन्य पसरले. आम्ही गोविंदाला आणि महादेवरावांना बंगल्यावर येण्याबद्दल निरोप दिले.

●●

दुसऱ्या दिवशी १०।। वाजता डॉ. मोहित्यांची गाडी पोर्चमध्ये थांबली. आम्ही पाहुण्यांच्या स्वागताला पोर्चमध्ये गेलो.

''आम्ही पाहुण्यांना अगदी वेळेवर आपल्याकडे आणले आहे.'' डॉ. मोहिते म्हणाले.

''याबद्दल आम्ही आपले अत्यंत आभारी आहोत.'' आम्ही मोहित्यांना म्हणालो

''बाबासाहेब, आपल्याला भेटायला डॉ. जोन्स खूप उत्सुक आहेत.'' डॉ. भालेराव म्हणाले.

''या, या.'' आम्ही हात जोडून सर्वांचे स्वागत केले.

"Good Morning!" डॉ. जोन्स हात पुढे करत म्हणाले.

"Good Morning!" आम्ही त्यांचा हात हातात घेऊन म्हणालो.

सर्वजण आत येऊन सोफ्यावर बसले.

डॉ. मोहित्यांनी बिसलरीची बाटली फोडून पाण्याचा ग्लास डॉ. जोन्सना दिला.

"Thank you." डॉ. जोन्स म्हणाले, ''मी आपला आऽऽभाऽऽरी आहे. डॉ. मोहिते.'' हळूहळू उच्चार करत, थोडे अडखळत डॉ. जोन्स म्हणाले.

"You speak Marathi?" आम्ही आश्चर्याने विचारले.

''ते आता बरीच वर्षे मुंबईत येत आहेत. काही वेळेला त्यांना आठ-आठ दिवससुद्धा मुंबईत थांबावे लागते. त्यामुळे त्यांना मराठी कळते. काही वेळेला ते अडखळत मराठी बोलण्याचा प्रयत्न करतात.'' भालेराव म्हणाले.

''आम्ही---- डॉ. भालेराव--- यांची वाईफ--- मराठी--- शिकवते. She teaches me Marathi." डॉ. जोन्स सावकाशपणे एक एक शब्द उच्चारत म्हणाले.

“ते ज्या वेळी मुंबईत मुक्कामाला असतात त्या वेळी ते आमच्याच फ्लॅटमध्ये राहतात. त्यांना आपले जेवण आवडते. आपल्या चालीरीती आवडतात. आमच्या मिसेस त्यांना मराठी शिकवतात.” भालेरावांनी जोन्सबद्दल माहिती दिली.

“आम्ही--- मराठी--- आवडते.” पाणी पिऊन पाण्याचा ग्लास टीपॉयवर ठेवत ते म्हणाले.

"Dr. Inamdar, How are you?"

"I am fine." आम्ही म्हणालो He is my son. Balasaheb Inamdar." आम्ही बाळासाहेबांची ओळख करून देत म्हणालो.

बाळासाहेबांनी जोन्सशी शेकहँड केला.

"Are you also Doctor?" त्यांनी विचारले.

"No No, I am a director of a sugar Factory."

"He is also a Doctor. But a Doctor of Philosophy."आम्ही खुलासा केला “His thesis on sugarcane. He has just come from a foreign country. He read a paper in a conferance there."

“तुम्ही--- छातीत--- पेन्स होतात? आम्ही--- मराठी बोललो--- प--- र--- वां--- गी आहे? काही रॉंग झाले--- तर--- रागाऊ--- नको. I cannot speak fluent Marathi but I can very well understand."

“आम्हाला आनंदच वाटेल. आता आमच्या छातीत दुखत नाही.”

आशाराणींनी किटलीतून चहा ओतून सर्वांना दिला. बिस्किटांच्या बशा ठेवल्या.

“ह्या आमच्या सिस्टर, आशाराणी. ह्यांनीच आपल्याला येथे यायचे आमंत्रण दिले.”

"Yes, yes. I promised her and I am keeping it."

"Thank you!"

"This is my wife, Shalinidevi." आम्ही शालिनीदेवींची ओळख करून दिली.

"I remember we met when your husband was operated. Isn't it?

“हो हो. त्या वेळी आपण भेटलो होतो.” शालिनीदेवी हात जोडून म्हणाल्या.

"At that time you were greatly worried."

शालिनीदेवी काही बोलल्या नाहीत.

"It was a crucial time." बाळासाहेब म्हणाले.

“डॉ. भालेराव, येताना काही त्रास झाला नाही ना?” आम्ही विचारले.

“अजिबात नाही. डॉ. मोहित्यांनी अगदी व्यवस्थित आणले.”

“रस्ता तसा खराबच आहे. पण आम्ही आमच्या ड्रायव्हिंग कौशल्यामुळे यांना धक्के बसू दिले नाहीत. ” डॉ मोहिते शर्टाची कॉलर सरळ करत म्हणाले.

"That is true, Dr. Bhalerao. Give him the credit. He deserves it." डॉ. जोन्स हसत हसत म्हणाले.

“आम्हाला माहीत आहे. आम्ही डॉ. मोहित्यांची थोडी गंमत केली.” डॉ. भालेराव म्हणाले.

“आम्हाला ते समजले.” डॉ. मोहिते हसून म्हणाले.

“हे महादेवराव देसाई. आमचे मित्र आहेत. आम्हाला जीवदान देणाऱ्या डॉक्टरांना भेटण्याकरिता ते मुद्दाम आले आहेत.”

डॉ. जोन्सनी महादेवरावांशी शेकहँड केला. महादेवरावांनी डॉ. भालेराव आणि डॉ. मोहिते यांना नमस्कार केला.

"The decision you have taken at the time of operation proved correct. You showed exemplary courage." डॉ. जोन्स शालिनीदेवींना म्हणाले.

“त्या वेळेला बाबासाहेबांची प्रकृती खूपच नाजूक झालेली होती.”

डॉ. भालेराव म्हणाले. "Dr. Jones gave him a lease of life."

“खरं म्हणजे त्या वेळी बाबासाहेबांचा पुनर्जन्मच झाला असं म्हटलं पाहिजे.” डॉ. मोहिते म्हणाले.

“What is पुऽनऽरजऽम?” डॉ. जोन्सनी विचारले.

"It is the rebirth of a soul." मोहिते म्हणाले.

"I will explain." आम्ही म्हणालो, "Suppose 'A' is a man. He lost his life."

“तेचा डेथ झाला.” जोन्स समजावून घेऊ लागले.

“आमच्या तत्त्वज्ञानाप्रमाणे त्याच्या शरीरातून आत्मा निघून गेला.”

“What is तत्ऽऽत्वऽऽज्ञान”

"It is our Hindu philosophy."

"what is आ-त्-मा?''

''आत्मा Means soul."

"Now I understood when soul left a body, the man is dead."

"Correct. Now when this soul enters the foetus, the child is born."

"How? The soul has to wait till Judgement day for rebirth."

"That is your Philosophy. According to ours it enters as per the good & bad deeds done. This cycle of rebirth continues till it gets Moksha or Mukti. You call it salvation. The period between two births may vary from a short time to long time of years. The rebirth of soul is पुनर्जन्म.''

''पुऽ ऽन ऽ ऽ र ऽ ऽ ज ऽ ऽ म.''

"Correct. We keep faith on these concept as those known to our saintly persons through their meditation. All these are written in our Vedas, Puranas." आम्ही माहिती दिली.

''पुनर्जन्माबद्दलचा पुरावा अगदी आत्तासुद्धा येथे आहे.'' शालिनीदेवी म्हणाल्या.

''आत्ता? येथे? आणि ते तुम्हाला कसे माहीत?'' डॉ. भालेरावांनी आश्चर्याने विचारले.

''सांगतो.'' आम्ही म्हणालो,

"You may explain it in Marathi, I understand Marathi, Any difficult word or concept I will ask, otherwise you continue."

''हे महादेवराव देसाई काळदरी गावचे आहेत. ह्यांचा मुलगा वासुदेव ६-७ वर्षांचा असताना साधारणपणे ३० वर्षांपूर्वी वारला.''

''वारला means?"

"He died nearly thirty years ago. त्याच वासुदेवाच्या आत्म्याने बांदलवाडी येथे गोविंदाच्या घरात जन्म घेतला आहे. त्याच नाव कृष्णा.''

''पण तुम्ही हे कसे शोधून काढलेत?'' डॉ. भालेरावांनी विचारले.

''हिप्नॉटिझमने.''

"I know some doctors in England are using this science

for treatment."

''संमोहनामुळे मनात दडलेल्या गोष्टी समजतात.'' डॉ. मोहिते म्हणाले.

''मागच्याच आठवड्यात आमचा धुळ्याचा डॉक्टरमित्र आला होता. तो हिप्नॉटिझममधला तज्ज्ञ होता. त्याने कृष्णावर संमोहनाचा प्रयोग केला.

"When he was under deep hypnotism, he talked about his previous birth."

''त्याच्या मागच्या जन्मातले नाव वासुदेव होते. तो कोठे राहत होता आणि त्याला कसा मृत्यू आला, ते सर्व त्याने सांगितले.''

''त्याने जे सांगितले त्यावरून तो माझ्याच मुलाचे वर्णन करत होता. माझ्या वसूचा पुनर्जन्म म्हणजेच कृष्णा आहे.'' महादेवराव भावनिक होऊन म्हणाले.

"Really?" डॉ. जोन्सने विचारले.

''हे सर्व खरे आहे.'' महादेवराव म्हणाले.

''इतकेच नाही, आणखी एक गोष्ट आमच्या लक्षात आली आहे.'' आम्ही म्हणालो.

''कोणती?'' डॉ. मोहिते म्हणाले.

''वासुदेवचा मृत्यू कमरेच्या हाडावर आघात होऊन झाला होता आणि कृष्णा हा जन्मापासूनच पंगू होता. तो चालू शकत नव्हता.''

डॉ. जोन्स आमच्याकडे प्रश्नार्थक नजरेने पाहू लागले.

"Vasudeo died with an injury to his backbone and Krushna was born lame. He could not walk."

"It is wonderful.... remarkable... fantastic!"

"There is one more mysterious story."

''आणखी गूढ गोष्ट?'' डॉ. भालेराव म्हणाले.

''वासुदेव आणि गोविंदा दोघे खेळत होते. त्या वेळेला वासुदेवला त्याच्या काकीने धरले आणि त्याने पैसे चोरले म्हणून ती त्याला काठीने मारू लागली. तो रडू लागला आणि बाळू, बाळू म्हणून गोविंदाला हाका मारू लागला. एक काठीचा फटका वासुदेवच्या कमरेवर वर्मी लागला.''

"Means?"

"One fatal stroke cracked the intervertebral disc and injured the spinal nerves. He died on the spot."

"Oh!"- डॉ. जोन्स.

"At that time Vasudeo was calling Balu for help and after 25 years Vasudeo was reborn as Govinda's son."

"It is wonderful, unbelivable!" डॉ. जोन्स म्हणाले

''अशी गोष्ट आम्ही प्रथमच ऐकत आहोत.'' डॉ. भालेराव म्हणाले.

''आतापर्यंत पुनर्जन्माबद्दल आम्ही ऐकले होते. पण इतके detailed प्रथमच ऐकतो आहोत.'' डॉ. मोहिते म्हणाले.

''पुनर्जन्म आपल्या भारतीय तत्त्वज्ञानात आहे. आपणही कोणाचा तरी पुनर्जन्मच आहोत. आपल्याला मागचे जन्म आठवत नाहीत. आता या केसमधले वासुदेव आणि कृष्णा दोघेही जवळच जन्माला आले. महादेवराव, गोविंदा संपर्कात आले. त्यामुळे हे पुनर्जन्माचे कोडे उलगडले.'' शालिनीदेवी म्हणाल्या.

''वासुदेवाच्या आर्त हाका ऐकून आम्ही धावत काकीच्या खोलीत गेलो. वासुदेव निपचित पडला होता. त्याला उचलून घरी आणले. तोंडावर पाणी मारले. कांदा हुंगवला. पण तो शुद्धीवर आला नाही. वैद्याला घाईघाईने बोलावले. त्याने वासुदेव मृत्यू पावल्याचे सांगितले.'' महादेवराव सांगत होते.

त्यांच्या आवाजात कंप होता. आतासुद्धा त्यांना दुःख आवरता येत नव्हते. हे ऐकून सर्वच दुःखी झाले. सर्व वातावरणच बदलून गेले होते.

''आपण आता पुनर्जन्माबद्दल बोललो. पण डॉ. जोन्स ज्या कारणाकरिता येथे आले आहेत, ते महत्त्वाचे काम अजून बाकी आहे. दोन वाजून गेले आहेत. आपण आता जेवण घेऊ. नंतर आमची तपासणी करू. आशाराणी त्यांच्या शंका डॉ. जोन्सना विचारतील.'' आम्ही म्हणालो.

"Dr. Jones, now we will take lunch."

सगळेजण जेवणाच्या टेबलावर आले. जेवताना कोणी जास्त बोलले नाही. प्रत्येकाच्या मनात पुनर्जन्माचा विषय घोळत असावा. पण सगळे आग्रहाने जेवले.

''जेवण उत्तम झाले.'' डॉ. भालेराव हॉलमधल्या सोफ्यावर बसत म्हणाले.

"Dr. Jones, how was our vegetarian meal?" आम्ही विचारले.

"The food was very tasty. Generally I prefer vegetarian meal in India." डॉ. जोन्स पाईपमध्ये तंबाखू भरत म्हणाले, "Now I am begining to think that my previous birth may have been in India."

सर्वजण हसले

"I am not joking, I am seriously thinking." डॉ. जोन्स म्हणाले.

"It is quite possible." आम्ही म्हणालो.

"तुमच्या वाईफला आणि सिस्टरला स्पेशल थँक्स. The food was really very tasty. I liked it very much."

"Thanks." आशाराणी म्हणाल्या, "आता खूप उशीर झाला आहे. वास्तविक ज्या कामाकरिता आपण आलात, ते प्रथम करायला पाहिजे होते."

"ठीक आहे. गप्पांत थोडा नवीन विषय मिळाला, त्यामुळे वेळ गेला. पण आता तुमचे काय संशय आहेत ते डॉ. जोन्सना विचारा." आम्ही म्हणालो.

डॉ. जोन्सनी आम्हाला तपासले. आमच्या डिस्पेन्सरीतल्या मशीनवर आमचा कार्डिओग्राम काढला. हार्टबीटस् तपासले. बी. पी. पाहिले.

"All tests are normal. No B.P, no pains. Heart beats are normal. Cardiogram is O.k. Our patient is O.k Nothing to worry. Now what are your doubts?" डॉ. जोन्सनी आम्हांला तपासल्यावर आशाराणींना विचारले.

"डॉ. जोन्स, ते फिजिकली नॉर्मल आहेत, हे आम्हालासुद्धा माहीत आहे. पण ऑपरेशननंतर त्यांचा स्वभाव बदलला आहे. हार्टच्या ऑपरेशननंतर स्वभाव बदलतो का?" आशाराणींनी विचारले.

"She wants to know whether after heart operation original nature changes?" डॉ. भालेराव म्हणाले.

"As per my experience, 99% it is not. There may be 1% but nobody pointed out that original charactor is changed." डॉ. भालेराव म्हणाले.

"But in this case original character is totally changed."

"In 1% it may be possible and in case of Babasaheb may be in that 1%. Actually I was worried at the time of operation whether Babasaheb's body accepts new heart or not. There was no time to take a complete test." डॉ. जोन्स म्हणाले.

"काय? बाबासाहेबांचे हृदय बदलले आहे?" आशाराणींनी चपापून विचारले.

"What do you say? Have you done Heart Transplantation Surgery?" आम्ही आश्चर्याने ओरडलोच.

डॉ. जोन्सना काही समजेना.

"Yes, I have done transplantation surgery."

"But How come I don't know? who has taken the decision?" आमचा आवाज आणखी चढला.

आतापर्यंतचे वातावरण एकदम बदलून गेले.

"आम्हीसुद्धा ऑपरेशनच्या वेळी हजर होतो. आम्हालाही माहीत नाही." आशाराणी रागाने म्हणाल्या.

"आम्हालासुद्धा ही गोष्ट माहीत नाही." गायत्रीदेवी म्हणाल्या.

"आम्ही मात्र डॉ. जोन्सना जे पाहिजेत ते Reports नियमितपणे पाठवत होतो."

"आपण ऑपरेशनच्या वेळी आपल्या वडिलांना ICU मध्ये ठेवल्यामुळे तिकडे गेला होतात." बाळासाहेबांनी आठवण करून दिली.

"हो. पण त्यानंतर इतक्या दिवसांतसुद्धा आम्हाला ही गोष्ट सांगितली नाहीत. आम्ही डॉक्टर आहोत. आम्हाला ही माहिती असायलाच हवी होती." गायत्रीदेवी थोड्या चिडून म्हणाल्या.

"थोड्या शांत व्हा." शालिनीदेवी म्हणाल्या. "हृदय बदलण्याचा निर्णय आम्ही घेतलेला होता. या निर्णयाला सर्वस्वी आम्ही जबाबदार आहोत."

"आम्ही स्वत: डॉक्टर आहोत. इतर कोणत्या तरी फालतू पेशंटपासून लपवावी तशी तुम्ही ही गोष्ट आमच्यापासून लपवून ठेवलीत."

"बाबासाहेब, त्या वेळची परिस्थिती तशीच होती." डॉ. भालेराव म्हणाले. "आपल्या हृदयाला झालेली जखम शिवण्याकरिता आम्ही ऑपरेशन करण्याचे ठरवले होते. पण आम्हाला हृदय बदलण्याची शस्त्रक्रिया करावी लागली."

"डॉ. भालेराव, आपण डॉक्टर आहात. हार्टसर्जन आहात. तुम्ही असं कसं बोलू शकता? त्याकरिता दुसरे हार्ट पाहिजे. ज्याअर्थी तुम्हाला दुसरे हृदय मिळाले, त्या अर्थी This Heart Plantation sergery was well planned. ती अचानक होऊच शकत नाही." आम्ही डॉ. भालेरावांवर चिडलो.

"साहेब, या सगळ्याला सर्वस्वी आम्ही जबाबदार आहोत, हे आम्ही आपल्याला वारंवार सांगत आहोत. तरी आपण इतरांवर का चिडत आहात? वास्तविक ते तुमचे जीवनदाते आहेत. त्यांनी जर ही शस्त्रक्रिया तातडीने केली नसती, तर आपले काही खरे नव्हते." शालिनीदेवींचा आवाज एकदम रडवेला झाला. त्यांनी पदराने डोळे टिपले.

डॉ. मोहिते तर या प्रकाराने हतबुद्ध झाले. त्यांना असे काही घडेल, असे वाटलेच नव्हते.

"शालिनीदेवी, आमचा राग आपण निर्णय घेतलात त्याकरिता नाही. तो निर्णय आम्हांला सांगितला नाही, आमच्यापासून लपवून ठेवलात म्हणून आहे." आम्ही थोड्या नरमाईने म्हणालो.

"बाबासाहेब, आम्हाला आपल्यापासून काहीही लपवून ठेवायचे नव्हते आणि लपवून ठेवलेले नाही. त्या वेळची परिस्थितीच अशी होती, की आपल्याला हे सांगणे शक्य नव्हते." बाळासाहेब म्हणाले. "आपण जो ममांना दोष देत आहात, तो चुकीचा आहे. केवळ त्यांच्यामुळे आपण वाचलात."

"आमच्यामुळे नाही; महाराजांमुळे." शालिनीदेवी गंभीर आवाजात म्हणाल्या.

"महाराज, महाराज. काही चांगली गोष्ट झाली की ती महाराजांनी केली. महाराजांनी काहीही केलं नाही. महाराज स्वत: मृत्युशय्येवर पडले होते. ते काय मदत करणार होते?" आशाराणी चिडून म्हणाल्या.

"आत्त्यासाहेब, आपल्याला काही माहीत नाही, म्हणून आपण असं बोलत आहात." बाळासाहेब म्हणाले.

"म्हणून तर आम्हाला सर्व माहीत करून घ्यायचे आहे. तेसुद्धा आत्ता या सर्व सुशिक्षित डॉक्टरांसमोर. त्यांना तरी कळू देत की बाबासाहेबांसारख्या सुविद्य डॉक्टरांच्या घरात अंधश्रद्धेवर कसा विश्वास ठेवला जातो ते!" आशाराणी म्हणाल्या.

"आशाराणी, आता सगळं काही कळेलच. पण आमचे मत विचाराल तर आमचा शालिनीदेवींवर पूर्ण विश्वास आहे. त्यांनी केले ते योग्य विचारानेच केले. त्या म्हणतात, आम्ही वाचलो ते महाराजांमुळे; हेसुद्धा खरे असेल. आमचा राग फक्त इतक्याच गोष्टीकरिता आहे, की त्यांनी जे काही केले ते आम्हाला सांगितले नाही." आम्ही आशादेवींना समजावत म्हणालो.

"बाबासाहेब, हासुद्धा आपला गैरसमज आहे. आम्ही आणि आईसाहेब सर्व काही आपणाला सांगणारच होतो." बाळासाहेब म्हणाले.

"शालिनीदेवी, बाळासाहेब, आपण जे काही आमच्याकरिता निर्णय घेतले, आम्हाला वाचवलंत, याबद्दल आमच्या मनात कृतज्ञता आहे. आपल्याला ते सर्व सांगण्याकरिता ही वेळ योग्य वाट असेल तर सर्व सांगावे. आमच्या मनात आपल्याविषयी अजिबात राग नाही." आम्ही शांतपणे म्हणालो.

"डॉ. जोन्स, आम्ही म्हणतो आहोत ना, बाबासाहेबांचा स्वभाव बदलला आहे. ह्या त्यांच्या बोलण्यानेच ते सिद्ध होते आहे. म्हणे तुम्ही जे केलेत, त्याकरिता आमच्या मनात कृतज्ञता आहे. अहो, पूर्वीचे बाबासाहेब असते तर त्यांनी रागाने आकाशपाताळ एक केले असते." आशाराणी रागाने म्हणाल्या.

"त्यामुळे हृदयावर प्रेशर येऊन बाबासाहेबांना हार्ट ॲटॅक आला असता. ते शांत आहेत तेच ठीक आहे. हा जर त्यांच्या स्वभाव बदलण्याचा पुरावा असेल, तर तो स्वभाव चांगलाच झाला आहे. त्याने त्यांना दीर्घायुष्य मिळेल." बाळासाहेब म्हणाले.

"बाळासाहेब, साहेब आता आम्ही सांगू ते शांतपणे ऐकून घेणार आहेत. ऑपरेशन होऊन फार दिवस झालेले नाहीत. आम्ही जर याआधी हे सर्व सांगण्याचा प्रयत्न केला असता, तर आपण म्हणता तसे हृदयावर प्रेशर आले असते. म्हणून आम्ही आजपर्यंत काहीही सांगितले नाही. पण आता आम्ही सर्व काही सांगणार आहोत." शालिनीदेवी म्हणाल्या.

त्यांच्या या बोलण्याने वातावरण एकदम बदलले. सगळेच आता पुढे काय होणार म्हणून गंभीर झाले होते, ते रिलॅक्स झाले. महादेवराव तर खूपच अस्वस्थ झाले होते. त्यांच्या गुरुभगिनी आणि महाराज दोघांबद्दल आशाराणी जे बोलल्या होत्या, त्यामुळे ते दुखावले गेले होते. पण काहीही करू शकत नव्हते. त्यामुळे ते आपली बसण्याची पद्धत सारखी बदलत होते. पण त्यांच्याही चेहऱ्यावरची अस्वस्थता आता कमी झाली होती.

"डॉ. मोहित्यांना हृदयातला रक्तस्राव कोठून होतो हे समजत नव्हते." शालिनीदेवींनी सांगायला सुरुवात केली.

"त्यांना सुरुवातीला वाटले की हृदयाला झालेली जखम आपल्या इतर जखमांप्रमाणे भरून येईल. पण ती भरून येत नव्हती. त्यांनी डॉ. भालेराव यांना फोन करून सर्व सांगितले आणि मदत करण्याची विनंती केली. त्यांनी येण्याचे मान्यही केले. ते त्यांची वाट पाहत बसले."

"आम्हाला डॉ. मोहित्यांनी बोलावले; पण आमच्या आधीच्या अपॉइंटमेंट्समुळे आणि ऑपरेशन्स्मुळे पुण्याला यायला उशीर झाला. पण डॉ. मोहित्यांनी आमच्या सांगण्याप्रमाणे सर्व टेस्ट घेऊन रिपोर्ट्स आधीच आम्हाला पाठवले होते. योगायोगाने डॉ. जोन्स आमच्याबरोबर होते. त्यांनीही सर्व रिपोर्ट्स पाहिले."

डॉ. भालेराव त्या वेळची परिस्थिती सांगू लागले, "डॉ जोन्स आम्हाला म्हणाले होते की, The heart injury is small. I think we can stitch the wound. I have done many such operations in England. For that some tests are required to be done. त्यांनी सुचवल्याप्रमाणे आम्ही डॉ. मोहित्यांना टेस्टस् घेण्यास सांगितले."

"डॉ. जोन्सनी suggest केल्याप्रमाणे आम्ही सर्व टेस्टस् घेऊन रिपोर्ट्स

तयार केले.'' डॉ. मोहिते पुढे सांगू लागले. ''आम्ही ते रिपोर्टस् मुंबईला पाठवणार होतो. इतक्यात डॉ. भालेरावांनी फोनवरून आम्हाला सांगितले की, आमचे उद्याचे एक ऑपरेशन पुढे ढकललं गेले आहे. म्हणून आम्ही उद्या शनिवारी डॉ. जोन्सना घेऊन येतो. शनिवारी आम्ही त्यांची वाट पाहत बसलो. पण ते पुण्याला येऊ शकले नाहीत. ते शनिवारी संध्याकाळी आले. त्यांनी सकाळी बाबासाहेबांना तपासले. हृदयाचे स्टिचिंग ऑपरेशन आम्ही रविवारी सकाळी ७ वाजता ठरवले. आम्ही सर्व रिपोर्टस् डॉ. जोन्सना दाखवले. ऑपरेशनची सर्व तयारी केली. आपणा सर्वांना ऑपरेशन सकाळी करणार असल्याची सूचना दिली. त्या वेळी बाबासाहेब, आपण म्हणालासुद्धा होता- तो इंग्रज डॉक्टर असूनसुद्धा रविवारी ऑपरेशन करतो आहे. यापासून आपण शिकले पाहिजे.'' डॉ. मोहित्यांनी आम्हाला आठवण करून दिली.

''हो हो. आपण आपल्या कामाच्या वेळा, सुट्टीचे दिवस स्ट्रिक्टली पाळतो. म्हणून आम्ही तसे म्हणालो होतो.'' आम्ही कबुली दिली.

''आम्ही आपल्या ऑपरेशनची सर्वकाही तयारी करून थोडे रिलॅक्स होतो आहोत तेवढ्यात सिद्धमहाराज सीरियस आहेत असा हॉस्पिटलमधून निरोप आला. आम्ही घाईघाईने हॉस्पिटलमध्ये गेलो. महाराजांची तब्येत खूपच बिघडली होती. आम्ही घाईघाईने दत्तगुरू हॉस्पिटलच्या डॉ. कानिटकरांना बोलावून घेतले. 'ह्यातून वाचले तर तो चमत्कारच ठरेल' असे डॉक्टरांनी त्यांचे मत दिले. खरं म्हणजे आम्ही मनात हादरलोच. दोन महत्त्वाच्या पेशंट्सची जबाबदारी एकदम आमच्यावर आली.

''आम्ही तातडीने ॲड. चितळे यांना बोलावून घेतले. सिद्धमहाराजांची तब्बेत खूप बिघडली असून ते आता फार वेळ जगणार नाहीत, असं त्यांना आम्ही सांगितलं. ते ऐकून ॲड. चितळे सुन्नच झाले. त्यांना काही सुचेना. आमच्या गुरुभगिनी शालिनीदेवी इनामदार हॉस्पिटलमध्ये आहेत ना, त्यांनाही आपण हे सर्व सांगू, असं ॲड. चितळ्यांनी आम्हाला सुचवले.

''बाबासाहेबांचे ऑपरेशन आम्ही उद्या सकाळी ठरवले आहे. त्यामुळे कदाचित त्या आता जास्त टेंशनमध्ये असतील.'' आम्ही ॲड. चितळ्यांना कल्पना दिली. ''आपण त्यांच्या कानावर तर ही बातमी घालू. बाहेर खूप गर्दी आहे. एकदम जर ही बातमी बाहेर कळली, तर लोकांना आवरणे आम्हाला कठीण जाईल. तेव्हा त्यांचा आपण फक्त सल्ला घेऊ.'' ॲड. चितळे आम्हाला म्हणाले.

''त्याप्रमाणे आम्ही शालिनीदेवींना बोलावून घेतले.'' डॉ. मोहिते तेव्हा काय झाले सांगत होते. त्या वेळची परिस्थिती आठवून त्यांना घाम आला.

''आम्ही डॉ. मोहित्यांच्या कन्सल्टिंग रूममध्ये आलो तेव्हा ॲड. चितळे

सचिंत मुद्रेने मोहित्यांसमोर बसले होते.'' शालिनीदेवी पुढे सांगू लागल्या. ''डॉक्टरांनी आम्हाला सिद्धमहाराजांबद्दल सर्व माहिती सांगितली. ती ऐकून आम्हालाही काही सुचेनासे झाले. खरं म्हणजे एकदा आम्ही महाराजांच्या दर्शनाला गेलो असताना त्यांनी आम्हाला आमच्यावर एक जबरदस्त संकट येणार असल्याची सूचना दिली होती; पण घाबरू नका. आम्ही आपल्याला तारून नेऊ असं सांगितलं होतं. आणि त्यांनी सांगितल्याप्रमाणे आमच्यावर हे संकट आलेसुद्धा. आता यातून ते आम्हाला तारणार होते. पण आता स्वत:च सीरियस झाले होते. ते आम्हाला कशी मदत करणार? असा आमच्या मनात विचार आला. आमची महाराजांवरची श्रद्धा थोडी डळमळीत झाली. पण ती क्षणभरच! आत्ता आम्हाला आणि ॲड. चितळे यांना एकमेकाचाच आधार होता. पुढील सर्व काही एकमेकांच्या विचारानेच करावे लागणार होते.

''पण ही महाराजांच्या सीरियस होण्याची गोष्ट आपण आत्ता बाहेर कोणाला सांगायलाच नको. सर्व भक्त दर्शनाकरिता गडबड करतील. त्यामुळे महाराजांना आणखी त्रास होईल.'' आम्ही ॲड. चितळ्यांना म्हणालो.

''आपले बरोबर आहे. आजची रात्र जाऊ द्यावी, असं आम्हालासुद्धा वाटते,' ॲड. चितळ्यांना आमचे म्हणणे पटले.

''आम्ही परत साहेबांच्या खोलीत येऊन बसलो. उद्या सकाळी ऑपरेशन असल्यामुळे सर्व जण घरी गेले होते. पहाटे सर्वजण येणार होते.

''त्या रात्री आम्ही आमच्या मनाला धीर देत होतो. सिद्धमहाराजांची शिकवणच अशी होती, की आपलं आध्यात्मिक सामर्थ्य वाढवा. त्यामुळे आपल्या मनातली कितीही कठीण पण तीव्र असलेली इच्छा पूर्ण होईल. आम्ही परमेश्वराची प्रार्थना करतच रात्र घालवली.

''पहाटे तीनच्या सुमारास चितळे आमच्याकडे आले. तेही सिद्धमहाराजांजवळ बसून होते.

''महाराजांना धाप लागली आहे.'' ते हलक्या आवाजात म्हणाले,

''डॉक्टर येऊन गेले. आता केव्हाही काहीही होऊ शकते.''

''आम्हाला रडूच कोसळलं. पण काय करणार? आम्ही महाराजांच्या खोलीत गेलो. त्यांची अवस्था खरंच फार नाजूक झाली होती. आम्ही त्यांच्या पायाला स्पर्श करून त्यांचे दर्शन घेतले. आमच्यापुढं साहेब आणि महाराज दोघांच्याही जीवन-मरणाचा प्रश्न उभा राहिला होता. पण आम्ही काहीही करू शकत नव्हतो. आम्ही अगतिक झालो होतो. आम्ही महाराजांच्या कॉटशेजारी उभे होतो. त्यांच्याकडे टक लावून पाहत होतो. अचानक त्यांनी उजवा हात उचलला. तळवा पसरला.

"ते आशीर्वाद देत असावेत.'' चितळे म्हणाले.

"आम्हालाही तसे वाटते. धीर वाटू लागला. जे घडणार आहे ते चांगल्यासाठीच असा आम्हाला विश्वास वाटू लागला आहे.'' आम्ही म्हणालो.

"महाराज अनंतात विलीन होणार हे चांगल्यासाठी?'' चितळे म्हणाले.

"धीर धरा. सर्व समजेल.'' आम्ही म्हणालो.

"खरं म्हणजे आम्ही काय बोलत होतो. ते आम्हालाही समजत नव्हते. आम्ही तेथेच उभे राहिलो. त्यांचा श्वास कमी कमी होतो आहे, असे आम्हाला जाणवले.

"आम्ही डॉक्टरांना बोलावले. डॉक्टरांनी त्यांना तपासले.''

"आता हळूहळू त्यांची प्राणज्योत विझणार आहे.'' डॉक्टर म्हणाले. आणि आमच्या देखतच महाराज अनंतात विलीन झाले. पहाटेचे साडेपाच वाजले होते. त्यांचा हात तसाच आशीर्वादाच्या स्थितीत होता. आम्ही दर्शन घेतले. आम्ही डॉक्टरांच्या रूममध्ये गेलो.

"आता काय करायचं? सर्वांना सांगायचं का?'' आम्ही विचारले.

"सांगायला तर पाहिजेच.'' डॉक्टर म्हणाले.

"आम्ही घरी जाऊन येतो. महाराजांनी एक पाकीट आमच्याकडे दिलेले आहे. त्यात काय आहे ते पाहून काय करायचं ते ठरवू.'' ॲड. चितळे म्हणाले.

"ते वाचेपर्यंत आपण कोणाला सांगायला नको.'' आम्ही म्हणालो.

डॉक्टरांनी होकार दिला.

आम्ही परत साहेबांच्या खोलीत आलो. त्यांच्या ऑपरेशनची गडबड सुरू झाली होती.

"बाळासाहेब, आशाराणी आले. गायत्रीदेवी आल्या नाहीत?'' आम्ही विचारले.

"त्यांच्या बाबांना रात्री हृदयविकाराचा तीव्र झटका आला. त्यामुळे त्यांना 'जीवनधारा' हॉस्पिटलमध्ये ठेवले आहे. त्या तिकडे गेल्या आहेत.'' बाळासाहेब म्हणाले.

"क्षणभर भीतीने आमच्या मनाचा थरकाप झाला. संकटे येतात ती अशी झुंडीने. पण आम्ही आमचे मन शांत ठेवले. महाराजांचे स्मरण केले.

"साहेबांचे कपडे बदलले. डॉक्टर भालेराव आले.''

"हृदयाचे स्टिचिंग ऑपरेशन आहे. सोपे आहे आणि डॉ. जोन्स त्यातले तज्ज्ञ आहेत.'' ते म्हणाले.

"आम्हाला माहीत आहे. त्यांनी हृदयाच्या शेकडो शस्त्रक्रिया केलेल्या आहेत. आणि आपणही आहातच की! आम्हाला कसलीच काळजी वाटत नाही. आम्ही तयार

आहोत'' साहेब हसत हसत म्हणाले.

"सर्व तयारी झाल्यावर साहेबांना ऑपरेशन थिएटरमध्ये नेण्यात आले. सर्व डॉक्टर्स गेले. आम्ही थिएटरच्या बाहेर बसून राहिलो.

"थोड्याच वेळात चितळे पाकीट घेऊन आले. त्यांनी आम्हाला आणि बाळासाहेबांना केबिनमध्ये बोलावले.

"हॉस्पिटलमध्ये आणण्यापूर्वी महाराजांनी हे पाकीट आमच्याजवळ दिले होते'' पाकीट उघडत ते म्हणाले. 'ते वाचल्यावर पुढचं काय ते ठरवू.'

"आम्ही संमती दिली.

"चितळ्यांनी पाकीट फोडून आतील कागद बाहेर काढले.''

शालिनीदेवी त्या वेळी काय काय झालं, ते सांगत होत्या. आम्ही सर्वजण शांतपणे ऐकत होतो.

"हेच ते महाराजांचे पत्र. बाळासाहेब, मोठ्याने वाचा. आम्ही एक कागद त्यांच्या हातात दिला. बाळासाहेब वाचू लागले-''

इच्छापत्र

"परमप्रिय शिष्य काकासाहेब चितळे,
हे पत्र मोठ्या विश्वासाने आपल्या हाती देत आहोत. आपण कोणत्याही भावनेच्या आहारी न जाता या पत्रात लिहिल्याप्रमाणे वागावे अशी आमची इच्छा आहे.

आपण जेव्हा हे पत्र वाचत असाल, तेव्हा आम्ही अनंतात विलीन झालेले असू. आपल्यावर दु:खाचा डोंगर कोसळल्याची भावना आपल्या मनात असेल. पण आपण दु:ख करू नये. आम्ही वेळोवेळी सांगितलेच आहे, की जो या जगात जन्माला येतो, तो काही काळाने या जगातून जातो. परमेश्वरस्वरूप राम, कृष्ण या जगात आले आणि निसर्गनियमानुसार ते या जगातून गेले. तेसुद्धा निसर्गनियमांना अपवाद ठरले नाहीत. त्यामुळे 'आमच्या जाण्याचे दु:ख करू नका.' हा संदेश आपण सर्व शिष्यांपर्यंत पोचवा.

आमची साधना पूर्ण झालेली नसताना आम्हाला जावे लागणार आहे, हे आम्हास माहीत आहे. अजून आम्हाला मंत्रशक्ती, नादलहरी यांवर अभ्यास करावयाचा होता. आमच्या साधनेचा उपयोग करून जनसामान्यांची सेवा करावयाची होती.

आमच्या साधनेचा उद्देश स्वत:ची जन्म-मृत्यूच्या फेऱ्यातून सुटका करून

घेण्याचा नव्हता; तर आमच्या साधनेमुळे जनसामान्यांची या जन्ममृत्यूच्या फेऱ्यातून सुटका व्हावी, असा होता.

कोणतीही साधना शरीराशिवाय करता येत नाही. जन्माने आपल्याला शरीर मिळते. पण जन्मापासून साधनेची ओढ लागेपर्यंत बालपण, तरुणपण यांत बरीच वर्षे जातात. ही वाया जाणारी वर्षे वाचण्याकरिता आम्ही एक अनोखा प्रयोग केलेला आहे.

आजपर्यंत केलेली साधना आम्ही हृदयाजवळील अनाहत चक्रात साठवून ठेवली आहे. साधनेने प्राप्त झालेली सिद्धी त्या चक्रात आम्ही ठेवलेली आहे. ते सर्व आत्मिक बळ आम्ही परत वापरू शकणार आहोत.

प्रेम ही जगातील सर्वांत मोठी शक्ती आहे. साधना ही प्रेमाने सफल होते. एखाद्याकडून जबरदस्तीने आपण आपला हेतू साध्य करू शकू; पण त्याचा अपेक्षित परिणाम होईलच, असे नाही. याउलट, त्याच्यावर प्रेम केलेत, तर तो आपल्याला सर्वतोपरी मदत करेल. त्यामुळे आपला हेतू साध्य होईलच. आपणाला माहीत आहे, की पूर्वी असुर तप करून देवांकडून वर मिळवीत. हे तप म्हणजे देवांची प्रेमाने केलेली भक्ती. देवही जाणून होते की आपण दिलेले वर आपल्यालाच त्रासदायक ठरणार आहेत. तरी ते वर देत. प्रेमाने असे घडते.

आताच्या काळात पाश्चात्त्य देशांत समृद्धी आहे, स्वच्छता आहे, पण प्रेम नाही. त्यामुळे मनःशांती नाही. आपल्याकडे दरिद्रता आहे, अस्वच्छता आहे, धूळ आहे; पण त्याबरोबर प्रेमही आहे. म्हणून आपल्या देशात तीन तीन पिढ्या एकत्र राहू शकतात. पाश्चात्त्य देशांत पती-पत्नीसुद्धा फार काळ एकत्र राहू शकत नाहीत. अनाहत चक्र हे प्रेमाचे भांडार आहे. तेथे प्रेमाची देवाण-घेवाण होते. हृदय हे अनाहत चक्राच्या जवळ आहे. म्हणून आपण हृदयात प्रेम असते, असं म्हणतो.

आमची ही साधना सफल व्हायची असेल, तर त्याला प्रेमाची जोड आवश्यक आहे. म्हणूनच आम्ही आमची साधना अनाहत चक्रात साठवून ठेवलेली आहे.

याकरिता आमची अशी इच्छा आहे की, आमच्या शरीरातला आत्मा जेव्हा आमचा देह सोडून जाईल, त्या वेळी आमच्या या नश्वर देहात असलेल्या हृदयाची पुनःस्थापना आपण दुसऱ्या देहात करावी; म्हणजे या अनाहत चक्रात साठवलेल्या आत्मिक बळाच्या साहाय्याने आम्ही आमचा राहिलेला अभ्यास या दुसऱ्या देहाच्या साहाय्याने पूर्ण करू. त्यामुळे आत्तापर्यंत केलेल्या साधनेचा उपयोग जनसामान्यांचे दुःख निवारण्यासाठी करून त्यांना सत्कर्म करण्यास प्रवृत्त करू शकू.

हे आपल्याला सोपे जावे म्हणून योग्य देह उपलब्ध झाल्यावरच आम्ही

पंचतत्त्वांत विलीन होऊ.

आम्हाला आमची पुढची साधना व्यवस्थित करता यावी याकरिता आम्ही हे गुप्त ठेवले होते आणि आपणही ते गुप्तच ठेवा. याची वाच्यता कोठेही करू नये. त्यामुळे आमच्या शिष्यांच्या, आमच्यावर विश्वास ठेवणाऱ्या आमच्या हजारो अनुयायांच्या भावना दुखावल्या जाणार नाहीत.

ही महत्त्वाची जबाबदारी आम्ही अत्यंत विश्वासाने आपल्यावर सोपवीत आहोत. योग्य वेळ येताच आम्ही हे सर्व प्रकट करू.''

सिद्धमहाराज

बाळासाहेबांनी हे इच्छापत्र वाचून संपविले.

शालिनीदेवी त्या वेळी जे काही घडले ते तपशीलवार सांगू लागल्या.

'महाराजांच्या महानिर्वाणासंबंधी आपण आत्ताच कोणाला काही सांगायला नको.' ॲड. चितळे गंभीर आवाजात म्हणाले.

आम्ही त्यांच्या म्हणण्याला संमती दिली.

''आता महाराजांच्या इच्छेप्रमाणे दुसरे शरीर केव्हा मिळते, याची वाट पाहायला हवी. बाबासाहेबांचे ऑपरेशन झाल्यावर ते आपण डॉक्टरांना सांगू म्हणजे ते कोणाच्या हृदयाचे Transplantation करावयाचे आहे का? याची इतर हॉस्पिटलमध्ये चौकशी करतील.'' ॲड. चितळे म्हणाले.

''त्यांना आता महाराजांचे हृदय योग्य माणसाच्या शरीरात कसे बसेल, याची काळजी लागून राहिली होती. त्यांनी ते इच्छापत्र पाकिटात ठेऊन दिले.

'आता डॉक्टर कधी येतात, याची वाट पाहायला हवी. महाराजांनी मोठी जबाबदारी आमच्यावर सोपवली आहे.' ते पुटपुटले. ते खूप अस्वस्थ झाले होते.

''चितळे महाराज, आपण काही काळजी करू नये. महाराज सर्व काही त्यांच्या इच्छेप्रमाणे घडवून आणतील. त्यांनी या इच्छापत्राने आपल्याला थोडे संकेत दिले आहेत. सर्व काही महाराजच करणार आहेत.'' आम्ही त्यांना धीर दिला.

''ते डोक्याला हात लावून बसले होते. आम्ही ऑपरेशन थिएटरच्या बाहेर येऊन बसलो. साधारण अर्धा तास झाला असेल. डॉ. मोहिते बाहेर आले. त्यांनी आम्हाला आणि बाळासाहेबांना केबिनमध्ये बोलावले.'' शालिनीदेवी सांगत होत्या. ''आमची अवस्था खूप नाजूक झाली होती. आमचे गुरु पंचतत्त्वांत विलीन झाले होते आणि बाबासाहेब ऑपरेशन टेबलावर होते.''

''मोहित्यांच्या सूचनेप्रमाणे आम्ही केबिनमध्ये गेलो. ॲड. चितळे तेथेच

बसले होते.'' शालिनीदेवींना थांबवून बाळासाहेब पुढे सांगू लागले, ''डॉ मोहिते त्यांच्या खुर्चीवर बसले. ते खूपच गंभीर झाले होते. खूप अस्वस्थ झाले होते. आम्हाला त्यांची अवस्था पाहून काळजी वाटू लागली. कशाला बोलावले आहे, याची भीतीसुद्धा वाटली.

''काय झाले डॉक्टर?'' आम्ही विचारले.

डॉ. मोहिते घामाने डबडबले होते.

''काय झाले डॉक्टर?'' आम्ही परत विचारले. ''काही वाईट तर झाले नाही ना?'' आमचासुद्धा धीर सुटला होता.

''आमचा अंदाज चुकला. या सगळ्याला आम्हीच जबाबदार आहेत.'' ते कसेबसे बोलले.

''डॉक्टर, काय झाले? नीट सांगा.'' ॲड. चितळ्यांनी विचारले.

''बाबासाहेबांच्या हृदयाची जखम चिघळली आहे. टाके घालूनही काही उपयोग नाही. त्यांचं आयुष्य...'' डॉ. मोहित्यांना पुढे बोलवेना.

''डॉक्टर, असे हताश होऊ नका. यावर काही उपाय असेल ना?'' आईसाहेबांनी विचारले.

''हे हृदय बदलावे लागेल. पण आता ऑपरेशन चालू असताना लगेच कोठे दुसरे हृदय मिळणार? आपल्याकडे ब्लड बँकेसारखी हार्ट बँक थोडीच आहे? आमचे ग्रहच फिरलेले दिसतात. रात्री आमच्या हॉस्पिटलमध्ये महाराज गेले आणि आता बाबासाहेबांचे काही खरे नाही.'' डॉक्टर रडण्याच्याच बेतात आले होते.

केबिनमध्ये क्षणभर शांतता पसरली.

''तुम्हाला हृदय बदलायचं आहे ना? मग महाराजांचं हृदय घ्या ना.'' ॲड. चितळे एकदम म्हणाले.

''काय? नाही, नाही. असं नाही करता येणार. महाराजांचे शिष्य असं करू देणार नाहीत. त्यांना जर हे समजले तर?'' डॉक्टर घाबरून म्हणाले.

बाळासाहेब त्या वेळची परिस्थिती सांगत होते.

''आमची मानसिक स्थिती अशीच भयानक झाली होती. आम्हाला मार्ग सुचत नव्हता. डोकं बधिर झालं होतं. आम्ही घाबरून गेलो होतो.'' डॉ. मोहित्यांनी बाळासाहेबांना थांबवले. पुढचे आम्ही सांगतो असं म्हणून ते सांगू लागले.

''आम्हाला बाबासाहेबांचं ओपन केलेलं हृदय दिसत होतं. आम्हाला वाटत होतं की बाबासाहेबांची जखम किरकोळ आहे. ती काही दिवसांत आपोआप भरून येईल. पण तसं झालं नाही. आम्ही डॉ. भालेरावांना रिपोर्टस् पाठवले. त्यांनी

आम्हाला कळवलं की जखम खोलवर झालेली आहे. ती Stitching करावी लागेल. आम्ही त्यांना आपण येथे येऊन Stitching Operation करावे असं सुचवलं. लवकरात लवकर या, असं कळवलं. पण त्यांच्या ऑपरेशनच्या तारखा आधीच ठरलेल्या होत्या. त्यामुळे ते आत्ता आले होते. त्यांनी डॉ. जोन्सनासुद्धा बरोबर आणले. त्यांनाही वाटले ऑपरेशन दोन तासांत होईल.

"ॲड. चितळ्यांनी पाकिटातील इच्छापत्र आम्हाला वाचायला दिले. आम्ही ते वाचले आणि आमच्या डोळ्यांतून घळाघळा पाणी वाहू लागले.

"या इच्छापत्राप्रमाणे महाराजांचे हृदय काढून बाबासाहेबांची शस्त्रक्रिया पूर्ण करा.'' ॲड. चितळे आम्हाला म्हणाले.

"महाराजांनी मोठ्या प्रसंगातून आम्हाला सोडवले होते.'' आम्ही म्हणालो. पण आमच्या तोंडून शब्दच बाहेर पडले नाहीत. आम्ही ताबडतोब ऑपरेशन थिएटरमध्ये गेलो. "महाराजांचं हृदय बाबासाहेबांच्या शरीरात बसवून शस्त्रक्रिया पुरी करता येईल का?'' आम्ही डॉ. भालेरावांना विचारले.

"Yes it can be done." डॉ. जोन्स म्हणाले.

या निर्णयामुळे आम्ही सर्वजण रिलॅक्स झालो. आमच्यापुढील जटिल प्रश्नाला आमच्याजवळच इतकं सोपं उत्तर असेल, याची आम्हाला कल्पना नव्हती. आम्ही महाराजांची बॉडी ऑपरेशन थिएटरमध्ये आणली.'' डॉ. मोहिते घडलेला प्रसंग सांगत होते.

"डॉ. मोहित्यांच्या सांगण्याप्रमाणे आम्ही महाराजांचे हृदय काढण्याची शस्त्रक्रिया सुरु केली.'' डॉ. भालेराव पुढील हकीकत सांगू लागले. "ती शस्त्रक्रिया करत असताना आम्ही एकदम थांबलो. आम्हाला Superior vena cava ही हृदयापासून निघालेली रक्तवाहिनी नेहमीच्या जाडीपेक्षा खूपच जाड झालेली दिसली. आजपर्यंत इतकी ऑपरेशन्स केली पण असे कोठेही आढळले नव्हते. आम्ही ते डॉ. जोन्सना दाखवले. त्यांनाही आश्चर्य वाटले. त्यांनाही हे नवीन होते.

"Why it is so thick?" आम्ही डॉ. जोन्सना विचारले.

"There is no fungus or viral infection on it. whatever may be the reason, it is not harmful, it looks benign to me"

"But for operation it is better that the vein should be of normal size." आम्ही म्हणालो

"That is true. so we will cut it where it is of normal size." जोन्स म्हणाले.

"म्हणून आम्ही ती रक्तवाहिनी जेथे नॉर्मल साईझची झाली होती; तेथे कट करून आम्ही महाराजांचे हृदय काढले. बाबासाहेबांचे हृदय काढून त्यांच्या जागी आम्ही महाराजांचे हृदय Transplant केले. वेळेत दुसरे हृदय मिळाल्यामुळे नंतर काहीच प्रॉब्लेम आला नाही. डॉ. जोन्स मदतीला होतेच. ऑपरेशन अगदी व्यवस्थित झाले. त्यानंतर आतापर्यंत बाबासाहेबांना काहीच त्रास झालेला नाही. चालले तरी दम लागत नाही, हे त्यांच्या सुदृढ हृदयाचेच लक्षण आहे." डॉ. भालेरावांनी बारीकसारीक तपशिलासुद्धा सर्व काही सांगितले.

"डॉक्टर हे सर्व तुम्ही अगदी तपशीलवार सांगितलेत. पण आमचा जो मूळचा स्वभाव बदलण्याचा प्रश्न होता. त्याचे उत्तर या तपशिलांत आले नाही." आशाराणींनी त्यांना परत मूळ मुद्द्याची आठवण करून दिली.

"With my experience I firmly say that the change in heart is not a reason for change in temperament. I am 100% sure that the reason behind it is different; may be a mental shock caused by a voilent person with a knife in his hand or it could be any other shock."-Dr. Jones

आम्ही आमच्या ऑपरेशनच्या कथा निरनिराळ्या माणसांकडून ऐकत होतो. यातून आम्हाला माहिती नसलेल्या अनेक गोष्टी समजत होत्या. इतक्या महत्त्वाच्या गोष्टी घडलेल्या असताना त्या आमच्याकडून लपविल्या गेल्या, याचा आम्हाला भयंकर राग आला होता. मोठ्या मुश्किलीने आम्ही तो काबूत ठेवला. आता रागावून काय उपयोग? जे घडले आहे ते चांगलेच घडले आहे, असा विचार आम्ही मनात आणला. त्यामुळे आमच्या रागाचा पारा उतरला.

"ह्या जाड रक्तवाहिनीची माहिती आम्हाला आताच समजते आहे." शालिनीदेवी म्हणाल्या, "आशाराणी, यावरून आम्ही आपल्या प्रश्नाचे उत्तर देऊ शकतो. महाराजांनी त्यांच्या इच्छापत्रात लिहिलेले आहे, की त्यांनी त्यांच्या साधनेने मिळवलेले आत्मिक बळ हे त्यांच्या अनाहत चक्रात साठवून ठेवलेले आहे. अनाहत चक्र हे हृदयाजवळ आहे, असे मानले जाते. शरीरातली षट्चक्रे ही योगशास्त्र अणि आयुर्वेदाच्या संकल्पना आहेत. कुंडलिनी शक्ती ही मूलाधार चक्रात सुप्त अवस्थेत असते. ती जागृत करून सुषुम्ना नाडीतून कपाळापाशी असलेल्या सहस्त्रदल चक्रात नेल्यावर परमतत्त्वाचे ज्ञान होते. एखाद्या गोष्टीचा ध्यास म्हणजे सतत आठवण ही अनाहत चक्रात होणाऱ्या अनाहत ध्वनींमुळे आपल्याला होते. जनसामान्यांच्या सेवेच्या ध्यासाचा ध्वनी महाराजांच्या अनाहत चक्रात सतत उमटत असला पाहिजे.

ह्या सेवेच्या ध्यासाकरिता त्यांनी आपली आध्यात्मिक शक्ती अनाहत चक्राजवळील या रक्तवाहिनीवरील आवरणाच्या स्वरूपात साठवून ठेवली असणार. त्यामुळे ती रक्तवाहिनी जाड झालेली असणार. मागे एका षट्चक्रांवरील प्रवचनात त्यांनी आपली अध्यात्मिक शक्ती अशी साठवून ती जेव्हा पाहिजे तेव्हा वापरता येईल का? याबद्दल आपण प्रयोग करत असल्याचे सांगितले होते. आपल्या हृदयात प्रेम निर्माण झाले, की हृदयाची धडधड वाढते कारण अनाहत चक्र हे हृदयातील प्रेमाचे प्रतीक आहे. महाराजांनी साठवलेली आध्यात्मशक्ती हृदयाच्या पुनर्रोपणामुळे साहेबांच्या शरीरात आली असणार आणि त्याचा परिणाम त्यांच्या मनात प्रेमभावना निर्माण झालेली असणार. याचा परिणाम त्यांच्या स्वभावबदलात झालेला आहे. पूर्वी नास्तिकपणाची असलेली भावना आता परमेश्वराच्या प्रेमात रुपांतरित झाली आहे. त्याचा दृश्य परिणाम म्हणजे त्यांच्यात आलेली अस्तिकतेची भावना. पूर्वीचा शीघ्रकोपी स्वभाव आता शांत झाला आहे. मनातील व्यावहारिक वृत्ती जाऊन अनाहत चक्रातील प्रेमभावनेने ते भावनिक झालेले आहेत. पैशाचे प्रेम कमी होऊन लोकसेवेचे प्रेम वाढलेले आहे. म्हणूनच कृष्णाचे ऑपरेशन त्यांनी स्वखर्चाने केले.

हा स्वभावबदल चांगला आहे. प्रेम हे षड्रिपूंवर विजय मिळवून मनाला शांती देते. द्वेष, तिरस्कार, अहंभाव कमी करते. त्यामुळे जीवनाचा आनंद मिळतो.'' शालिनीदेवींनी आमच्या स्वभावबदलाचे विश्लेषण केले. ''आपणही आपल्या स्वभावात प्रेम आणलेत, तर आपल्यालाही जीवनातला आनंद लुटता येईल.'' त्यांनी आशाराणींना सल्ला दिला.

आशाराणी काही वेळ गप्प राहिल्या. त्यांनी शालिनीदेवींच्या आस्तिकतेवर किंवा त्यांनी दिलेल्या सल्ल्यावर नेहमीप्रमाणे तिखट भाष्य केले नाही.

"Today I heard Indian Philosophy. You told it in very simple manner. I am so impressed that I have decided to study it." डॉ. जोन्स झटकन म्हणाले.

''याबद्दल तुम्हाला जी मदत लागेल ती आम्ही देऊ.'' शालिनीदेवी म्हणाल्या.

''Dr. Jones, There is a small doubt in my mind. May I ask?" गायत्रीदेवींनी जोन्सना विचारले.

"Oh!! Sure." जोन्सनी हसत हसत परवानगी दिली.

"You started the operation for stitching of a heart. But you performed Heart Transplant operation. Is it so easy? Additional tests which are required for that operation. you have not performed. Your decision was very risky." गायत्रीदेवी म्हणाल्या.

"What you think is very correct. Nobody will take such a decision. And I have also not taken such a risky decision. You are intelligent." डॉ. जोन्स म्हणाले.

''ही शंका आमच्याही मनात आली होती. कोणतेही ऑपरेशन त्याबद्दलच्या पूर्ण चाचण्या केल्याशिवाय करताच येत नाही. हा विचार कोणत्याही सामान्य माणसाच्या मनातसुद्धा येतो आणि गायत्रीदेवी तर डॉक्टर आहेत. त्यांच्या मनात असा विचार आला असेल, तर ही काही त्यांची हुशारी नाही.'' आशाराणी गायत्रीदेवींकडे पाहत म्हणाल्या. त्यांना डॉ. जोन्सनी गायत्रीदेवींची केलेली स्तुती आवडलेली नव्हती.

"When Dr. Bhalerao told me that we have to go to Pune for Heart stitching operation, I told him to perform certain tests like Blood group, Blood pressure, Blood sugar, Blood cell count, Platelet count, Cardiograph, Cardio pressure etc.

"Which are also useful for Transplant operation. When actually examined the file, I observed all his reports. I find he was fit for stitching operation as well as any emergancy operation. After examining him Dr. Mohite requested us to examine Swami Maharaj. He was serious. His lever became hard. It was not functioning properly. His body was not giving any response to the treatment. Really speaking he was in the last stage and he would have died any time. I have also examined his file. I expressed my opinion to Dr. Mohite. Next morning we started the stitching operation. But when opened I saw the heart injury was beyond stitching and heart should be replaced.

"'I will contact with other hospitals and find out any heart is available for transplanatation operation. Please wait till I come back.' Dr. Mohite told us" डॉ. जोन्स सांगत होते.

''आता आमच्या लक्षात आले, की डॉ. मोहित्यांनी महाराजांचे हृदय heart transplantation करिता वापरा असे सुचवल्यानंतर डॉ. जोन्सनी काही न बोलता ऑपरेशन कसे चालू केले? त्यांच्या डोक्यात हा प्लॅन पहिल्यापासून असावा आणि

त्याप्रमाणे त्यांनी तयारी करून ठेवली होती. वास्तविक हे ऑपरेशन इतके सोपे नाही, की ऐन वेळी आपण निर्णय बदलू शकू.'' डॉ. भालेराव म्हणाले, ''हे सगळं ऐन वेळी करू शकलो; कारण डॉ. जोन्स आमच्याबरोबर होते. ते नसताना आम्ही असे करू शकलो नसतो. पण आता आम्ही डॉ. जोन्सकडून खूप काही शिकलो.''

''यावरून आम्हांला पूर्वीची 'वैद्य आणि शिष्य' यांची गोष्ट आठवते. एक वैद्य आपल्या शिष्याला घेऊन एका रोग्याला तपासण्याकरिता गेले. सगळे तपासून झाल्यावर वैद्यांनी रोग्याला विचारले, 'तुम्ही केळी खाल्लीत का?' त्या रोग्याने 'हो' म्हटले. वैद्य म्हणाले, 'म्हणूनच तुमचे पोट दुखते आहे.' वैद्याने त्याला औषध दिले. बाहेर आल्यावर शिष्याने विचारले, 'गुरुजी तुम्ही कसं ओळखलंत की त्याने केळी खाल्ली आहेत म्हणून?' वैद्याने सांगितले, 'रोग्याला तपासत असताना आम्हाला जवळच पडलेली केळीची साले दिसली. यावरून आम्ही विचारले.''' आम्ही सांगत होतो. ''वैद्याच्या सांगण्याचा उद्देश असा की आपण रोगी तपासत असताना आजूबाजूची परिस्थिती न्याहाळली पाहिजे. ते आता डॉ. जोन्सनी केले. त्यांनी महाराजांना तपासत असताना ते २-३ तासांत जातील आणि वेळ पडली तर त्यांचे हृदय आपल्याला उपयोगी पडेल, याची खूणगाठ बांधली होती. म्हणूनच डॉ. जोन्स महान आहेत.'' आम्ही डॉ. जोन्सचे कौतुक केले.

''बाबासाहेब, आता आपल्या लक्षात आले असेल, की आम्ही इंग्रजांना हुशार का म्हणतो ते. खरं म्हणजे पूर्वी आपलंसुद्धा हेच मत होतं. ते आता ऑपरेशननंतर बदलले आहे.'' आशाराणी म्हणाल्या.

''इंग्रज किंवा पाश्चिमात्य लोक हुशार नाहीत, असं आम्हा भारतीयांचे अजिबात मत नाही.'' शालिनीदेवी म्हणाल्या, ''परंतु आपण त्यांचे जे आंधळेपणाने अनुकरण करतो ते करू नये, असे आम्हाला वाटते. त्यांच्याकडील आणि आपल्याकडील वातावरणात खूप फरक आहे. त्यांच्याकडे बर्फ पडते, थंडी जास्त असते म्हणून ते अंडी जास्त खातात, दारू जास्त पितात. वुलनचे कपडे घालतात. त्यांचे अनुकरण म्हणून आपण तसे वागलो, तर आपली तब्येत बिघडेल. त्यांच्याइतकी अंडी दिवसाला खाल्ली, तर आपल्याला उष्णता होईल. त्यांच्यासारखे वुलनचे कपडे नेहमी वापरले, तर आपण घामाने डबडबून जाऊ. माणसांमधले चांगले गुण त्यांची जात-पात न बघता, पाश्चात्त्य-पौर्वात्य न बघता घ्यावेत. पण त्याच वेळी आपल्यातही काही चांगले गुण आहेत, हे विसरू नये. आपल्या लोकांना ग्रह, तारे, त्यांच्या गती ह्याबद्दल पूर्वीपासून माहिती होती. त्यापासून ज्योतिषशास्त्र तयार झाले. आयुर्वेदामुळे शरीरशास्त्राचे संपूर्ण ज्ञान होते, हे सिद्ध होते. गणिताचे ज्ञान होते. किंबहुना 'शून्या'ची

कल्पना भारतीय गणितींचीच आहे. असे असताना आपल्या ग्रंथाकडे, आपल्या संशोधकांकडे दुर्लक्ष करून केवळ पाश्चिमात्यांचेच कौतुक करणे चूक आहे. विज्ञान हे ऋग्वेदाने खूप आधी सांगितले आहे. आयुर्वेदाने निरनिराळ्या वनौषधींचा अभ्यास केलेला आहे. पण या शास्त्रांकडे काणाडोळा करून फक्त ॲलोपथीचा उदोउदो करू नये असे आम्हाला वाटते.'' शालिनीदेवींनी भारतीय संस्कृतीवर एक मोठे प्रवचनच दिले. यातले डॉ. जोन्सना किती समजले, कोणास ठाऊक? ते गप्प बसून होते. पण इतके मात्र खरे की आज आम्ही त्यांच्यामुळे वाचलो, ही जाणीव आम्हाला मरेपर्यंत ठेवावी लागणार होती.

''तुमचे तत्त्वज्ञान काहीही असू देत; पण आमचे जीवनदाते डॉ. जोन्स आणि डॉ. भालेराव आहेत.'' आम्ही कृतज्ञतापूर्वक म्हणालो.

''ते नक्कीच आहे. पण सिद्धमहाराजांनी आम्हाला पूर्वीच सांगितले होते, की आपल्यावर मोठे संकट येणार आहे, पण त्यातून आम्ही आपल्याला तारून नेणार आहोत. त्याप्रमाणे आपल्या जिवावरचे संकट महाराजांनी आपले हृदय देऊन निवारले आहे, हे आपल्याला विसरून चालणार नाही.'' शालिनीदेवी म्हणाल्या.

''महाराजांचे हृदय काढल्यामुळे नंतर काही गडबड झाली का? शिष्यांची प्रतिक्रिया काय झाली?'' डॉ. भालेरावांनी विचारले.

''अजून आम्हीही कोणाला सांगितले नाही. साहेबांचे ऑपरेशन व्यवस्थित पार पडल्यावर महाराजांची बॉडी व्यवस्थित शिवून ICU मध्ये ठेवली आणि नंतर महाराज पंचत्वात विलीन झाल्याचे ॲड. चितळे यांनी सर्वांना सांगितले. त्यानंतर ती आश्रमात आणली. तेथे दर्शनाकरिता ठेवली. महाराजांच्या अंत्यदर्शनाकरिता शिष्यांनी रांग लावली, सबंध आश्रमात दु:खाचं वातावरण होतं. आश्रमामध्येच अंत्यसंस्कार करण्यात आले. नंतर तेथेच महाराजांचं 'समाधिमंदिर' बांधण्यात आले. कोणालाही काहीही समजले नाही. सर्व काही व्यवस्थित पार पडले. महाराजांच्या निर्वाणानंतर आम्हाला सर्वाधिक लाभ झाला होता. साहेबांचे प्राण वाचवण्याकरिता आम्ही महाराजांचा उपयोग करून घेतला. असा आक्षेप कोणीही केव्हाही घेऊ शकेल, अशी भीती आमच्या मनात होती. ती आम्ही चितळ्यांना बोलून दाखवली. असे काही होणार नाही असे आश्वासन त्यांनी आम्हाला दिले. त्यांनी एक संमतिपत्र तयार केले. त्यावर सही केली. आमचीही सही घेतली.'' शालिनीदेवी सांगत होत्या. त्यांनी बटव्यातून एक कागद बाहेर काढला. ''हेच ते संमतिपत्र. बाळासाहेब, वाचा.'' असं म्हणून ते बाळासाहेबांच्या हातात दिले. बाळासाहेबांनी त्याची घडी उलगडली आणि ते वाचू लागले.

संमतिपत्र

महानिर्वाणानंतर त्यांच्या शरीराचे काय करायचे याबद्दलचे इच्छापत्र महाराजांनी त्यांचे परमशिष्य ॲड. चितळे यांच्याकडे लेखी स्वरूपात दिले होते. ते त्यांनी आम्हास वाचून दाखवले. महानिर्वाणानंतर हृदयदान करावे, अशी त्यांची इच्छा होती आणि ते दान कोणाला करावयाचे याचे अधिकार त्यांना दिले. ॲड. चितळ्यांनी त्यांच्या त्या अधिकारांचा वापर करून आमचे पती बाबासाहेब इनामदार यांना 'हृदयदान' केले. महाराजांच्या निर्वाणाने आम्हास धक्का बसला होता. ते दान घेण्यास आमचे मन धजावत नव्हते. पण ॲड. चितळे यांनी आम्हास समजावले आणि ह्या हृदयदानाने महाराजांची इच्छापूर्ती समाधानाने होईल असे सांगितल्याने आम्ही इच्छापूर्तीकरिता हे दान स्वीकारत आहोत आणि अत्यंत कृतज्ञ भावनेने हे संमतिपत्र लिहून देत आहोत.

सिद्धमहाराजांची भाग्यवंत शिष्या,

शालिनीदेवी इनामदार

वरील संमतिपत्र आमच्या गुरुभगिनी शालिनीदेवी इनामदार यांनी स्वखुशीने लिहून दिले आहे. त्यांनी हे हृदयदान स्वीकारल्यामुळे महाराजांनी आमच्यावर सोपवलेली अवघड व अनपेक्षित जबाबदारी आम्ही योग्य रीतीने पार पाडू शकलो. आम्ही त्यांचे आत्यंतिक ऋणी आहोत.

सिद्धमहाराजांचे शिष्य,

ॲड. चितळे

"महाराजांनी त्यांची आध्यात्मिक का कसली शक्ती हृदयाजवळच्या कसल्या तरी चक्रात साठवलेली आहे म्हणे! त्यामुळे तिथली रक्तवाहिनी जाड झाली आहे म्हणे! कोणाचा असल्या भाकडकथांवर विश्वास बसेल? कसल्या तरी रोगामुळे ती जाड झालेली असेल. डॉ. जोन्स, आपण तरी ऑपरेशनच्या वेळी ती नीट तपासून घ्यायला हवी होती. त्याच्यातील रोगजंतू सगळीकडे पसरण्याचा मोठा धोका आहे." आशाराणी हेटाळणीच्या स्वरात म्हणाल्या.

त्यांचं ते बोलणं ऐकून आमच्या मनात खूप चलबिचल झाली. आजपर्यंत एखाद्या विषयाची इतकी हेटाळणी केलेली आम्ही ऐकली नव्हती. पूर्वी आम्ही जेव्हा नास्तिक होतो, तेव्हा आम्ही परमेश्वराबद्दल काही तरी बोलायचो. पण त्यात इतका तिरस्कार नसायचा. आताचं आशाराणींचं बोलणं म्हणजे तिरस्काराचा परमोच्च बिंदू होता. त्यांना समर्पक उत्तर द्यावं, असं आम्हाला वाटू लागलं.

"आशाराणी, आपण जे बोललात ते अध्यात्माबद्दल काहीही माहिती नसताना

बोललात. हा विषय असा आहे, की त्याची प्रचीती दाखवता येत नाही; पण स्वत: घेता येते. अभ्यास आणि विश्वासाचा हा विषय आहे. परमेश्वर दिसत नाही. तो दाखवता येत नाही. पण त्याची प्रचीती येते. त्याकरिता मनाची खूप एकाग्रता व्हावी लागते. पूर्वीपासून अनेकांनी याचा अभ्यास केला. अनेकांनी देहभान विसरून विश्वासाने परमेश्वराची आळवणी केली आणि त्यांना त्याची प्रचिती आली. संतांना आलेले अनुभव त्यांनी अभंगांतून सांगितले; पण आपण त्यांना भाकडकथा म्हणून हेटाळलं. अजूनही हिमालयाच्या शांत वातावरणात तप करणारे अनेक साधू आहेत.

आम्ही हिमालयात यात्रेकरिता हिंडत होतो. ज्यांचे संसारातले लक्ष उडाले आहे किंवा ज्यांनी संसार मांडलाच नाही असेच लोक, साधू त्या वेळी हिमालयात यात्रा करत. यात्रेला गेला की त्याचे आयुष्य संपले, असे लोक मानत असत. आम्ही हिमालयात हिंडत असताना दाढी वाढलेला, हातात कुबडी घेतलेला गळ्यात रुद्राक्षांच्या माळा घातलेला, अंगात भगवी कफनी असलेल्या एका साधूबरोबर आम्ही हिंडलो. एका बर्फाच्छादित गुहेत आम्ही त्याच्याबरोबर राहिलो. त्यानेच आम्हाला ही आध्यात्मिक शक्ती साठवण्याची विद्या शिकवली. तिचाच आम्ही उपयोग केला.''

आम्ही भान हरपून बोलत होतो. खरं म्हणजे आम्ही स्वत: बोलत होतो की नाही, असा संभ्रम आम्हालाच पडला होता. कोणीतरी आमच्या मुखावाटे बोलत असावे.

इतके बोलून आम्ही बोलण्याचे थांबलो. सर्वजण आमचे बोलणे ऐकत होते. पण त्यांना आम्ही बोललेलो समजले की नाही, हे कळायला मार्ग नव्हता. पण त्यांनी कोणीही आम्ही हिमालयात केव्हा गेलो होतो? तेथे किती वर्षे राहिलो? असले प्रश्न मात्र विचारले नाहीत.

थोडा वेळ सर्वजण शांत बसले.

''साहेब, आपण आत्ता सांगितलेलीच आठवण महाराजांनी एकदा प्रवचनात सांगितली होती. ते पाच वर्षे हिमालयात राहिले होते. त्या अवलियाबरोबर ते हिंडत असत. हिमालयाचे वर्णन, तेथल्या वनौषधींचे वर्णन त्यांनी प्रवचनात केले होते. तपाला बसण्यापूर्वी ते थोडा झाडाचा रस घेत असत. त्यामुळे कित्येक दिवस भूक लागत नसे. पण उत्साह मात्र वाटत असे. हे सर्व त्यांनी सांगितले. पण तेथे ते काय शिकले, हे मात्र त्यांनी सांगितले नाही.'' शालिनीदेवी म्हणाल्या. ''आणि आत्ता आपण जे बोललात ना, ते अगदी महाराजांच्या आवाजात आणि त्यांच्या बोलण्याच्या ढंगात बोललात.''

खरं म्हणजे आम्हालाही आमचा आवाज बदलण्याचे जाणवले होते. आम्ही

जे बोललो ते उत्स्फूर्तपणे बोललो. पण आमची हृदय बदलल्याची शस्त्रक्रिया झाली आहे आणि ते आम्हाला कोणीच सांगितले नाही यामुळे आलेला राग गेला होता. आमच्या मनावर आलेले दडपण गेले होते. आम्ही पूर्वीसारखे झालो होतो.

"सिद्धमहाराजांचे महानिर्वाण झाल्यामुळे आम्ही पोरके झालो होतो. आता आम्हाला मार्गदर्शन कोण करणार, या विचारांनी अस्वस्थ झालो होते. पण आता आम्हाला समजले की, बाबासाहेबांच्या रूपात महाराजच आम्हाला मार्गदर्शन करत आहेत. बाबासाहेबांनी आमच्या वासुदेवाचा पुनर्जन्म म्हणजे कृष्णा हे सांगितल्यामुळे आमच्या पुढच्या निरर्थक आयुष्यात अर्थ निर्माण झाला आहे." इतका वेळ शांतपणे ऐकत बसलेले महादेवराव म्हणाले. ते उठले आणि त्यांनी आम्हाला वाकून नमस्कार केला.

"या सर्व गोष्टी महाराजांनी किती पद्धतशीरपणे केल्या. आमच्या मनात कृष्णाबद्दल सहानुभूती निर्माण झाली. नंतर स्वप्ने पडली. आमची गाडी आपल्या वाड्याजवळ पंक्चर झाली. आपली ओळख झाली. कृष्णाचे ऑपरेशन स्वखर्चाने करण्याची आम्हाला बुद्धी झाली. या सर्व गोष्टी आजपर्यंत योगायोगाने घडल्या असं वाटण्यासारख्या घडल्या; पण आता त्यांचा गूढ अर्थ समजला." आम्ही म्हणालो.

"महाराज त्यांच्या प्रवचनांत नेहमी सांगत, कोणतीही गोष्ट घडते त्यामध्ये कोणता तरी हेतू असतो. तो आपल्याला समजत नाही. म्हणून आपण त्याला योगायोग म्हणतो." शालिनीदेवी म्हणाल्या.

"बाबासाहेब, हे सर्व तत्त्वज्ञान ऐकायला आम्ही डॉ. जोन्सना येथे बोलावले नव्हते. ह्या सगळ्या आध्यात्मिक सुरस कथांवर तुमचासुद्धा विश्वास का बसायला लागला आहे, याचे वैज्ञानिक उत्तर आम्हाला कोणीच दिलेले नाही. डॉ. मोहिते सांगू शकत नाहीत. डॉ. भालेरावांकडे काहीच उत्तर नाही. आमचा भरवसा डॉ. जोन्सवर होता. ते आमच्या शंकेला समर्पक उत्तर देतील, असे वाटले होते. पण इतके मोठे आंतरराष्ट्रीय कीर्तीचे डॉक्टरही काही उत्तर देऊ शकले नाहीत. आम्ही पूर्णपणे नाराज झालेलो आहोत. आता उत्तर मिळण्याचे सर्व मार्ग संपलेले आहेत." आशाराणी अत्यंत निराशेने म्हणाल्या.

"I agree with your emotions. But I can't say anything as this is a unique case. I do not think any scientist can solve your problem. I recognize Babasaheb's temperament is completely changed. But I am sorry. I cannot give any satisfactory answer to your problem." डॉ. जोन्स अपराधीपणाने म्हणाले.

वातावरण गंभीर झाले होते. कोणी बोलण्याच्या मन:स्थितीत नव्हते.

"आशाराणी, आतापर्यंत सगळं चांगलं झालेलं आहे. आमचं ऑपरेशन व्यवस्थित झालेलं आहे. आम्हाला वेळेवर हृदय मिळालं. ते आम्हाला Suit झालं. ते तसं झालं नसतं तर आज आम्ही येथे नसतो. पण आता आमची तब्येत सुधारली आहे. स्वभाव शांत झाला आहे. नवनवीन संशोधन करण्याची इच्छा आम्हाला होते आहे. फक्त आमचा अध्यात्मावर विश्वास बसायला लागला आहे, आम्ही आस्तिक झालो इतकेच आपल्या दृष्टीने वाईट झाले आहे. याकरिता आपण नाराज होण्याचे कारण नाही. आपण इतक्या चिकाटीने प्रयत्न केलेत, याचे आम्हाला कौतुकच वाटते." आम्ही आशाराणींना समजावलं आणि डॉ. जोन्सकडे पाहून म्हणालो. "Doctor, there are limitations to our science. We can't help. Please do not mind what Asharani has said."

"खरोखरच बाबासाहेब, आम्ही आपला स्वभाव का बदलला हे समजावून घेण्याकरिता खूप प्रयत्न केले. आकाशपाताळ एक केले. याचा परिणाम म्हणजे या पडद्यामागच्या गोष्टी बाहेर आल्या. या सगळ्या गोष्टी उघड करण्याचे श्रेय आमचे आहे. आम्ही प्रयत्न केले नसते, तर या गोष्टी गुप्तच राहिल्या असत्या." आशाराणी अहंकाराने म्हणाल्या.

"आजचा दिवस खरोखरीच संस्मरणीय असाच आहे. आम्हाला असं वाटलं होतं, की आम्ही बाबासाहेबांना तपासून १-२ तासांत परत जाऊ; पण येथे चर्चा करण्यात ५-६ तास कसे गेले, ते समजलेच नाही. आज भारतीय अध्यात्माची थोडीशी झलक आम्हाला दिसली. पण त्यानेसुद्धा आमचे डोळे दिपून गेलेले आहेत. "डॉ. भालेराव भावनिक होऊन म्हणाले. ते चटकन उठले आणि त्यांनी आम्हाला नमस्कार केला.

"अहो डॉक्टर, तुम्ही असे काय करता आहात?" आम्ही म्हणालो.

"आम्ही योग्य तेच केले. आजच्या या प्रसंगाने आमचे विचारसुद्धा बदलले आहेत. आमचाही आस्तिकतेवर विश्वास बसू लागला आहे."

"Dr. Babasaheb Inamdar, I am also greatly impressed. I never thought why I have been visiting India so many times? Why I am interested in learning Marathi? Why I like your vegetarian food?

"A thought flashes in my mind that in my previous birth I may have been in India. Actually my grandfather visited and lived some years in India. He wrote some diaries when he was in India. I read those once but with a new thought, I will again read those. I will write a letter to you about his residence in India. I think he might have lived in Mumbai or Pune." डॉ. जोन्स म्हणाले.

"Anyway, whatever may be the reason you came here and gave me your precious teatment. I am extremely grateful. You are anytime welcome here." आम्ही हात जोडत म्हणालो.

डॉ. जोन्सनीसुद्धा हात जोडले.

''बाबासाहेब, आम्हाला तर आता तुम्ही महाराजांच्या जागी आहात. आम्ही नेहमी आपल्याकडे येणार आहोत.'' डॉ. मोहिते आमच्या पाया पडत म्हणाले.

''बाबासाहेब, आता आम्हाला निरोप द्या. आम्ही थोड्या वेळाकरिता येथे आलो होतो. पण पुढची अपॉइंटमेंट रद्द झाल्याने इतका निवांतपणा मिळाला.'' डॉ. भालेराव म्हणाले.

''डॉक्टर, आपण येथे आलात. चर्चा केलीत. त्याकरिता आपला बहुमूल्य वेळ दिलात. आम्हाला खूप बरं वाटलं. साहेबांच्यात झालेला बदल आम्हाला जाणवला होता. तो का झाला, याचा अंदाज आम्हाला आला होता; पण त्याचे कारण आम्ही कोणाला पटवून देऊ शकलो नसतो. या प्रसंगात आपली प्रत्येकाची भूमिका साहेबांना वाचवण्याची होती. आपल्या सर्वांचे आम्ही व्यक्तिशः आभारी आहोत.'' शालिनीदेवी हात जोडत म्हणाल्या.

''बाबासाहेब, आता आम्ही आपली रजा घेतो.'' डॉ. मोहिते म्हणाले.

''डॉक्टर, या बैठकीचे आम्ही निमंत्रक नव्हतो. त्यामुळे आपण निमंत्रकाची परवानगी घ्यावी, अशी आम्ही विनंती करतो.'' आम्ही आशाराणींकडे पाहत म्हणालो.

''बाबासाहेब, आम्ही जरी या सर्वांना एकत्र बोलावले असले, जरी या मीटिंगमधून आमच्या मनाला पटेल असे काही निष्पन्न झालेले नसले, तरी ही सर्व मोठी माणसे आमच्या शब्दाकरिता येथे आली, याचा आम्हाला आनंद वाटतो. आम्ही आता मस्तपैकी कॉफी करून आणतो.''

कॉफीपान झाल्यावर सर्वजण उठले.

"I will definitely write an article and will send a copy to you." डॉ. जोन्स शेकहँड करत म्हणाले.

सर्वजण डॉ. मोहित्यांच्या गाडीत बसले. आम्ही हात हलवून त्यांना निरोप दिला.

आशाराणी खूप नर्व्हस झाल्या. साहजिकच होते. एखाद्या मुलाने परीक्षेचा ध्यास घेऊन रात्रंदिवस खूप मेहनतीने अभ्यास करावा आणि तो परीक्षेत नापास झाल्याने त्याची जशी मन:स्थिती होईल, तशी आशाराणींची झाली होती.

आता काय करावे ते त्यांना समजत नव्हते. त्या आमच्याशी पूर्वीसारख्या बोलेनाशा झाल्या. सारख्या त्यांच्याच खोलीत राहू लागल्या. त्यांची समजूत कशी काढायची, ते आम्हाला समजत नव्हते.

डॉक्टरांच्या या भेटीमुळे आम्हाला आमचे बदललेले स्वरूप समजले. महाराजांना आमच्याकडून काय काम करून घ्यायचे आहे, ह्याचे ज्ञान झाले. जबाबदारीची जाणीव झाली. त्याकरिता खूप कष्ट करावे लागतील, याची जाणीव झाली.

आम्ही आमच्या मंत्रशास्त्र, ध्वनिलहरी, त्यांची कंपने याचा अभ्यास जोरात सुरु केला. मंत्रशक्तीची सफलता ही फक्त मंत्रोच्चारावर अवलंबून नसते; तर आचरणावरसुद्धा अवलंबून असते, हे आमच्या निदर्शनास आले. म्हणून आम्ही पहाटे स्नान करून शुचिर्भूत होऊन प्रसन्न मनाने मंत्रांच्या जपाने पाणी मंतरवून तीर्थ तयार करू लागलो. जेवताना बोलायचे नाही, एरवी बोलताना अपशब्द उच्चारायचे नाहीत, शाकाहारी सौम्य जेवण जेवायचे अशी पथ्ये पाळू लागलो. त्याचा चांगला परिणाम दिसू लागला. लोकांना गुण येऊ लागला. दवाखान्यात लोकांची गर्दी वाढू लागली.

आसपासच्या खेडेगावांतले लोक आम्हाला 'तांत्रिक मांत्रिक डागदर' म्हणू लागले. औषधे, तीर्थ याबरोबर लोकांना चांगले वागण्याचे सल्ले देऊ लागलो. भांडणं सोडवू लागलो. भांडणाऱ्यांना उपदेश करून त्यांची मन:स्थिती बदलण्याचा प्रयत्न करू लागलो.

आमची प्रेमळ वागणूक, योग्य सल्ले, मोफत औषध आणि तीर्थाच्या बाटल्या यामुळे लोक आम्हाला 'बाबामहाराज' म्हणून ओळखू लागले.

●●

एक दिवस रात्री आमच्या बेडरूमचे दार जोरात वाजले. आम्ही झोपेतून दचकून जागे झालो.

"कोण आहे?" आम्ही विचारले.

"बाबासाहेब, दार उघडा." बाहेरून आशाराणींचा भेदरलेला आवाज आला. आम्ही दिवा लावला. शालिनीदेवी जाग्या झाल्या.

घाईघाईने आम्ही दार उघडलं. दरवाजात आशाराणी थरथर कापत उभ्या होत्या.

"काय झालं? आत या." आम्ही त्यांना कोचावर बसविले. शालिनीदेवींनी

त्यांना पाणी प्यायला दिले. त्यांच्या पाठीवरून हात फिरवीत त्यांनी विचारलं, "घाबरलात? स्वप्न पडलं?"

आशाराणी काही बोलण्याच्या मन:स्थितीत नव्हत्या.

"घाबरू नका." शालिनीदेवींनी त्यांना धीर दिला.

आशाराणी थोड्या शांत झाल्या. त्या मुसमुसून रडू लागल्या.

"रडू नका. तुमच्याजवळ आम्ही आहोत ना?" आम्ही म्हणालो.

"मी गरम गरम कॉफी आणते. त्याने बरे वाटेल." असं म्हणून शालिनीदेवी किचनमध्ये गेल्या. त्यांच्या डोळ्यांसमोर अजूनही काहीतरी भयंकर दृश्य दिसत असावे, अशा घाबरलेल्या नजरेने आशाराणी एकटक दृष्टी लावून बसल्या.

शालिनीदेवींनी कॉफी आणली. "घ्या आता. भीती कमी झाली ना? कॉफीने बरे वाटेल." त्या म्हणाल्या.

आशाराणी एक एक घोट घेत सांगू लागल्या,

"आम्ही रात्री झोपलो. किती वेळ माहीत नाही. आम्ही अंधारातून चाललो होतो. आजूबाजूला झाडी होती. झाडीच्या अंधारातून मध्येच चंद्राचा प्रकाश दिसायचा. आम्ही बाबासाहेबांचा हात घट्ट पकडून ठेवला होता. ते या काळोखात वाट चुकतील, अशी आम्हाला भीती वाटत होती. त्यांना सुरक्षित ठिकाणी घेऊन जाण्याची जबाबदारी आमची होती. ते घाबरलेले होते. आम्ही चालतच होतो. झाडी थोडी कमी झाली. एक मैदान लागले. मैदानात एक झोपडी होती.

"आपण त्या झोपडीत थांबू." बाबासाहेब म्हणाले.

"आम्ही काही बोललो नाही. त्यांच्या सुरक्षिततेकरिता आम्हीच निर्णय घेणार होतो. आम्ही झोपडीपुढे उभे राहिलो. झोपडीचे दार उघडेच होते. कोणीतरी दोघेजण आत बसलेले होते. त्यांच्यासमोर धुनी पेटलेली होती. हवेत गारठा होता. ते शेकत बसले होते. कोणाची तरी वाट पाहत होते.

"अजून कशी आली नाही एकजण घोगऱ्या आवाजात म्हणाला.

"येईल ती?" दुसरा म्हणाला. इतक्यात त्याचे लक्ष आमच्याकडे गेले.' 'ती बघ आली.' तो म्हणाला. त्याने आम्हाला आत बोलावले.

"नको आत जायला." बाबासाहेब म्हणाले.

"घाबरू नका. आम्ही आहोत ना?" आम्ही म्हणालो.

"बाबासाहेबांचा हात धरून आम्ही आत गेलो. ते दोघे उभे राहिले. त्यांच्या हातात मोठे सुरे होते. त्यांनी आम्हाला धरले. तेथे एक उंच कट्टा होता. त्यावर बसवले.

आता मात्र आम्ही घाबरलो. आम्ही बाबासाहेबांना हाका मारू लागलो.

"कोणी तुझ्या मदतीला येणार नाही." दुसरा म्हणाला.

"ही बघ अहंकाराने कशी फुलून गेली आहे. हिचा राग तर नाकाच्या शेंड्यावर आहे."

"अहंकार, क्रोध हे हृदयात असतात ना? आपण ऑपरेशननी ते काढून टाकू." तिला सुरा दाखवत एकजण म्हणाला.

आम्ही ओरडू लागलो. पण घशातून शब्द फुटेना. त्यांनी आम्हाला कट्ट्यावर झोपवले. आमचे हातपाय बांधले.

एकाने त्याचा लखलखता सुरा वर उंचावला. तो जोरात आमच्या हृदयावर आघात करणार होता. आम्ही डोळे मिटून घेतले.

इतक्यात कोणीतरी म्हणाले, 'थांबा.'

"त्या आवाजात वेगळीच ताकद होती. तो सुरा उंचावलेला माणूस थांबला. त्याने हात खाली घेतला. आम्ही डोळे उघडले. तो माणूस आवाजाच्या दिशेने पाहू लागला. 'काय करता आहात? अहंकार, क्रोध काढून टाकण्याकरिता शस्त्रक्रिया? ते हृदयात कोठे लपलेले आहेत माहीत आहे? ते काढून टाकण्याकरिता प्रयत्न करावे लागतात. ते आपले भयंकर शत्रू आहेत. ग्रह, ताऱ्यांच्या, आकाशगंगेच्या मानाने माणूस लहान कण आहे. त्याने कसला अहंकार करावा? सोडा तिला. तिने अहंकार नाही सोडला तर त्याचे ती प्रायश्चित्त भोगेल."

त्या दोघांनी आम्हाला सोडले. आम्ही त्या आवाजाच्या दिशेला पाहिले. महाराज उभे होते. आम्ही रोखून पाहिले, आम्हाला काही क्षण त्या ठिकाणी बाबासाहेब दिसले. परत महाराज दिसले.

"ऊठ चालती हो." त्या सुरेवाल्यांपैकी एकजण ओरडला. "ह्यांच्यामुळे तू आज वाचलीस. नाहीतर आम्ही ऑपरेशनच केले असते."

आम्ही आमचा जीव वाचवण्याकरिता बाबासाहेबांना तिथेच सोडून एकटेच पळत सुटलो.

"आम्ही दमलो आहोत." आशाराणींनी स्वप्न सांगितलं.

"ह्या अशा स्वप्नांना काही अर्थ नसतो. आपण काही मनाला लावून घेऊ नका. आता येथेच शांतपणे झोपा. अजून बरीच रात्र शिल्लक आहे." शालिनीदेवी म्हणाल्या.

"आमची आता उठण्याची वेळ झालेलीच आहे. आपण घाबरू नका. सकाळी या स्वप्नाबद्दल बोलू." आम्ही म्हणालो.

आशाराणींच्या मनातली भीती कमी झाली. त्या आमच्याच बेडरूममध्ये झोपल्या. आम्ही स्नानाला गेलो.

त्या दिवसापासून आशाराणींच्या स्वभावात बदल झाल्याचे आमच्या लक्षात आले. 'आम्ही डॉक्टरांना बोलावले, आम्ही बाबासाहेबांच्या ऑपरेशनचे कोडे सोडवले.' अशी बोलण्यातली त्यांची वाक्ये कमी झाली. शालिनीदेवींना देवावरच्या श्रद्धेवरून त्यांचे तिखट बोलणे थांबले.

आपल्या जीवनात प्रत्यक्ष वागणुकीला खूप महत्त्व असते. आपण कसं बोलतो, यावर आपले इतरांशी संबंध अवलंबून असतात. अहंकारी व्यक्तीशी बोलायला इतर लोक नाराज असतात. पण स्वप्नातल्या दृश्यांचासुद्धा आपल्यावर कायमस्वरूपी परिणाम होतो, हे आम्हाला आशाराणींमधील बदलावरून समजले.

◆◆

सुभाष पाटील धुळ्याला गेल्यापासून नियमितपणे फोन करू लागला. पत्रे लिहू लागला. त्याच्या मनमोकळ्या स्वभावामुळे त्याने आमच्या घरातल्या प्रत्येकाच्या मनात मानाचे स्थान निर्माण केले होते. आमच्या ऑपरेशनचे गूढ कसे उलगडले ह्याचे सविस्तर वर्णन आशाराणींनी त्याला फोनवरून सांगितले होते. त्यामुळे त्याने आशाराणींचे नाव 'डिटेक्टिव्ह' असे पाडले होते. बाळासाहेब आणि गायत्रीदेवींबद्दल मात्र तो कौतुकाने बोलायचा. इतक्या लहान वयात बाळासाहेब एका साखर कारखान्याचा डायरेक्टर झाल्याबद्दल त्याला आश्चर्य वाटायचे. गायत्रीदेवी डॉक्टर असूनसुद्धा त्यांच्या शांत वागणुकीचा त्याच्यावर चांगला परिणाम झाला होता. शालिनीदेवींवर तर तो बेहद्द खूश होता. "तुझ्यासारख्या हेकट माणसातसुद्धा भांडण न करता आपल्या शांत स्वभावाने त्यांनी बदल घडवून आणला. त्या ग्रेट आहेत.'' असं तो नेहमी म्हणायचा. त्यांचं नाव त्याने 'साध्वी' असं ठेवलं होतं.

एकदा असाच त्याचा फोन आला.

"कशी काय तुझी तब्येत आहे?'' त्याने चौकशी केली.

"चांगली आहे. मध्यंतरी ज्या डॉक्टरांनी आमचे ऑपरेशन केले, ते सर्व डॉक्टर येऊन तपासून गेले. त्यांनी आमची प्रकृती चांगली सुधारल्याचे सर्टिफिकेट दिले आहे.'' आम्ही म्हणालो.

"तुझं पत्र मिळालं. तू तुझ्या ऑपरेशनबद्दल सर्व त्यात लिहिले आहेस. तुला त्या महाराजांचं हृदय ऐनवेळी मिळालं नसतं तर? खरं म्हणजे मरता मरता वाचलास रे!''

"हो. पण आम्हाला सशक्त स्वामींचे हृदय मिळाले आहे. आमची आध्यात्मिक प्रगतीसुद्धा जोरात आहे. मंत्रशास्त्राच्या प्रयोगांना चांगले यश मिळते आहे."

"साध्वीने तुझे आयुष्यच बदलून टाकलं की! लकी आहेस."

"खरं आहे. त्यांच्या संस्कारामुळे बाळासाहेबांचे विचारही लोकांवर छाप टाकतात. त्यांना आमच्या सूनबाईंची चांगली साथ मिळते."

"घरात मतभेद नसले, शांतता असली, की त्या घराची चांगली प्रगती होते. बरं, आमची डिटेक्टिव्ह काय म्हणते? तिचे पण लांबलचक पत्र आलं होतं. स्वप्नाबद्दल तिनं बरंच लिहिलं होतं."

"पण त्या स्वप्नांचा चांगला परिणाम झाला आहे बरं का! शालिनीदेवींशी असलेले मतभेद कमी झाल्यासारखे वाटतात. अहंभाव पण कमी झाला आहे."

"तू प्रत्यक्ष इतकं समजावून सांगून स्वभाव बदलला नाही; पण एका स्वप्नाने इतका फरक पडला? आश्चर्य आहे"

"आमच्या जीवनात आश्चर्यकारक घटनांची मालिकाच सुरू झाली आहे."

"तुझ्या साध्वीला याचे सर्व श्रेय आहे. बरं, सहज चौकशीकरता फोन केला होता. तुझी आणि डिटेक्टिव्हची पत्रे मिळाली.

"सर्व चांगलं आहे. साध्वीला नमस्कार सांग. ठेवतो."

त्यानं फोन बंद केला.

●●

आम्ही आमच्या कार्यात गढून गेलो होते. लोकांची सेवा हेच आमचे ध्येय झाले होते. त्या सेवेकरिता जे जे मार्ग सुचतील, ते ते मार्ग आम्ही अभ्यासपूर्वक आचरणात आणत होतो. मंत्रोपचार हा त्यांपैकीच एक मार्ग. महाराजांच्या वहीत जितके मंत्र लिहिले होते, त्या मंत्रांची कंपनसंख्या मोजून त्यांच्या तीर्थाने किती लोकांना कोणत्या प्रकारे फायदा झाला, याची नोंद करत होतोच; पण नवीन मंत्र मिळवून त्यांचाही उपयोग होतो का, याचेही संशोधन करत होतो.

ऑपरेशननंतर आमचे आयुष्य पूर्णपणे बदलून गेले होते. आमच्या मनावर महाराजांच्या विचारांचा जबरदस्त पगडा बसलेला होता. आमचा स्वभावही बदलून गेलेला होता. दिवसेंदिवस आमची प्रगती होत होती. नवीन नवीन प्रयोग करत होतो. त्यांत यशही मिळत होते. मंत्रांचा प्रयोग करत होतो. त्यांची तीर्थे बनवत होतो. पण सुभाषने आमच्यावर भलताच विश्वास दाखविला.

त्याचा फोन आला. आम्ही दुपारच्या चहाकरिता टेबलावर जमलो होतो.

"बाबासाहेब, तुमच्यावर एक कामगिरी सोपवायची आहे." तो म्हणाला.

"सोपव. आम्ही ती पार पाडू." आम्ही म्हणालो.

"कामगिरी अशी आहे, की आमच्यासमोर सोनू बसला आहे. त्याला विंचू चावला आहे. उपचाराकरिता त्याला आमच्याकडे आणले आहे. विष शरीरात जाऊ नये म्हणून आम्ही त्याच्या हाताला पट्टी बांधली आहे. त्याचे विष मंत्रसामर्थ्याने तुम्हाला उतरवायचे आहे."

"सुभाष, तू कमालच करतो आहेस. इतक्या लांबच्या माणसावर मंत्र टाकायचा? त्यापेक्षा तू त्याला इंजेक्शन दे."

"बाबासाहेब, मला तुमच्याबद्दल विश्वास वाटतो, की तुम्ही विष उतरवाल. मी इंजेक्शन तयार ठेवलेच आहे. अजून १५ मिनिटांत जर विष उतरले नाही तर मी त्याला इंजेक्शन देणार. तुम्ही ताबडतोब त्यावर मंत्रोपचार करा."

"असं आम्ही कधी केलेलं नाही."

"मला नक्की वाटते, तुम्ही विष उतरवाल. सोनूवर माझे पूर्ण लक्ष आहे. मी फोन बंद करतो. तुम्ही मंत्रोपचार करा."

त्याने फोन बंद केला. त्याचा इतका विश्वास आहे, तर मग आपल्याला मंत्रोपचार करायलाच पाहिजेत, असा विचार करून आम्ही उठलो. हात, पाय, तोंड स्वच्छ धुतले. देवघरात गेलो. डोळे मिटले. समोर सोनू बसला आहे, अशी कल्पना केली. महाराजांचे स्मरण केले, हात जोडले आणि मंत्रोपचाराला सुरुवात केली. मंत्र ११ वेळा जपला. 'तुझे विष पूर्ण उतरले आहे.' असे मनोभावे म्हणालो आणि हॉलमध्ये येऊन बसलो. सुभाषने दिलेल्या पंधरा मिनिटांच्या मुदतीच्या आधी आम्ही हे सर्व संपवले होते.

फोन वाजला.

"बाबासाहेब, विष उतरलं!" सुभाषचा हर्षभरित आवाज आला.

"खरंच?" आम्ही विचारलं.

"बाबासाहेब, आमचं इंजेक्शन वाया घालवलंत. विष उतरलेलं आहे आणि जेथे नांगी मारलेली आहे तेथे थोडी चुणचुण आहे."

"ती जाईल. पण तू असले जिवावरचे प्रयोग करू नकोस."

"बाबासाहेब, मला तुमच्याबद्दल विश्वास आहे. मंत्रांचा इतक्या लांब उपयोग होतो का, ते मला पाहायचे होते. तो प्रयोग यशस्वी झाला आहे." सुभाष म्हणाला.

त्याच्या या प्रयोगाने आम्हीही सुखावलो. आमच्यामध्येही आत्मविश्वास वाढला. आपण योग्य दिशेने जात आहोत, याची जाणीव झाली. पूर्वी मंत्रशास्त्र

अस्तित्वात होते आणि ते अत्यंत प्रभावी असले पाहिजे याची खात्री पटली.

महाराजांनी याबद्दल वहीत लिहिले होते, ''तुम्ही मंत्राचा शुद्ध उच्चार करा, पावित्र्य राखा, रोज जप करा. मन शुद्ध ठेवा. क्रोध, अहंभाव, स्वार्थ या विकारांपासून मन विरक्त ठेवा. मंत्रांवर श्रद्धा ठेवा. असं जर आपलं आचरण ठेवलं, तर मंत्रांचा परिणाम लगेच जाणवेल.'' आम्ही शुद्धतेने त्याचे पालन करत आहोत, याची पावती आम्हाला मिळाली होती. आम्हाला खूप आनंद झाला.

पण हे कर्तृत्व आपले नाही, ही भावना मनात असल्याने आम्ही हे घरात बोललो नाही. पण आमची गडबड आशाराणींच्या लक्षात आली. या गडबडीत आमचा चहाचा कप तसाच राहिला होता. दुसऱ्या कपात चहा ओतत आशाराणींनी विचारलं,

''कसली गडबड चालली होती?''

''सुभाषचा फोन होता. त्याच्याकडे विंचू चावलेला माणूस आला होता. त्याचे विष उतरवण्याकरिता येथून मंत्रोपचार करावे असं तो म्हणाला. महाराजांवर विश्वास ठेऊन आम्ही ते केले आणि त्या माणसाचे विष उतरले.''

''इतक्या अंतरावरच्या माणसाचे विष उतरवलंत?'' त्या आश्चर्याने म्हणाल्या.

''आम्ही नाही; महाराजांनी.''

शालिनीदेवी सर्व ऐकत होत्या. ''बरीच प्रगती झाली आहे.'' त्या म्हणाल्या.

''महाराजांची कृपा!'' आम्ही म्हणालो.

'ती तर आहेच; पण आपला जप योग्य तऱ्हेने चालला आहे हे यातून सिद्ध होते.''

आम्ही होकार दर्शवून आमच्या पुढच्या प्रयोगाकरता आमच्या प्रयोगशाळेत गेलो.

या प्रसंगानंतर आशाराणींच्या वागणुकीत मोठा फरक जाणवू लागला. आधी स्वप्नामुळे त्या चांगल्याच भेदरल्या होत्या आणि आता आमच्यात काहीतरी अलौकिक सामर्थ्य आले आहे, असे त्यांना वाटू लागले. त्यामुळे त्यांचा पूर्वीचा अहंमन्य तोंडाळपणा कमी झाला, याचे आम्हाला समाधान वाटले.

या प्रसंगानंतर २-४ दिवसांत ॲड. चितळे स्वत: आमच्याकडे आले. त्यांच्याबरोबर महादेवरावही आले होते.

''बरेच वेळा यायचे यायचे ठरवून येता आले नव्हते. आज महादेवराव म्हणाले की, आम्ही बंगल्यावर जाणार आहोत. आम्हीपण आलो.'' चितळे कोचावर बसत म्हणाले.

“आज अगदी मणिकांचन योग जमला.” शालिनीदेवी म्हणाल्या.

“खूप आनंद वाटला.” आम्ही म्हणालो.

“आपण यावं असं आम्हालाही वाटत होतं.” आशाराणी म्हणाल्या

सगळेजण त्यांच्याकडे आश्चर्याने पाहू लागले.

“आपल्याला बाबासाहेबांचा पराक्रम समजला का?” आशाराणी कौतुकाने म्हणाल्या.

“त्यात पराक्रम कसला? महाराजांनीच ते घडवून आणले.” आम्ही म्हणालो.

“आम्हालाही ते ऐकून खूप आनंद झाला. महादेवरावांनी सविस्तर सांगितले. त्याकरिताच आम्ही आपले अभिनंदन करण्याकरिता आलो आहोत.”

“खरं म्हणजे धुळ्यामधल्या माणसावर येथून मंत्रोपचार करायचे हा विचार सुभाषचा. आमचा आमच्यावर नाही तेवढा त्याचा आमच्यावर विश्वास होता. त्याच्या आग्रहाकरिता आम्ही मंत्रोपचार केले. आणि खरोखरीच विष उतरलं.”

“आम्हाला आता आपल्यात महाराजांचा भास व्हायला लागला आहे.” चितळे म्हणाले.

“हा चमत्कारच आहे. पण असे चमत्कार विज्ञानाला मान्य नाहीत.” गायत्रीदेवी म्हणाल्या.

“हा चमत्कार नाही. हे विज्ञानच आहे. बोलण्याने हवेत कंपने निर्माण होतात. त्याचा दुसऱ्या माणसावर परिणाम होतो. आपण रागावून बोललो, तर दुसऱ्या माणसालासुद्धा राग येतो. आपल्या मनातले विचार न बोलता टेलिपथीने लांबच्या माणसाला कळतात. म्हणजे मनातल्या विचारांची आंदोलने दुसऱ्यापर्यंत पोचतात, तसेच मनातले मंत्राचे उच्चारण दुसऱ्या लांबच्या माणसापर्यंत पोचते. त्या मंत्राचा विषावर परिणाम होण्याकरिता तो मंत्र मात्र सिद्ध केलेला असला पाहिजे. त्याचा रोज जप होत असला पाहिजे. त्या मंत्राचे उच्चारण शुद्ध असले पाहिजे. त्या मंत्रावर तुमची श्रद्धा पाहिजे. तुमचे आचरण पवित्र, कोणत्याही विकाररहित आणि कठोर पथ्ये पाळणारे असले पाहिजे. हे सर्व महाराजांनी त्यांच्या वहीत लिहून ठेवले आहे.” आम्ही म्हणालो.

“आणि ज्या अर्थी आपल्या मंत्राने विष उतरवले, त्या अर्थी तुम्ही या सर्व गोष्टींचे पालन करत असला पाहिजेत.” ॲड. चितळ्यांनी युक्तिवाद केला.

“आम्हाला मागचा एक प्रसंग आठवतो. महाराज प्रवचन करत होते. लोक तल्लीन होऊन ऐकत होते. एक साप सळ्ऽसळ्ऽ करत तेथे घुसला. लोक घाबरून पळाले. साप तेथल्या बिळात गेला. लोक तेथे

बसायला घाबरू लागले. महाराज उठून तेथे आले. त्यांनी तीन टाळ्या वाजवून त्या सापाला सांगितले की, तू तेथून निघून जा. जाताना आम्ही मारणार नाही आणि थोड्या वेळात तो तेथून जाताना सर्वांनी पाहिला.'' शालिनीदेवी म्हणाल्या.

''पण सापाला कर्णेंद्रियं नसतात. त्याला ऐकू येत नाही, असे विज्ञान सांगते. मग महाराजांचे बोलणे त्याला कसे ऐकू आले असेल?'' गायत्रीदेवींनी शंका काढली.

''याचे कारण महाराजांच्या मनातली मंत्रउच्चारणातली शक्ती सापापर्यंत पोचली आणि तो निघून गेला. नेमकी हीच परिस्थिती विषाबद्दल झाली. आम्ही उच्चारलेल्या मंत्राची शक्ती मनाच्या वेगाने धुळयापर्यंत पोचली आणि विष उतरले. महाराजही असे प्रयोग करायचे, असे त्यांनी वहीत लिहून ठेवले आहे.'' आम्ही म्हणालो.

आशाराणींनी चहा-बिस्किटे आणली.

''काय नाव आहे त्या तुमच्या धुळ्याच्या मित्राचे?'' चितळ्यांनी विचारले.

''डॉ. सुभाष पाटील. आमचा कॉलेजातला मित्र. येथे आम्हाला शोधत आमच्या बंगल्यावर आला. तो संमोहनशास्त्रतज्ज्ञ आहे.'' आम्ही म्हणालो.

त्यानंतर सुभाष पाटील आणि संमोहन या विषयावर चर्चा सुरू झाली. आम्ही आमच्या कौतुकाच्या विषयाला कलाटणी देण्यात यशस्वी झालो. बराच वेळ गप्पा झाल्यावर चितळे, महादेवराव जाण्यास निघाले.

''आम्हाला तुमच्या रूपाने आमचे सिद्धमहाराज परत मिळाले.'' महादेवराव म्हणाले आणि त्यांनी आम्हाला वाकून नमस्कार केला. आम्हाला कसेतरीच झाले.

या प्रसंगाने आमचा मंत्रशक्तीवरचा विश्वास खूप वाढला. आम्ही आमची साधना आणखी निष्ठेने करू लागलो. सिद्धमहाराजांच्या आशीर्वादाने आम्हाला चांगले यश मिळत गेलं. लोकांमध्ये आमची पूर्वीची ओळख डॉ. बाबासाहेब इनामदार अशी होती; ती आता पुसली जाऊ लागली आणि लोक आम्हाला 'बाबामहाराज' म्हणून ओळखू लागले आहेत. आम्हाला कलियुगातल्या पावित्र्याचे आणि श्रद्धेचे भान आहे. धार्मिक स्थळांमधली पूर्वीची ऊर्जा आणि आताचीऊर्जा यांची जर तुलना केली तर आता तेथे ऊर्जेचे प्रमाण खूपच कमी झालेलं आहे. धार्मिकस्थळांचा आता बाजार झाला आहे. स्वार्थी आणि अहंभावी लोकांचा धार्मिक स्थळांना गराडा पडला आहे. पूर्वी तेथल्या ऊर्जेमुळे आजारी माणूस बरा होत असे. साप चावलेल्या माणसाचे विष देवळात ठेवल्यामुळे उतरत असे. आता तसे होत नाही. ह्याचे भान ठेवूनच आम्ही वागतो आहोत. जोपर्यंत आमच्या मनात नि:स्वार्थी सेवावृत्ती आहे, अहंभाव नाही,

तोपर्यंत आमच्या शब्दाला मान राहणार आहे, याची जाणीव आम्हाला आहे. हेच भाव शेवटपर्यंत आमच्यात राहणार आहेत. कारण सिद्धमहाराज आमच्याकडून त्यांचे कार्य करवून घेत आहेत.

www.ingramcontent.com/pod-product-compliance
Lightning Source LLC
Chambersburg PA
CBHW030412020726
47493CB00003B/1038
* 9 7 8 8 1 7 2 9 4 9 5 2 5 *